D1680216

**நவமகன்**

இயற்பெயர் நவரட்னம் கேதீஸ்வரன், யாழ் வேலணையில் பிறந்து நோர்வேயில் வசித்து வருபவர். இருபதாவது வயதிலிருந்தே 'நவமகன்' எனும் புனைபெயரில் கவிதைகள், சிறுகதைகள் எழுதியதன் மூலமாக ஐரோப்பாவில் வெளியான சஞ்சிகைகள் பத்திரிகைகளில் அறியப்பட்டவர். அகதி வாழ்வின் திகைப்பான பக்கங்களை இவரது முதலாவது நூலான *'போக்காளி'* நாவல் வெளிக்காட்டியிருந்தது. *'ஆகிதம்'* இவரது முதல் சிறுகதை தொகுப்பாகும்.

Mobile: 0047 45020162
Email: navamahan@gmail.com

# ஆகிதம்

சிறுகதைகள்

**நவமகன்**

கருப்புப் பிரதிகள்

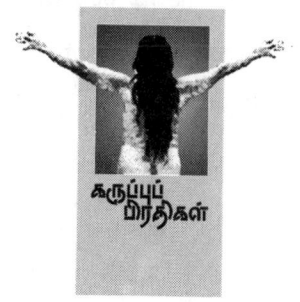

ஆகிதம்
சிறுகதைகள்
நவமகன்
© நவமகன்
முதல் பதிப்பு: செப்டம்பர் 2024

வெளியீடு: கருப்புப் பிரதிகள்
பி 55, பப்பு மஸ்தான் தர்கா, லாயிட்ஸ் சாலை,
சென்னை 600 005.
பேச: 94442 72500
மின்னஞ்சல்: karuppupradhigal@gmail.com
அக-புற வடிவமைப்பு: ஜீவமணி
அச்சாக்கம்: ஜோதி எண்டர்பிரைசஸ், சென்னை 600 005.

விலை: ரூ. 250.00

**Akitham** – Shortstories
Navamagan
© Navamagan

First Edition: September, 2024
by Karuppu Pradhigal

B55, Pappu Masthan Darga, Lloyds Road,
Chennai 600 005, Tamil Nadu, South India.
Mobile: 94442 72500
Email: karuppupradhigal@gmail.com
Cover-Book Layout: Jeevamani
Printed by: Jothy Enterprises, Chennai 600 005.

**Price:** ₹ 250.00

ISBN: 978-93-95256-43-8

# கருப்புக் குறிப்புகள்

முள்ளி வாய்க்கால் இனப்படுகொலை பேரழிவிற்குப் பிந்தைய புகலிட இலக்கியமென்பது தமது அகவாழ்வு பற்றிய பண்பாட்டு மோதல்களின் விசாரணைகளாகவும் விவரணைகளாகவும் விரிந்து கொண்டிருப்பதற்கான சமகாலச் சான்றாக தோழர் நவமகனின் இச்சிறுகதைகளை சொல்ல முடியும்.

எனினும் போரும் இயக்கமும் விளைவித்த உணர்வுகளும் விவாதங்களும் ஊடுபாவுமாய் இருப்பதையும் இலங்கை புலம்பெயர் இலக்கியத்தில் தவிர்க்கவே முடியாது என்பதற்கான அலகுகளாக இச்சிறுகதைகள் அமைகின்றன.

மேற்குலக மனவெளிகளுக்குள் நுழைய முடியாத யாழ்ப்பாண மனிதர்களின் மன இருப்பின் போராட்டங்களை சொல்லும் அதேவேளையில் அதன் விருப்பங்கள் அனைத்திலும் அனாயசமாக நுழைந்து அய்க்கியமாகிக் கொண்டிருக்கும் அடுத்தத் தலைமுறை இருப்பையும் ஒருங்கே கொண்டிருக்கும் இக்கதைகள் ஈழத்து புலம்பெயர் சமூகங்களின் இனத்தை, அதன் வாழ்வை உலகம் புரிந்துகொள்ளும் பலகணியாக இக்கதைகளை புரிந்துகொள்ள முடியும்.

யாரும் சொல்லாத அகதி வாழ்வின் பரிதவிப்பின் உணர்வுகளை திகைப்பூட்டும் அனுபவங்களை தனது முதல் நாவலான '*போக்காளி*'யில் வெளிப்படுத்திய நவமகனின் அடுத்தச் சிறுகதை தொகுப்பான இந்த ஆகிதத்தையும் வெளியிடும் வாய்ப்பை நல்கிய நவமகனுக்கு மிகுந்த நன்றியினை தெரிவிக்கிறோம்.

நவமகனை கருப்புப் பிரதிகளுக்கு அறிமுகப்படுத்திய எழுத்தாளர் ஷோபாசக்திக்கும், மதிவண்ணன், விஜய் ஆனந்த் (பெங்களூரு), அமுதா, சகோதரர் ஜீவமணி, அறிவொளி, அரிதாஸ், அருள்குமார், சுதந்திர குமார், காமாட்சி உள்ளிட்ட பதிப்பகத்தின் நட்புக் குழுவினருக்கும் மிகுந்த அன்பினை பணிக்கின்றேன்.

தோழமையுடன்,
**நீலகண்டன்.**

ஈழப் பசிக்கு
இரையாகிப்போன
அனைத்து உயிர்களுக்கும்...

## நன்றி

ஈழநாடு
குவர்ணிகா
பொங்குதமிழ்
தமிழ் அரங்கம்
உள்ளம்
அபத்தம்
இமிழ்

## உள்ளே

1. கருப்புக் குறிப்புகள் .................................................. 5
2. ஆச்சியும் அஸ்தரும் .................................................. 11
3. ஆகிதம் ........................................................................ 27
4. மாவீரர் யாரோ என்றால் ........................................... 55
5. உபதேசிகள் ................................................................ 66
6. சைக்கிள்களின் அந்தாதி ........................................... 76
7. தூய துணைகள் ......................................................... 92
8. வினைவயல் ............................................................... 124
9. மூன்றாம் விதி ............................................................ 143
10. காதலா சாதலா ....................................................... 163
11. விஷமுறிவு ................................................................ 173

## ஆச்சியும் அஸ்தரும்

**அ**லறியது அலைபேசி. இத்தோடு மூன்றாவது தடவையாக இன்று இந்த அறிமுகமில்லாத இலக்கத்திலிருந்து அவனுக்கு அழைப்பு வருகிறது. அலைபேசியை எடுத்துப் பார்த்தவன் மீண்டும் வெறுப்புடன் காற்சட்டை பையினுள் திணித்துக்கொண்டான்.

இப்போதெல்லாம் அலைபேசியில் பெயர்கள் பதிவிலுள்ளவர்களின் அழைப்புகளுக்கு மட்டுமே அவன் பதிலளிக்கின்றான். அதுவும் ஐந்து நிமிடங்களுக்கு மேல் பேசமாட்டான். மீறிப் பேசினால் அன்று முழுவதும் அவனுக்கு தலையிடிதான். தலையிடியென்றால் அது சாதாரண தலையிடி அல்ல நான்கு பரசெற்றமோல் குளிசைகளை முழுசாய் விழுங்கிக் கொண்டுதான் அது போகும். அறிமுகமில்லாத இலக்கங்களில் இருந்து வருகின்ற அழைப்புக்கள் எல்லாம் அனேகமாக இங்கு ஒஸ்லோவில் தொலைபேசி மூலமாக எதையாவது விற்பனை செய்பவர்களின் கழுத்தறுப்பாகத்தான் இருக்கும் என்பது அவனது அறுபட்ட அனுபவம்.

"ரிங்... ரிங்..." இப்போது நான்காவது தடவையாக தொடர்ந்து விடாது துரத்துகிறது அதே அழைப்பு. கடுப்பாகிப் போனவன் அழைப்பை ஏற்று நோர்வேஜிய மொழியில், "Hi hvem er det?" என்றான்.

"வணக்கம் தேவா அண்ணே" என்றது. எதிர்முனையிலிருந்து எதிர்பாராத குரல். ஒருகணம் குழப்பத்தில் மௌனமானான். எங்கேயோ கேட்டகுரல் குழப்பத்தை நீடிக்கவிடவில்லை.

“அண்ண..., நான்தான் கதிர் கதைக்கிறன்.”

“ஓ... நீங்களா! சொல்லுங்க கதிர் என்ன விசயம்?”

“என்னவெண்டால் அண்ணே முந்தாநாள் பேஸ்புக்கில ஒரு பதிவு எழுதியிருந்தீங்களல்லே.”

“ஓமோம், ஞாபகமிருக்கு அதுக்கென்ன?”

“அது நல்லதொரு பதிவு அண்ணே, அதில உள்ள கருவை வைச்சு அதை ஒரு சிறுகதையா எழுதித் தரமுடியுமே?”

“ஓமோம் ட்ரை பண்ணினால் எழுதலாம் தான்.”

“அப்ப ஒருக்கா ட்ரை பண்ணிப் பாருங்கோ அண்ணே எனக்கொரு குறும்படம் எடுக்கிற ஐடியா இருக்கு அதுதான் உங்கட கதை குறும்படத்துக்கு சரிவருமா எண்டு பார்க்கலாம்.”

“ஓம் நல்ல விடயந்தான். ஆனால் நேரம் தானே இப்ப பிரச்சனையா இருக்கு.”

“சா... ச்ச... அவசரமில்லை அண்ணே, ஆறுதலா எழுதிப்போட்டு சொல்லுங்க பிறகு கதைப்பம்.”

“சரியப்பன், பிறகு சந்திப்பம்.”

சமையலறையிலிருந்து அவனது மனைவி எட்டிப் பார்த்த அந்தப் பார்வை “என்ன இன்னமும் கடைக்கு போகவில்லையா?” என்ற கேள்வியையே கேட்டது. அவன் உடனேயே குனிந்து மேசையின் கீழ் கிடந்த காலுறைகளை எடுத்து மாட்டிக் கொண்ட செயலானது, “இந்தாக் கிளம்பியாச்சு” என்று பதிலளிப்பது போலிருந்தது.

சில கணவன்களுக்கும், மனைவிகளுக்கும் இடையில் அனாவசியமான வார்த்தைப் பிரயோகங்கள் தேவைப் படுவதில்லை. கண்களாலும், உடல் அசைவுகளாலுமே பேசிக் கொண்டுவிடுவார்கள்.

கார் கிளம்பியது. அவனது சிந்தனைகள் கார் ஓட்டத்தில் இருக்கவில்லை. கதை ஓட்டத்திலேயே இருந்தது. அவனொன்றும்

தேர்ந்தவொரு கதை சொல்லியல்ல, இருந்தாலும் சில சிறுகதைகள் எழுதிய அனுபவமுண்டு. சிறுகதை என்பது என்ன கற்பனையும், யதார்த்தமும் கலந்த ஒரு கலவை தானே. அந்த முகநூல் பதிவில் யதார்த்தம் இருக்கிறது. கற்பனைக்கா பஞ்சமென அவன் எண்ணிக்கொண்டாலும், தற்போது யதார்த்தவாதம், மேஜிக்கல்ரியலிசம், சர்ரியலிசம், பின்நவீனத்துவம் என்று பல்வேறு இலக்கியப் போக்குகள் இருப்பதும், இந்தப் புத்திலக்கிய போக்குகளுக்குள் எந்தப் போக்குக்குள் தலையை விடுவது என்பதே அவனுக்கு பெரும் தலையிடியாக இருந்தது. கதிரே சிறந்த படைப்பாளி பேசாமல் அந்தக் கதையை அவரையே எழுதச் சொல்லி இருக்கலாமே என்றும் எண்ணிக்கொண்டான்.

தமிழ்க் கடைக்குள் எந்தப் பக்கம் திரும்பினாலும் தெரிந்த முகங்கள் தலைசாய்த்து புன்னகைத்தன. சிறுகதையை பற்றியே சிந்தித்துக் கொண்டு வந்ததில் மனைவி சொல்லிவிட்ட பொருட்கள் பல மறந்துபோனது. ஞாபகத்தில் உள்ளவற்றை எடுத்துக்கொண்டு மரக்கறிகள் வைக்கப்பட்டிருந்த பக்கத்திற்கு சென்றான். அங்கேயும் குழப்பந்தான் எது பொன்னாங்காணி, எது வல்லாரை, எது குறிஞ்சா என்று கண்டறிவதில் எப்போதும் அவனுக்குச் சிக்கல்தான்.

பக்கத்தில் நின்ற ஒரு பெண்ணிடம் "அக்கா இதில் எது குறிஞ்சா இலை?" எனக் கேட்டுப் பல்லிளித்தான்.

ஐயே... இதுகூடத் தெரியாதா? என்பது போல் ஒரு நக்கல் பார்வை பார்த்துவிட்டு குறிஞ்சாவை எடுத்து அவன் கையில் கொடுத்தாள் அந்த எல்லாம் தெரிந்த மகராசி.

"ஹாய் தேவா" என்று கூவிய குரல் கேட்டுத் திரும்புவதற்குள் அவனை இறுகக் கட்டி அனைத்து அவனது இடது கன்னத்தில் தனது வலது கன்னத்தையும் பின் அவனது வலது கன்னத்தில் தனது இடது கன்னத்தையுமாக மாறி மாறி மூன்று தடவைகள் ஒற்றி எடுத்து அவர்களின் வழக்கப்படி அன்பை தெரிவித்து சந்தோஷம் பொங்க நின்றாள் அவள்.

நீண்டகாலத்தின் பின் அவளைக் கண்டதில் அவனது முகமும் சந்தோஷத்தில் மலர்ந்தது.

"எப்படி தேவா நலமாய் இருக்கிறாயா?"

"ஓ... நான் நலம், நீ எப்படி?"

"நானும் ஓகே, மீண்டும் உன்ன சந்திக்கக் கிடைச்சதில ரொம்ப சந்தோஷம்"

"எனக்கும் தான். அதுசரி நீ எப்படி இங்க?"

"நான் வெளிய பஸ்சுக்கு காத்து நின்றனான், நீ கடைக்குள்ள நுழைஞ்சதைக் கண்டதும் பஸ்சையும் விட்டிற்று ஓடி வந்துட்டன்" என்றாள். அவர்களது உரையாடல் நோர்வேஜிய மொழியில் நிகழ்ந்து கொண்டிருக்க எல்லாத் தமிழ் கண்களும், காதுகளும் அவர்களைச் சுற்றியே சுழன்றன.

"தேவா... நீ எனக்கொரு உதவி செய்வியா?"

"நிச்சயமாக"

"சரி, அப்ப நீ சாமான்களை வாங்கிக் கொண்டு வா நான் வெளிய நிக்கிறன்" என்றவள் கடையைவிட்டு வெளியேறினாள்.

'அஸ்தர்' அவள் பெயர். எரித்திரிய நாட்டைச் சேர்ந்தவள். அழகு என்பது நிறத்தில் இல்லை என்பதை எல்லோருக்கும் உணர்த்துவதற்காகவே படைக்கப்பட்டவர்களில் அவளும் ஒருத்தி. சில காலங்களுக்கு முன்பு தேவாவுடன் ஒன்றாக வேலை செய்தவள் இப்போது வேறு வேலையில் இருக்கின்றாள். மிகவும் கருணை உள்ளங்கொண்ட எல்லோருடனும் அன்பாகப் பழகக்கூடிய நல்லிதயத்துக்கும் சொந்தக்காரி அவள்.

எமது தேசத்திலுள்ள பல பெண்களின் நிலைக்கு ஒப்பானதே அவளது நிலையும். திருமணமான சில மாதங்களிலேயே உள்நாட்டுப் போரில் கணவனைத் தொலைத்தவள். கணவன் உயிருடன் இருக்கின்றானா? இல்லையா? என்பதைக்கூட உறுதிப்படுத்த முடியாதவளாய் ஏதாவதொரு எத்தியோப்பிய சிறையிலிருந்து என்றாவதொரு நாள் விடுதலையாகி வருவான் என்ற நம்பிக்கையில் மறுமணத்தைப் பற்றிய சிந்தனையே இன்றி இளமைக் காலத்தை தனிமையில் கழித்துக்கொண்டிருப்பவள்.

அவன் கடையைவிட்டு வெளியே வந்தபோது அவள் அவனது காரில் சாய்ந்தபடி அவனுக்காக காத்து நின்றாள்.

"சரி, என்ன விசயம்! உனக்கென்ன உதவி வேணும் சொல்லு" அவன் ஆவலாய்க் கேட்டான்.

"நான் கொஞ்சம் தமிழ் படிக்க வேணும் அதுக்கு நீ தான்..."

"என்னது நீ தமிழ் படிக்கப்போறியோ? என்ன யாராவது தமிழ்ப் பையன்களை லவ் பண்ணுற திட்டமேதும் இருக்கோ?"

"ஏன் கூடாதே? தமிழ் பையன்கள் எவ்வளவு இனிமையானவர்கள் என்று எனக்குத் தெரியும்" எனக் கண்சிமிட்டிச் சிரித்தாள்.

"அஸ்தர் நீ இப்ப எங்க போக வேணும் சொல்லு நானே கொண்டுபோய்விடுறன் ஏறு கார்ல." என்றவன் காரை இயக்க அவளும் ஏறி உள்ளே அமர்ந்துகொண்டாள். கார் அவள் போக வேண்டிய இடம் நோக்கி விரைந்தது. சில நோர்வேஜிய சொற்களைத் தமிழில் மொழிபெயர்த்து அதனை தனது மொழியில் குறிப்பெழுதிக் கொண்டதோடு, அத் தமிழ் வார்த்தைகளுக்கான உச்சரிப்புகளையும் கேட்டுக் கற்றுக் கொண்டாள். அந்த வார்த்தைகளானது, 'தாகம், பசி, தண்ணீர், உணவு, மருந்து, தூக்கம்' என்று வாழ்வாதார வார்த்தைகளாக இருந்தனவே அன்றி, அவன் எதிர்பார்த்ததுபோல் 'காதல், இதயம், அன்பு, முத்தம்' என்று காதலில் கசிந்துருகும் வார்த்தைகளாக இருக்கவில்லை.

"ஏன் இந்த தமிழ் வார்த்தைகளை கற்கின்றாய்?" ஏதுவும் புரியாதவனாய் அறியும் ஆவலுடன் கேட்டான்.

'தான் தற்போது ஒரு முதியோர் காப்பகத்தில் வேலையில் சேர்ந்திருப்பதாகவும். அங்கு ஒரு தமிழ்த் தாய் இருப்பதாகவும் இடைக்கிடையே தனக்கு அவவை பராமரிக்கும் வாய்ப்பு கிடைப்பதாகவும், ஆனால் அவவுக்கு தமிழைத் தவிர வேறு எந்த மொழியும் தெரியாததனால் அவவுடன் உரையாடுவது மிகவும் கடினமாகவுள்ளதாகவும், அவவுடைய தேவைகளை அறிந்து பூர்த்தி செய்ய முடியாமல் இருப்பதாகவும், தான் தமிழ்ப் பெண்கள் போல் இருப்பதனால் அத் தாய் தன் மீது மிகவும் விருப்பமாகவும், அன்பாகவும் இருப்பதாகக் கூறியதோடு, அங்கு அவ சந்தோஷமாக இல்லை எனவும் தன்னைக் கண்டவுடன்

ஏதேதோ தமிழில் பேசியபடி கண்ணீர் வடிப்பதாகவும், தனக்கு எதுவுமே புரிவதில்லை எனவும், அவவை நினைத்தால் தனக்கு மிகவும் வருத்தமாக இருப்பதாகவும், அவவுக்காகத்தான் தான் சில தமிழ்ச் சொற்களை கற்க விரும்புவதாகவும் கூறி அவனுடைய தொலைபேசி இலக்கத்தையும் வாங்கிக்கொண்டு விடைபெற்றாள் அஸ்தர்.

மறுநாளே கதை எழுதுவதற்கான மனநிலையை உணர்ந்தவனாய் பேனாவையும், பேப்பரையும் எடுத்துக் கொண்டு மேசையின் முன் அமர்ந்தான்.

சமகாலப் பிரச்சனைகளை அப்படியே செய்தித்தாள் போல கதையில் எழுதிவிட முடியாது. அதை வாழ்க்கை அனுபவமாகவோ அல்லது நினைவின் பகுதியாகவோ மாற்றி, புத்துருக்கொடுத்தே எழுதவேண்டும் என்பதே அவனது எண்ணமாகவிருந்தது. எழுத்து என்பது உண்மையை உலகிற்கு எடுத்துச் செல்லும் ஒரு உன்னத வழி என்பதிலும், வார்த்தைகளுக்கு பெரும் சக்தி இருக்கின்றது என்பதிலும் அவன் எப்போதுமே நம்பிக்கையுடையவன்.

“அப்பா... ஓடி வாங்கோப்பா... கெதியா வாங்கோ ரிவியில ‘நீயா நானா’ துவங்கப்போகுது” அவசரமாக அழைத்தாள் மனைவி.

“கிளிஞ்சுதுபோ இன்டைக்கும் கதை காலி.” மனதுக்குள் சொல்லிக் கொண்டான்.

மனைவி ‘நீயா நானா’ பார்க்கக் கூப்பிட்டு போகாமல் கதை எழுதிக்கொண்டிருந்தால் இன்று வீட்டிலேயே ஒரு ரியல் ‘நீயா நானா’ சோ ஓடிவிடும் என்பதை நன்கு உணர்ந்தவனாய் அதனைத் தவிர்ப்பதற்காக அன்றைய கதை எழுதும் மனநிலையை தொலைக்காட்சிப் பெட்டிக்குள் தொலைக்கத் தீர்மானித்தான்.

கதிர் கதைகேட்டு பல வாரங்கள் கடந்துவிட்டன இன்னமும் கதையை கொடுக்க முடியவில்லை என்பதை எண்ணியபோது அவனுக்கு எரிச்சலாக இருந்தது. அலறிய அலைபேசியை எடுத்துப் பார்த்தான் அது அஸ்தருடைய அழைப்பு.

“ஹாய் அஸ்தர்!”

"ஹாய் தேவா! எனக்கு உதவ முடியுமா?"

"ம்... என்ன சொல்லு?"

"பெல்லயெல் எங்க்க" என்ற தமிழ் வார்த்தைகளுக்கு என்ன அர்த்தம் என்று கேட்டாள் அவள்.

அவளுடைய உச்சரிப்பு அவனுக்கு விளங்கவேயில்லை. திரும்பத் திரும்ப கேட்டான்.

"பெல்லயெல் எங்க்க" "பெல்லயெல் எங்க்க" என்று மீண்டும் மீண்டும் பாட்டுப் பாடிக்கொண்டே இருந்தவளுக்கு அவனது தமிழில் சந்தேகம் வந்துவிட, "உனக்கு நன்றாகத் தமிழ் தெரியுமா?" என்று கேட்டாள்.

தமிழில் கதை எழுத வெளிக்கிட்டிருப்பவனைப் பார்த்து அவள் அப்படிக் கேள்வி கேட்டதும் அவனுக்கு ரோசம் பொத்துக் கொண்டு வரவே ஆழ்ந்து சிந்தித்தபோது தான். அந்த வார்த்தைகள் "பிள்ளைகள் எங்கே" என்பதுதான் என்று அவனுக்குப் புரிந்தது. அதனை அவளுக்கு மொழிபெயர்த்து கூறினான்.

அவளும் இப்போது அந்த வார்த்தைகளுக்கான அர்த்தத்தை தெரிந்து கொண்டாள். ஆனாலும், அந்த வார்த்தைகளுக்குள் இருந்த கேள்விக்கான விடையைத் தெரிந்து கொள்ள முடியாதவளாய் மௌனமாய் நின்றவளின் பெருமூச்சு சத்தமே இப்போது அவனுக்கு கேட்டது.

"அஸ்தர், நான் அந்தத் தாயைச் சந்திக்க முடியுமா?" மௌனத்தைக் கலைத்தான்.

"ஓம் தேவா, நாளைக்கு நான் மம்மாவை வெளிய கூட்டிக் கொண்டு போவதாக இருக்கிறன் அப்ப எங்கயாவது ஒரு இடத்தில சந்திப்பமா?" அவளும் ஆவலானாள்.

"ஓகே எங்க, எப்ப எண்டு சொல்லு."

"மெற்றோ சென்றர் வாசலில இருக்கின்ற கபேக்கு ஒரு மணிக்கு வரமுடியுமா?"

"ஓகே... நாளைக்கு சந்திப்பம்."

கோடைகாலம் என்பதால் நல்ல வெய்யிலாக இருந்தது. மூன்று மணித்தியாலய இலவச தரிப்பிடத்தில் காரை நிறுத்திவிட்டு அவன் மெற்றோ சென்றர் வாசலை நெருங்கும் போதே பெரிய கண்ணாடி யன்னலினூடாக உள்ளே அஸ்தர் அமர்ந்திருப்பது தெரிந்தது. அவள் எதிரே ஒரு சக்கரநாட்காலியில் உடல் ஒன்று புதைந்திருப்பதையும் அவனால் காண முடிந்தது.

அவனைக் கண்டதும் கதவுவரை ஓடிவந்து கட்டிப்பிடித்து மாறி மாறி மூன்று தடவைகள் கன்னங்களை ஒற்றி எடுத்தவள், "வா தேவா மம்மாவை காட்டுறன்" என்றபடி சக்கரநாட்காலி அருகே அழைத்துச் சென்றாள்.

அந்த சக்கரநாட்காலிக்குள் புதைந்து கிடந்த உருவத்தைக் கண்டதும். ஒரு கணம் அதிர்ந்து போனான். அவனது கண்களையே அவனால் நம்ப முடியவில்லை. உற்றுப் பார்த்தான்.

"ஆம்... ஆச்சியே தான். இது அந்தப் பார்வதி ஆச்சியே தான்." திடமாக நம்பினான்.

ooo

**ஆ**ம் பார்வதி ஆச்சியும், பரந்தாமன் அப்புவும் சுமார் பத்து வருடங்களுக்கு முன்பே அவனுக்கு அறிமுகமானவர்கள் தான். தனது திருமணத்திற்காக இலங்கை சென்றுவிட்டு மீண்டும் நோர்வே திரும்புகையில் கட்டுநாயக்க விமான நிலையத்தில் தான் அவர்களை சந்தித்தான். எழுபதும், எழுபத்தைந்தும் வயது மதிக்கத்தக்க தம்பதிகளாய் கால்களுக்கடியில் தூக்க முடியாத பெரும் பொதிகளை வைத்துவிட்டு வெறுப்புடன் பார்த்துக் கொண்டு திக்குத் தெரியாமல் திகைத்து நின்றவர்களுக்கு அன்று அவன் தான் கடவுளாகத் தெரிந்தான்.

கட்டுநாயக்காவில் ஆரம்பித்த பயணம் பிராங்போட்டில் ஆறு மணித்தியாலங்கள் தங்கி நின்று பின், அவர்களை அவர்களின் மகனிடம் ஒஸ்லோவில் ஒப்படைக்கும் வரை அவர்களுக்கான அனைத்து உதவிகளையும் அவனே சிரமம் பாராது செய்திருந்தான். கிட்டத்தட்ட இருபது மணித்தியாலங்கள் அவர்களுடன் பேசியே கடந்த பயணமது.

அப்போது அந்தப் பயணம் அவர்களுக்கு விருப்பமில்லாத பயணம் என்பதை அவன் அறிந்துகொண்டான். இது மூன்று மாத பயணம் என்றும், மூன்று மாதங்கள் மட்டுமே நோர்வேயில் தங்கி நின்று பிள்ளைகளையும், பேரப்பிள்ளைகளையும் பார்த்துவிட்டு தாங்கள் இலங்கைக்குத் திரும்பிவிட இருப்பதாகவும் அதுவே தமது விருப்பமென்றும் கூறினார்கள்.

பிராங்போட் விமான நிலையத்தில் குளிர் தாங்க முடியாதவராய் சேலைத் தலைப்பால் உடலை இறுக மூடியபடி "என்னெண்டடா தம்பி இந்தக் குளிருக்க வாழுறியள்?" என்று கேட்டார் ஆச்சி.

"எப்பிடித்தான் இந்த மூண்டு மாசத்தையும் நாங்க இஞ்ச தாக்குப்பிடிக்க போறமோ தெரியாது" என்றார் அப்புவும் ஏக்கத்துடன் நடுங்கியபடியே.

"ஏனப்பு பிள்ளைகள் எல்லாம் நோர்வேயில எண்டால் நீங்களும் இங்கயே தங்கலாந்தானே?"

"சீச்சி... எங்களுக்கு இந்த வெளிநாட்டு வாழ்கையெல்லாம் சரிப்பட்டு வராதடா தம்பி. கடவுளே எண்டு ஒரு குறையுமில்லாமல் ஒருத்தருக்கு ஒருத்தர் ஒத்தாசையா கடைசிக் காலத்தில கோயில் குளமெண்டு சுத்திக் கொண்டு திரியிறம் அதுவே போதுமடா தம்பி எங்களுக்கு" என்றார் அப்பு ஆச்சியை அன்பொழுகப் பார்த்தபடியே.

"ஓம் தம்பி இனம் சனம், அயலட்டை எண்டு ஊரோட இருக்குற மாதிரி வராதெல்லே. இந்த மூன்று மாதப் பயணங்கூட பிள்ளைகளின்ர ஆக்கினை தாங்க முடியாமல் வெளிக்கிட்டதுதான். அதுகளுக்கு எங்களை வந்து பாத்துட்டுப் போக லீவு இல்லையாமே. கண்டறியாத வெளிநாட்டு வாழ்க்கை வாழுதுகள்." அலுத்துக்கொண்டார் ஆச்சி.

மூன்று மாதத்துக்கு மேல ஒரு நாள் கூட இங்க நிற்கமாட்டம் என்று சொல்லிக் கொண்டுவந்த ஆச்சியை பத்து வருடங்கள் தாண்டியபின் கூனிக் குறுகி இப்படி சக்கரநாட்காலிக்குள் காண நேருமென்று அவன் நினைத்திருக்கவேயில்லை. கண்கள் பனிக்க குனிந்து ஆச்சியைப் பார்த்துக் கேட்டான். "ஆச்சி என்னைத் தெரியுதா? நீங்கள் பார்வதி ஆச்சி தானே?"

கண்ணாடியில் பட்டுத் தெறிக்கும் சூரியக்கதிரின் தாக்குதலுக்கு அஞ்சி இமைமடல்களால் பாதி மூடிவைத்திருந்த விழிகளை மெல்லத் திறந்து, நெற்றியை சுருக்கி சிறிது நேரம் உற்றுப் பார்த்துக் கொண்டேயிருந்தவர், "எங்கயோ பார்த்தமாதிரிதான் இருக்கு, ஆனா பிடிபடுகுதில்லையப்பு" என்றார் யோசித்தவாறே.

"என்ன ஆச்சி, பத்து வருசத்துக்கு முன்னம் நீங்களும், அப்புவும் நோர்வே வரயிக்க நான்தான் உங்களோட வந்தனான் ஞாபகமில்லையே?"

"ஓமப்பு ஓம், இப்பதான் உன்ர முகம் ஞாபகத்துக்கு வருகுது. எப்பிடி ராசா நல்லா இருக்கிறியா?"

தேவாவும், மம்மாவும் ஏற்கனவே அறிமுகமானவர்கள் தான் என்பதை புரிந்து கொண்டவளாய் ஆச்சரியத்துடன் அவர்களை அவதானித்துக் கொண்டிருந்தாள் அஸ்தர். மூவருக்கும் தேனீரும் சிறு தின்பண்டங்களையும் வரவழைத்தான் அவன். அஸ்தருக்கு கோப்பியைவிடவும் தேனீர் தான் விருப்பமானது என்பதை அவன் மறந்திருக்கவில்லை என்ற சிறிய விடயம்கூட அவளுக்கு பெரிய சந்தோஷத்தை அளித்தது.

"ஏனாச்சி என்ன நடந்தது? உங்களுக்கு ஏனிந்த நிலைமை? அப்பு எங்க? உங்கட பிள்ளைகள் எங்க?" கேள்விகளை அடுக்கினான்.

"அப்புவா!" என்றவர் கைகளை விரித்து மேலே பார்த்து பெருமூச்சை இழுத்துவிட்டார். தசைகள் தொங்க நடுங்கிக் கொண்டிருந்த ஆச்சியின் கைகளை அணைத்து வருடிக்கொண்டான். எதையோ சொல்ல நினைத்த ஆச்சியின் வாயிலிருந்து வார்த்தைகள் வருவதற்கிடையில் முந்திக்கொண்டு இருமல் தான் வந்தது. சட்டென எழுந்த அஸ்தர் சக்கரநாட்காலியில் தொங்கிய தோற்பையிலிருந்த தண்ணீர்ப் போத்தலைத் திறந்து ஒரு குழந்தைக்குப் பருக்குவது போல் ஒரு கையில் நாடியை ஏந்தியபடி மறு கையால் தண்ணீரைப் பருக்கினாள். இரண்டு, மூன்று மிடறுகள் குடித்ததும் போத்தலை வாயிலிருந்து எடுத்தவள், "ஆர் டெ நொக்" என்று ஆச்சியை கேட்டுவிட்டு உடனேயே தேவாவை திரும்பிப் பார்த்தாள்.

"போதுமா" என்றான் அவன் புன்சிரிப்புடன்.

அவள் மீண்டும் ஆச்சியைப் பார்த்து "போதும்மா, தன்னி போதும்மா" என்றாள் மழலைத் தமிழில். தலையசைப்பில் பதிலளித்த ஆச்சியும் "இந்தப் பிள்ளையும் இப்ப என்னோட சேந்து தமிழ் கதைக்கப் பழகிட்டுது. நல்ல பிள்ள என்னத் தன்ர தாய் போலயே பாத்துக்கொள்ளுது" என்றார்.

"அப்ப உங்கட சொந்தப் பிள்ளைகள் எங்கயாச்சி? ஏன் உங்களை முதியோர் காப்பகத்தில கொண்டுவந்து விட்டவை?"

சிறிது நேர மௌனத்தை நீண்டதொரு பெருமூச்சால் கலைத்துவிட்டு தொடர்ந்தார் ஆச்சி.

"அதயேன் தம்பி கேக்கிற, நானும் அவரும் இங்க இருக்கிற எண்ணத்தில வரயில்லயெண்டு உனக்குத் தெரியும் தானே. பிள்ளைகளும் மூண்டு மாதத்தில திருப்பி அனுப்பிவிடுவம் எண்டு சொன்னபடியாலதான் ராசா நாங்களதை நம்பிக்கொண்டு வெளிக்கிட்டனாங்கள். ஆனா இஞ்ச வந்ததுமே பிள்ளைகளெல்லாம் ஒண்டாச் சேர்ந்து எங்களை மறிச்சுப் போட்டுதுகள். அங்க போனால் கொள்ளிவைக்கக்கூட தாங்கள் வரமாட்டினமாம் எண்டு வேற வெருட்டிச்சுதுகள். அவருக்குத் துப்பரவுக்கு விருப்பமில்ல. நான் தான் இனியென்ன செய்யிரதெண்டு அவரச் சமாளிச்சு சம்மதிக்க வைச்சனான். ஆனாக் கடைசியில பிள்ளைகள் அவருக்கு கொள்ளி வைக்கவுமில்ல" மீண்டும் கைகளை விரித்தபடி அண்ணாந்து பார்த்தார்.

"ஏனாச்சி ஏன்... அப்புவுக்கு என்ன நடந்தது?"

"நாங்க வந்து ஒரு வருசம் தான் தம்பி இங்க மூத்த மகனோட ஒண்டா இருந்தனாங்கள். பிறகு அங்க நோத்தில இருந்து சின்ன மகன் எங்களை அங்க கூட்டிப் போகவெண்டு வந்தான். ஆனா பெரியவனுக்கு அதில விருப்பமில்ல, அப்பிடியெண்டால் அம்மா இங்க இருக்கட்டும், நீ அப்பாவைக் கூட்டிக் கொண்டு போ எண்டான். வந்த சின்னவனும் வெறுங்கையோட போகக் கூடாதெண்டு நினைச்சானே என்னவே, என்னட்டயிருந்து அவரைப் பிரிச்சுக்கொண்டு போயிட்டான். ஒரு சிறையில இருந்து இன்னொரு சிறைக்குப் போற கைதி போலத்தான் அவரும் போனார். பிறகு இடையில ஒருக்கா ஜெர்மனியில இருந்து வந்த மகளோட நானும் போய் அவரப் பார்த்துப்போட்டு

வந்தனான். மனுசனக் கண் கொண்டு பார்க்க முடியயில்ல. அவ்வளவு கேவலம். பாவம் மனுசன். நாட்டு நினைப்பும், என்ர நினைப்பும் அவரப்போட்டு வாட்டியிருக்கும் போல. அதுக்குப் பிறகு ரெண்டு வருசத்தால செய்தி வந்துது அவர் போய்ச் சேந்துட்டார் எண்டு. அழுது குழறிக்கொண்டு வெளிக்கிட்டுப் போனம். அங்க எரிக்கிற வசதிகள் ஒண்டும் இல்லையாம். என்ன செய்யிறது. குளிர், குளிரெண்டு நடுங்குற மனுசனை அந்தக் கடுங்குளிர் நிலத்திலையே புதைச்சுப்போட்டு வந்திற்றம்" எனச் சொல்லி முடித்தபோது ஆச்சியின் கன்னக்குழிகளை நீர் நிறைத்திருந்தது.

நீண்ட காலமாகப் பிரிந்திருந்தாலும் ஊரில் இரண்டு பெண் பிள்ளைகளின் அரவணைப்பிலும், பேரப்பிள்ளைகளின் செல்லக் கொஞ்சல்களுடனும் நிம்மதியாகவும், சந்தோஷமாகவும் வாழ்ந்துகொண்டிருக்கும் தன் தாயின் நினைவுகள் ஒரு நொடியில் அவனது மனக்கண்ணில் வந்துபோனது.

"அப்ப ஆச்சி பிள்ளைகள் அடிக்கடிவந்து உங்களைப் பாக்கிறதில்லையே"

"அதுகளுக்கு எங்கயப்பு நேரமிருக்குது அடிக்கடிவந்து போறதுக்கு. பாவங்கள் வேலையும், தெருவும், வீடுமாயெல்லோ அலையுதுகள்."

"ஏனாச்சி இங்க சனங்களெல்லாம் நல்ல வசதியாத்தானே இருக்குதுகள்."

"ஓ... வசதியாத்தான் இருக்குதுகள். ஆனா, நிம்மதியா இருக்குதுகளே? கார், காணி, வீடு எண்டு அளவுக்கு அதிகமா ஆசப்பட்டுக் கடனுகளை ஏத்திப்போட்டு அதை அடைக்கிறதுக்கு வேலை வேலை எண்டெல்லோ ஓடித்திரியுதுகள்."

"அப்ப பிள்ளகள் பாக்கவாரதே இல்லையா ஆச்சி...?"

"வருவினம் ராசா, எப்பயாவது அரக்கப் பரக்க வந்து பாத்திட்டுப் போவினம்."

"கனகாலமே நீங்க முதியோர் காப்பகத்துக்கு வந்து?"

இவர்களின் சம்பாசனை மொழி புரியாத அஸ்தர் அலைபேசியை நோண்டிக் கொண்டிருந்தாள்.

"ஓம் ராசா இங்கத்தையக் காலநிலை எனக்கும் அவருக்கும் ஒத்துவரவேயில்ல, நான் இஞ்ச வீட்டுக்க அடைஞ்சு கிடந்தன் அவர் அங்க வீட்டுக்க அடைஞ்சு கிடந்தார். எனக்கு வந்ததிலிருந்து மாறி, மாறி வருத்தங்கள் வேற. அப்பிடியிருந்தும், நான் நடமாடித் திரியும்வரையும் என்ர சோலியல நானே பாத்தபடி வீட்டில தான் இருந்தனான். ஒரு நாள் சொக்ஸ் போட்ட காலோட மாபிள் நிலத்தில வழுக்கியல்லோ விழுந்திட்டன். அண்டைக்கு பிடிச்ச சனியன் தான் இந்தக் காலொண்டு ஏலாமப்போச்சுது. அதுக்குப் பிறகு என்னை வச்சுப்பாக்க மெய்க்கவெண்டு அதுகள் வேலைய விட்டிற்று நிக்க முடியுமே இந்த நாட்டில, அதுதான் நான் இங்க வரவேண்டியதாப் போச்சுது. அதுகளுக்கு பாரமா இல்லாமலிருந்தாலும், என்ன நினைச்ச நேரத்துக்கு பிள்ளையள், பேரப்பிள்ளயளின்ர முகத்தப் பாக்க முடியுதில்ல எண்டதுதான் கவலை" எனக் கூறி முடித்த ஆச்சி மீண்டுமொரு ஏக்கப் பெருமூச்சைவிட்டார்.

"இனி நீங்கள் ஒண்டுக்கும் யோசிக்காதீங்க ஆச்சி, அஸ்தரை எனக்கு ஏற்கனவே தெரியும். அவள் நல்ல பிள்ளை உங்களை வடிவாக் கவனிப்பாள். நானும் இனி அடிக்கடி வந்து உங்களைச் சந்திக்கிறன். உங்களுக்கு ஏதாவது தேவைகள் இருந்தாச் சொல்லுங்கோ" என்றான்.

"எனக்கென்ன தேவை ராசா, என்ற மொழியில இப்பிடி மனம் விட்டுப் பேசுறதுக்கு மனிசர் தான் தேவைப்படுகுது. வேறென்ன வேணுமெனக்கு."

"ஒண்டுக்கும் யோசிக்காதீங்க ஆச்சி நான் கட்டாயம் அடிக்கடி வந்து உங்களைச் சந்திப்பன்." மீண்டும் உறுதிபடக் கூறினான்.

"சந்தோஷம் ராசா... நீயும் உன்ர குடும்பத்தோட நல்லா இருந்தா இந்தக் கிழவிக்குச் சந்தோஷம் தான்."

அஸ்தர் கையைத் தூக்கி கடிகாரத்தைப் பார்த்த போது அவர்கள் புறப்படுவதற்கான நேரம் நெருங்கிக் கொண்டிருக்கின்றது என்பதை ஆச்சியும் அவனும் உணர்ந்து கொண்டனர்.

“ஏனாச்சி பிள்ளகள் தங்கட கவுரவத்துக்காகவும், சுயநலத்துக் காகவும் உங்கள இங்க கூப்பிட்டு பிரிச்சுவச்சு வருத்தக்காரராக்கி கஸ்ரங்களை அனுபவிக்க விட்டுட்டுதுகளே எண்டு உங்களுக்குக் கோபமில்லையே?” என்றவனின் கேள்விக்கு சிறிது நேர மௌனத்தையே பதிலாக தந்த ஆச்சி மீண்டும் மௌனம் கலைத்துப் பேசலானார்.

“உனக்கொரு கதை தெரியுமே ராசா, போனதடவ மூத்தவன் வந்தபோது சொன்னான், பிள்ளைகளை வளர்த்து ஆளாக்கி விட்டிற்று பென்ஷன் வாற காலத்தில தானும், மனிசியும் அங்க நாட்டில போய் இருக்கப் போகினமாம் எண்டு. கேக்கச் சந்தோஷமா தான் ராசா இருந்திச்சு நாங்க இங்க கிடந்தது கடைசிகாலத்தில அனுபவிச்ச கஸ்ரங்களைப் பிள்ளைகள் அனுபவிக்காமல், நாங்க அங்கயிருந்து கடசிகாலத்தில அனுபவிக்காத சுகங்களை பிள்ளைகளாவது அனுபவிக்கட்டுமே எண்டு” என்ற ஆச்சியின் பேச்சைக் கேட்டு அவன் மௌனமாகி நிற்க. அஸ்தர் புறப்படுவதற்கு ஆயத்தமானாள். அவனைக் கட்டியணைத்து மீண்டும் கன்னங்களை ஒற்றிக்கொண்டவள் ஆச்சியைப் பார்த்து “போகுமா” என்றாள். அந்த இறுக்கமான மனநிலையிலும் அவனுக்கு சிரிப்பை வரவழைத்தது அவளது தமிழ்.

“போகுமா” இல்லை. “போவோமா” என்று திருத்திக் கொண்டான்.

மீண்டும் அவள் “ஓகே மம்மா போவோமா” என்றாள்.

ஆச்சியும் சந்தோஷப் புன்னகையால் சம்மதம் தெரிவித்தார்.

நீண்ட நாட்களின் பின் ஆச்சியிடம் அந்தப் புன்னகையை கண்டவள் அடிக்கடி மம்மாவையும், அவனையும் சந்திக்க வைக்க வேண்டுமென்று மனதுக்குள் முடிவெடுத்துக் கொண்டாள்.

அவனும் ஆச்சியை கட்டியணைத்து ஆரத்தழுவி விடை கொடுத்தான்.

அவர்கள் வெளியேறினார்கள். அஸ்தர் சக்கரநாட்காலியைத் தள்ளிக்கொண்டு செல்வதைப் பார்த்தபடியே அவன் கடைக் காரரிடம் கட்டணம் செலுத்துவதற்காக காத்திருக்க, அஸ்தரின்

இடது பக்கத்தால் ஒரு நோர்வேஜிய முதியவர் அமர்ந்திருக்கும் சக்கரநாட்காலியைத் தள்ளிக்கொண்டு வந்த தமிழ்ப் பெண் ஒருவரை அஸ்தர் திரும்பித் திரும்பிப் பார்த்தபடியே சென்றாள்.

அந்தத் தமிழ்ப் பெண் சக்கரநாட்காலியைத் தள்ளியபடியே உள்ளே நுழையும்போதே அவனும் கடையிலிருந்து வெயியேறினான்.

சிறிது தூரத்தில் அஸ்தர் அவனுக்காக காத்திருப்பதைக் கண்டு அருகே சென்றவனிடம் அஸ்தர் கேட்டாள்.

"அந்தத் தமிழ்ப் பெண்ணை உனக்கு யாரென்று தெரியுமா?"

"இல்லை, ஆனால் எங்கேயோ பார்த்த முகம் தான்" என்றான்.

"அவதான் இந்த மம்மாவின் மருமகள்" என்றாள் அவள்.

அவர்கள் பேசிய நொஸ்க் மொழி புரியாத ஆச்சி இருவரின் முகங்களையும் மாறி மாறி பார்த்துக்கொண்டிருக்க மீண்டும் சக்கரநாட்காலியை தள்ளிக்கொண்டு அவசரமாக நடக்கத் தொடங்கினாள் அஸ்தர்.

அவனது மாமியும் ஒன்பது மாத விசாவில் வந்து இப்போ நோர்வேயில் தான் நிற்கின்றார். "அம்மாவை திருப்பி அனுப்பாமல் இங்கேயே வைத்திருப்பமா?" என்று அவனது மனைவியும் சில நாட்களாக அவனை நச்சரித்தபடியே தான் இருக்கின்றாள்.

"என்னவாவது நீயே முடிவெடு எனக்கொண்டும் பிரச்சனையில்ல" என்று நேற்றைவரை சொல்லிக் கொண்டிருந்தவன். திடீரென இப்போது காரை ஓட்டிக் கொண்டிருக்கும்போதே மனைவியை அலைபேசியில் அழைத்தான்.

"என்னப்பா? என்ன விசயம்? வேலையில எல்லே நிக்கிறன்" எனச் சினந்தாள் அவள்.

"இ...ல்...ல... என்னவெண்டால் மாமிய இங்க வைச்சிருக்க வேண்டாம். திருப்பி அனுப்புவம்."

"ஏன்...? உங்கட அம்மா எண்டால் இப்பிடிச் செய்வீங்களே?" சீறிப்பாய்ந்தாள்.

"ஓ... இப்பிடித்தான் செய்வன். நீ வீட்ட வா ஆறுதலாக் கதைக்கலாம்" தொடர்பைத் துண்டித்தான்.

வீடு வந்து சேர்ந்ததும் முகநூலைத் திறந்து உள்பெட்டியில் கதிருக்கு குறுஞ்செய்தி அனுப்பினான். "நீங்கள் கேட்ட கதை முடிந்துவிட்டது. உங்கள் மின்னஞ்சல் முகவரியைத் தாருங்கள் உடன் அனுப்பிவைக்கின்றேன்" என்று.

⊙

# ஆகிதம்

என்ர நீண்டகாலச் சிநேகிதன் சத்தியநாதனைக் கூட்டிவரத்தான் நானிப்ப ஒஸ்லோவிலயிருந்து ஹர்டமூன் விமான நிலையத்துக்குக் கார்ல போய்க்கொண்டிருக்கிறன். அவனொரு வட நோர்வே வாசி. அங்கயிருந்துதான் வாறான். நாட்டிலயிருந்து வந்த காலந்தொட்டே அவன் அங்கதான் வாழுறான். நானும் கொஞ்சக்காலம் அங்கதான் வாழ்ந்தனான். நள்ளிரவுச் சூரியன் நடமாடும் தேசத்தின்ர வட பகுதியானது உலகப் பந்தின் உச்சியில இருக்குதெண்டதையும், அது கடுங்குளிர்ப் பிரதேசமெண்டதையும் பள்ளிக் காலத்திலேயே சமூகக் கல்விப் பாடப் புத்தகத்தில படிச்சிருந்தாலுங்கூட நானிங்க வந்த பிறகுதான் கடுங்குளிரின்ர தாக்கத்தை அனுபவிச்சு உணர்ந்தனான்.

என்னை மட்டுமில்ல, என்னைப்போல கனபேரைப் புலம் பெயர்ந்த தேசத்துக்குள்ளேயே புலம்பெயர வைச்சதும் இந்தக் கடுங்குளிர்தான் எண்டால் அது பொய்யில்ல. ரெண்டாம் உலகப்போரில ஹிட்லற்ர நாஜிப்படைகளேகூட வட நோர்வேயிலதான் பெரும் இழப்புகளைச் சந்திச்சுப் பின்வாங்கினவையாம். அதுக்குக் காரணமும் அவங்களுக்குப் பழக்கப்படாத இந்தக் கடுங்குளிர்தானாம் எண்டும் கேள்விப்பட்டிருக்கிறன். நாஜிப்படைகளையே விரட்டியடிச்ச அந்தக் கடுங்குளிராலகூடச் சத்தியநாதனை விரட்டியடிக்க முடியாமற்போச்செண்டால் பாருங்கோவன்.

முப்பத்தஞ்சு வருசமா அந்தக் கடுங்குளிருக்குச் சவால் விட்டபடி சத்தியநாதன் அங்கேயேதான் வாழ்ந்துகொண்டிருக்கிறான்

எண்டால், அதுக்கு அவன்ர நினைவுமனத்தில ஒட்டிக் கொண்டிருக்கிற ஒரு மணம் தான் காரணம். மணம் எண்டால் சும்மா சாதாரண மணமில்ல, மனித மூளையின் துர்நாற்றமது. அதுவும் தமிழ் மூளையின் நாற்றமெண்டால் நம்பவா போறியள்? ஆனால், அதுதான் உண்மை.

நோர்வேக்கு வந்த ஆரம்பகாலத்தில அகதி முகாம்களில அறிமுகமில்லாத தமிழ் ஆக்களைக் காணுறபோதும், சத்தமாத் தமிழ்க் குரல்களைக் கேட்கிறபோதும் தன்ர நாசியைச் சிதைந்த மூளையின் துர்நாற்றம் நிறைத்துவிடுகிறதெண்டு அவன் புலம்புவான். அதனாலயவன் அமைதியை இழந்து பெருத்த மன அழுத்தத்துக்கு உள்ளாகியிருந்தான்.

நல்ல உயரமும், உயரத்திற்கேற்ற திடகாத்திரமான உடலுமாய் வசீகரமான முகத்தோட பார்க்கிறவையைச் சுண்டியிழுக்கிற அழகனா இருந்தாலுங்கூட அவனுக்குள்ள இப்படியொரு மனச் சிக்கல் இருக்கிறதெண்டது எனக்கு மட்டுந்தான் தெரிஞ்ச விசயமா இருந்தது. அதனால அப்பயெல்லாம் நான்தான் அவனுக்கு ஆறுதலா இருந்தனான். ஆனால், அவனிப்ப எனக்கெல்லே ஆறுதல் சொல்ல வந்துகொண்டிருக்கிறான்.

ரெண்டு வருசத்துக்கு முன்னமே என்ர மகன்ர கலியாணச் சாட்டில அவனிங்க வந்திற்றுப் போகத்தான் இருந்தவன். ஆனால்க் கலியாணமெல்லே பிசகிப்போச்சுது. அதென்னெண்டால் என்ர மகன் நல்ல குணமான பெடியன்தான். ஆனால் படிப்பெல்லே அவனுக்கு ஏறமாட்டன் எண்டுபோட்டுது. சரியெண்டுபோட்டு எலெக்றிக் கடையொண்டில வேலை செய்துகொண்டிருந்தவன் திடீரெண்டு கடைக்கு வந்த ஒரு தமிழ்ப் பெட்டையில மயங்கி அவளைப் பின்னும் முன்னுமாய்க் கலைச்சுக்கொண்டு திரிஞ்சான். ஆரம்பத்தில நெளிப்புக்காட்டிக்கொண்டு திரிஞ்ச பெட்டையும் சாதி, சமயமெல்லாத்தையும் விசாரிச்சுப்போட்டு அதெல்லாம் சரியாத்தானிருக்குது. ஆனாலும், படிப்பும் வேலையும் காணாதெண்டு சொல்லிப்போட்டாள்.

பிறகவன் அவளுக்காக வேலையையும் விட்டுப்போட்டு திரும்பவும் கொம்பியூட்டர் இஞ்சினியரிங் படிக்கவெண்டு வெளிக்கிட்டுட்டான். அவன் படிக்கவெண்டு வெளிக்கிட்டதுமே பெட்டையும் பச்சைக்கொடியைக் காட்டிக்கொண்டு அவன்ர

வழிக்கு வந்திட்டாள். ஆனால், அந்தச் சரஸ்வதிக் கள்ளி மட்டும் அவனுக்குக் கிட்டவே வரமாட்டன் எண்டுபோட்டாள். அதனாலதான் ரெண்டு வருசம் கழிச்சுக் கலியாணம் வரைக்கும் வந்த காதலும் கடைசியில கைவிட்டுப் போச்சுது.

ஆனால், என்ர பெடியன்ர கழுத்தில பச்சை குத்தின அந்தப் பெட்டையின்ர பேர் மட்டும் இன்னும் அப்பிடியேதானிருக்குது. அழியடா அழியடா எண்டாலும் கேக்கிறானில்ல. பெட்டையிப்ப தாய் தகப்பன்ர விருப்பத்துக்கு ஏத்தமாதிரி சாதி சமயத்தோட டொக்டரையோ இஞ்சினியரையோ தேடிக்கொண்டிருக்குதாம். எப்ப கண்டுபிடிச்சு எப்ப கலியாணமோ தெரியாது. சரி, அந்த எள்ளுத்தான் எண்ணெய்க்குக் காயுதெண்டால் எங்கட எலிப்புழுக்கையும் என்னத்துக்குக் காயுதெண்டுதான் தெரியயில்ல. முப்பது வயசுமாப்போச்சுது கலியாணக் கதையை எடுத்தாலே தலை தெறிக்கவல்லே ஓடுறான். சொந்தமா வீடு வாங்கி வாடகைக்கு விட்டுப்போட்டு எங்களோடயேதான் இருந்தவன். இப்ப எங்கட கலியாணக் கரைச்சலைத் தாங்க ஏலாமல் வாடகைக்கு இருந்தவனை எழுப்பிக் கலைச்சுப்போட்டுத் தன்ர வீட்டிலயேபோய்த் தனிய இருக்கிறான்.

சரி மகன்ர கலியாணந்தான் பிள்ளையாற்ற கலியாணம் மாதிரி இழுபடுகுதே, மகளுக்காவது செய்து வைப்பமெண்டு வெளிக்கிட்டால் போன மாசம் நடக்கவெண்டிருந்த மகளின்ர கலியாணமுமெல்லே குழம்பிப்போச்சுது. அதனாலதான் மனம் குழம்பிப்போயிருக்கிற எனக்கும் என்ர மனிசிக்கும் ஆறுதல் சொல்லி எங்களத் தேத்துறதுக்கெண்டு மினக்கெட்டு அவன் அங்கயிருந்து வந்துகொண்டிருக்கிறான். நன்மையா இருந்தாலென்ன தீமையா இருந்தாலென்ன எங்கட குடும்ப விசயங்களைப் பயமில்லாமல் கதைக்கிறதுக்கு எங்களுக்கிருக்கிற நம்பிக்கையான ஒரே ஜீவன் அவன்தான். முகமன் பாராமல் சரியோ, பிழையோ நெத்திப்பொட்டில அடிச்சமாதிரிச் சொல்லிப்போடுவான். ஆனால், இங்கையும் சிலதுகள் இருக்குதுகள் மூஞ்சிக்கு முன்னால ஒண்டும், முதுகுக்குப் பின்னால இன்னுமொண்டுமாய்க் கதைக்கக்கூடியதுகள். அதுகளிட்ட எங்கட சந்தோஷங்களைச் சொன்னால் துக்கப்படுங்கள். துக்கங்களைச் சொன்னால் சந்தோஷப்படுங்கள். இப்பகூட என்ர மகளின்ர

கலியாணம் குழம்பிப்போன கதையைத்தான் கண், காது மூக்கெல்லாம் வைச்சுக் கதைச்சுக்கொண்டு திரியுதுகளாம்.

அட, எனக்கும் அதுக்கிடையில அறளை பேந்திட்டுதுபோல. சத்தியநாதன்ர கதையச் சொல்லவெண்டு வந்துபோட்டு என்ர குடும்பக் கதையச் சொல்லிக்கொண்டிருக்கிறன். அங்க நாட்டில நானும் சத்தியநாதனும் ஒரே ஊர் தான். ரெண்டுபேரும் நல்ல ஒட்டு. சத்தியநாதன், கேசவநாதன் எண்டு பேர்லயும் நல்ல பொருத்தம். எனக்கும் அவனுக்குமான கூட்டு அரிவரியில தொடக்கி அகதியான நாடு வரையிலும் நீண்டிருந்தாலுங்கூட நடுவில கொஞ்சப் பக்கத்தக் காணயில்ல எண்டு சொல்லுற அளவுக்கு எங்கட சிநேகிதத்தில ஓர் இடைவெளியும் விழுந்துதான் இருந்தது. அதுக்குக் காரணம் நான் ஓ.எல் ரிசல்ட் வாறதுக்கு முன்னமே கொழும்புக்கு வந்ததுதான். அங்க நான் மொத்த விற்பனைக் கடையொண்டில குச்சி பிடிச்சுக்கொண்டு நிண்டாலுங்கூட, எண்டைக்கோ ஒரு நாளைக்குப் பிளைட்டைப் பிடிச்சுக்கொண்டு ஏதாவதொரு வெளிநாட்டில அகதியாய்ப்போய் இறங்கிவிடுறதுதான் என்ர குறிக்கோளா இருந்துச்சு.

அதுக்குப்பிறகு ரெண்டு வருசத்தால ஊரில ஏ.எல் படிச்சுக் கொண்டிருந்த சத்தியநாதனும் ஈழம் பிடிக்கவெண்டு இயக்கத்திற்குப் போயிட்டான். அப்பிடி ஈழம் பிடிக்கப் போனவன்தான் நாசியில மூளையின்ர மணத்தப் பிடிச்சுக்கொண்டு நோர்வேயில வந்து நிண்டான்.

ஒரு நாள் அவன்ர இந்தப் பிரச்சனையை நான் அகதி முகாம் பொறுப்பதிகாரியிட்டச் சொன்னதுமே, அவர் சத்தியநாதனை பரிசோதிக்கிறதுக்கெண்டு ரீட்டா அன்டெர்சன் எண்டவொரு மனநல மருத்துவரை ஒழுங்கு செய்துவிட்டார்.

நாங்கள் அந்தக் காலத்திலதான் நொஸ்க் மொழியைப் படிக்கவெண்டு வெளிக்கிட்டிருந்தனாங்கள். ஆங்கிலம் வேற அரைகுறை எண்டதால மனநல மருத்துவரிட்டப் போகைக்க ஒரு மொழிபெயர்ப்பாளரோட போறதுதான் நல்லதெண்டு நான் அவனுக்குச் சொன்னன். ஆனால் அவனோ, “தேவையில்லயடாப்பா நான் அகதியாப் பதியைக்க என்ர பிரச்சனைகள் எல்லாத்தையுமே மொழிபெயர்ப்பாளர் மூலமா பொலிசில சொல்லிப்போட்டன். அதின்ர நொஸ்க் கொப்பி

ஒண்டு என்னட்டக் கிடக்குது. அதைக் கொடுத்தாலே போதும், மருத்துவருக்கு எல்லாமே விளங்கும்" எண்டான்.

சரியெண்டு குறிப்பிட்ட நாளில குறிப்பிட்ட நேரத்துக்கே மனநல மருத்துவரிட்டப் போய்ச்சேர்ந்திட்டம். நாங்கள் நினைச்சுக்கொண்டு போனதுபோல மருத்துவர் ரீட்டா அரைக் கிழவியா இல்லாமல் வடிவான இளம் பெட்டையா இருந்தது எங்களுக்குப் பெருத்த ஆச்சரியந்தான். வந்த விசயத்த மேலோட்டமா ஆங்கிலத்தில சொன்ன சத்தியநாதன் கையில வைச்சிருந்த அகதிப் பதிவு வாக்குமூலக் கொப்பியை நீட்டினான். அத வாங்கி விரிச்சுவைச்சு ஊர், பேர், குடும்ப விபரங்கள் போன்ற கேள்வி பதில்களைத் தாண்டி விரிவாக வாசிக்க ஆரம்பிச்ச மருத்துவர் ரீட்டாவின் கண்களுமெல்லே அகலமா விரிய ஆரம்பிச்சிட்டுது.

○ ○ ○

**வி**சாரணை அதிகாரி› என்ன காரணத்தையிட்டு நீ இங்கு அரசியல் தஞ்சங்கோரி வந்திருக்கிறாய்?

சத்தியநாதன்: இலங்கையில் இருந்தால் எனது உயிருக்கு ஆபத்து.

விசாரணை அதிகாரி› சண்டை நடந்துகொண்டிருக்கின்ற ஒரு நாட்டில் பொதுவாக எல்லோருடைய உயிருக்குந்தான் ஆபத்து. அதைவிடுத்து உன்னுடைய தனிப்பட்ட பிரச்சனை என்ன என்பதை விரிவாகக் கூறமுடியுமா?

சத்தியநாதன்› ஆம், நான் 1984 ஆம் ஆண்டின் இறுதியில் தனிநாடு கோரிப் போராடிய ஆயுத இயக்கமொன்றில் என்னை இணைத்துக்கொண்டேன். இந்தியாவுக்கு அனுப்பப்பட்டு ஒரு வருட இராணுவப் பயிற்சியின் பின் 1985 இன் இறுதியில் மீண்டும் யாழ்ப்பாணத்தில் வந்திறங்கியபோது முப்பத்தொன்பது போராளிகளைக் கொண்ட ஒரு சிறிய முகாமின் பொறுப்பாளனாக நியமிக்கப்பட்டிருந்தேன். கல்வியங்காட்டில் மக்கள் குடியிருப்புகளுக்கு மத்தியில் இருந்த பெரிய வீடே எனது முகாமாக இருந்தது. யாழ்பாணத்தைப் பற்றித் தெரிந்திராத இலங்கையின் கிழக்குப் பகுதியிலிருந்து வந்த போராளிகளே அங்கு அதிகமானவர்களாக இருந்தார்கள்.

வீட்டின் பின் பக்கத்திலிருந்த பெரிய தோட்டக்காணியையே உடற்பயிற்சி மைதானமாக உருவாக்கியிருந்தோம்.

1986 ஆம் ஆண்டின் ஏப்ரல் மாத இறுதியில் ஒரு நாள் காலைப் பயிற்சி முடிந்து முகாமுக்குள் நுழைந்தபோது கேற்றடியில் காவலுக்கு நின்ற போராளியுடன் ஒரு சிறுவன் கண்களைக் கசக்கியபடி கதைத்துக்கொண்டு நின்றான். பதினைந்து பதினாறு வயதுதான் இருக்கும். மிகவும் மெலிந்த ஒரு சிவலை அவன். அவனது பெரிய செவிகள் இரண்டும் குடைபோல் விரிந்திருந்தன. நான் போய் என்னவென்று விசாரித்தபோது, இயக்கத்தில் சேர வந்திருப்பதாகக் கீச்சிட்ட குரலில் கூறினான்.

"குரலே இன்னும் மாறவில்லை. சிறுவனாக இருக்கிறாய் உன்னை இயக்கத்தில் இணைக்க முடியாது. வீட்டுக்குப் போய்விட்டு பதினெட்டு வயது முடிந்ததும் வா" என்றேன்.

"வீட்டுக்குப்போக முடியாது. போனால் அண்ணன் அடிப்பான்" என்றபடி அழுவாரைப்போல நின்றவன் வயிற்றைத் தடவியபடியே "பசிக்குது அண்ணா" என்றான்.

உள்ளே அழைத்துச் சென்று அன்றைய காலை உணவான அவித்த கொண்டல் கடலையை கொடுத்துவிட்டு "சாப்பிட்டு முடிந்ததும் வீட்டுக்குப் போ" என்றேன்.

"இப்ப வீட்டில அண்ணன் நிற்பான், மத்தியானத்துக்குப் பிறகு போறன்" என்றவன், ஆயுத அறையிலிருந்த ஒரு எஸ்.எல்.ஆர் துப்பாக்கியைக் காட்டி "இது என்ன ஆகிதம் அண்ணா?" என ஒரு போராளியைப் பார்த்துக் கேட்டான்.

"அடேய் தம்பி இது ஆகிதம் இல்லையடா ஆயுதமடா" என்று சொன்ன போராளி விழுந்து விழுந்து சிரித்தான்.

பின்னர் சுமார் மூன்று மணியளவில் அவனுடைய அண்ணன் எனக் கூறிக்கொண்டு அவனைத் தேடிவந்த ஒருவனிடன், "அவனை அடிக்காதீர்கள்" எனக் கூறி அனுப்பிவைத்தேன்.

அதே நாள் இரவு முகாமில் சக போராளிகளுடன் உணவு அருந்திக்கொண்டிருந்த வேளையில் திடீரென்று வெடிச்சத்தம்

ஒன்று கேட்டது. அதிர்ச்சியுடன் சாப்பாட்டுக் கோப்பையும் கையுமாக வாசல்வரைச் சென்று எட்டிப் பார்த்தேன். கேற்றுக்கு வெளியே துப்பாக்கியுடன் காவலுக்கு நின்ற போராளி நிலத்தில் விழுந்துகிடந்தான்.

திகைப்புற்ற நான் ஏதோ அசம்பாவிதம் நிகழப்போகிறது என்பதை உணர்ந்துகொண்டு சட்டெனத் திரும்பி எனது போராளிகளை உசார்ப்படுத்துவதற்கிடையில், பின் பக்கத்தினால் உள்ளே நுழைந்த ஆயுததாரிகள் நிராயுதபாணிகளாகச் சாப்பிட்டுக்கொண்டிருந்த எனது போராளிகளை சகட்டுமேனிக்குச் சுட்டுத்தள்ளத் தொடங்கினார்கள். ஆயுதங்களைத் தூக்கக்கூட எங்களுக்கு அவகாசம் கிடைக்கவில்லை. உடனேயே நான் குனிந்து கவரெடுக்க முனைந்தேன். எனக்கு முன்னால் இருந்த ஒரு போராளி சட்டெனக் கைகளை உயர்த்திக்கொண்டு எழ முயற்சித்தான். அப்போது என்னை நோக்கிவந்த குண்டொன்று அவனது நெற்றிக்குள் புகுந்த கணத்தில் அப்படியே என் மீது சாய்ந்தான். சதக்கென்று ஈரத் துணியால் என் முகத்தில் அடித்ததுபோல் இருந்தது. அவனின் உடலைத் தாங்கியபடியே நானும் சரிந்தபோது எனது தோற்பட்டையிலும் வெடி விழ இரத்த வெள்ளத்தில் வீழ்ந்தேன். கண், மூக்கு, வாய் என எல்லாவற்றையுமே மூடி மறைத்தபடி என் முகத்தில் ஏதோ களிபோல் அப்பியிருந்தது. என்னால் கண்களைத் திறக்கவே முடியவில்லை. தோற்பட்டையிலிருந்து வடிந்த இரத்தம் முதுகுப் பகுதியில் சூடாகப் பரவிக்கொண்டிருந்தது.

சடசடத்த துப்பாக்கிகளின் ஒலிகள் அடங்கி முகாம் அமைதியான நொடியில் உடல்களிலிருந்து மூச்சுகள் பிரியும் முனகல் ஒலிகள் என் காதுகளில் கேட்டுக்கொண்டிருந்தன. அப்போதுதான், "குசினி இங்க இருக்கு. கக்கூசு அங்க இருக்கு, அங்கயாரும் பதுங்கியிருப்பாங்க பாருங்கோ" எனக் கீச்சிட்ட அந்தக் குரலை எங்கேயோ கேட்டதுபோல் இருக்கிறதே என நான் எண்ணிக்கொண்டபோதே, "அந்தா அதுதான் ஆகித அறை" என்றது அதே கீச்சிட்ட குரல். அதனைக் கேட்டதுமே அரை மயக்கத்தில் கிடந்த என் மூளை திடுக்கிட்டு விழித்துக்கொண்டது. நெஞ்சு பதற காதுகளைக்

நவமகன் | 33

கூர்மையாக்கி என்னருகில் யாராவது நிற்கிறார்களா என அறிய முயன்றேன்.

"ஒண்டு ரெண்டு மூண்டு" என எண்ணத் தொடங்கிய ஒருவன் 'முப்பத்தொன்பது' என எண்ணிக்கையை நிறுத்திக் கொண்டபோது எழுந்து நின்று "நானின்னும் சாகவில்லை, என்னையும் கொல்லுங்கடா" என்று கத்தவேண்டும்போல் இருந்தது எனக்கு. மறுகணமே தமிழனைச் சாகடிக்க மட்டுமல்ல, தமிழனால் சாகடிக்கப்படவும் கூடாதென மனம் மறுக்க அப்படியே ஆடாமல் அசையாமல் செத்தவன்போலவே கிடந்தேன். இரத்த வெடிலுடன் கூடிய துர்நாற்றம் என் நாசியை நிறைத்துக்கொண்டிருந்தது. முகத்தில் அப்பியிருந்த களி போன்ற திரவம் வாய்க்குள் இறங்காமல் உதடுகளை இறுக மூடிக்கொண்டேன். ஆனாலும் அது வழிந்து மூக்குத் துவாரங்களுக்குள் மெல்ல இறங்கியபோது மூச்சு விடுவதும் சிரமமாக இருந்தது. யாராவது பக்கத்தில் நிற்பார்களோ என்ற பயத்தில் தும்மல் இருமல்களை அடக்கியபடியே அசைவற்றுக் கிடந்தேன்.

"அங்க பார்றா ஒருத்தன்ர வயித்துக்கால சோறு கொட்டுண்டு கிடக்குது" என்றதொரு குரல்.

"அட அதவிட்டிற்று இங்க பார், ஒருத்தன்ர மூளை இன்னொருத்தன்ர மூஞ்சியில கிடக்குது" என்றது என்னருகில் இன்னொரு குரல்.

சிறிது நேரத்தில் சற்றுத்தள்ளியே பேச்சுக் குரல்கள் கேட்டன. மெல்லக் கண்களைத் திறக்க முயன்றேன். திறக்க முடியாதபடி இமைமடல்கள் பசைபோட்டு ஒட்டியதுபோல் இருந்தன.

யாரோ ஒருவனின் வோக்கிடோக்கி அலறியது. பதிலளித்தவனுக்கு, எதிர் முனையிலிருந்து பச்சைத் தூசணத்துடன் கட்டளைகளைப் பிறப்பித்துக்கொண்டிருந்தவன், இடத்தைக் கிளியர் பண்ணுவதற்கு தான் ஆட்களை அனுப்புவதாகவும் இரண்டுபேரை மட்டுமே இங்கே காவலுக்கு நிறுத்திவிட்டு மற்றைய எல்லோரையும் உடனடியாக மாணிப்பாய் முகாமைத் தாக்குவதற்குப் புறப்படும்படியாகப் பணித்தான். அந்தக் குரலையும், பச்சைத்

தூசணத்தையும் வைத்து கட்டளையிட்ட தளபதி யார், எந்த இயக்கம் என்பதை நான் புரிந்துகொண்டேன்.

மயான அமைதி. தாமதிக்கும் ஒவ்வொரு நொடியிலும் நான் மரணத்தை நோக்கி நகர்ந்துகொண்டிருப்பதை உணர்ந்தேன். தும்மல், இருமல்களை இனியும் அடக்க முடியாதெனத் தோன்றியது. மூக்கில் இறங்கிய திரவம் என் மண்டைக்குள் பரவிக்கொண்டிருக்க மூச்சு விடமுடியாமல் வாயை மெல்லத் திறந்துகொண்டபோது நாக்கு இரத்தச் சுவையை உணர்ந்தது. காவலுக்குவிட்ட இருவரின் குரலும் தூரத்தே கேட்டன. வலது கையை மெல்ல அசைத்து கண்களில் அப்பியிருந்த களியைத் துடைத்துவிட்டுக் கண்களைத் திறந்தேன். முகாமினுள் வெளிச்சம் பரவியிருந்தது. வெளியே கசயிருட்டு. எனது நெஞ்சில் கிடந்த போராளியின் தலையைப் பார்த்தேன் பிடரிப் பக்கம் கோறையாகயிருந்தது. அதனுள்ளே இருந்தவையெல்லாம் என் முகத்தில் இருந்தன. முகத்தை வழித்துத் துடைத்தேன். என்மேல் கிடந்த உடலை அரக்கிவிட்டு என் போராளிகளின் உடல்களுக்கிடையில் ஊர்ந்து பின்பக்க வழியாக மெல்ல வெளியேறி கக்கூசுக்கும் பக்கத்து வீட்டு மதிற்சுவருக்கும் இடையில் கவரெடுத்து நின்று பக்கத்து வீட்டை எட்டிப்பார்த்தேன். அங்கும் மயான அமைதி. வெடிச்சத்தம் கேட்டதுமே ஓடியிருப்பார்கள் என்பது புரிந்தது. சத்தம் கேட்காதவாறு மெல்ல மதிற்சுவரில் ஏறிப் பக்கத்து வளவுக்குள் இறங்கினேன். அதே கணத்தில் முகாமின் முன், வாகனம் ஒன்று வந்து பிரேக்போட்டு நிற்கும் சத்தமும் கேட்டது.

எத்தனை மதில்களை ஏறித் தாவினேன், எத்தனை வேலிகளைப் பாய்ந்து கடந்தேன், எத்தனை நாய்கள் குரைத்துக் கலைத்தன என்பதெதுவுமே தெரியாது. ஆனால், மயக்கம் தெளிந்து கண் விழித்தபோது அதிர்ந்துபோனேன். சுற்றிவர துப்பாக்கிகள் சகிதம் இளைஞர்கள் நின்றிருந்தார்கள். இந்த உயிரை இனியும் இழுத்துப்பிடித்து வைத்திருக்க முடியாதென உணர்ந்த மறுகணமே, என் கைக்கும்பக் காயத்திற்குக் கட்டுப் போட்டிருந்ததைக் கண்டதும், சுற்றி நின்றவர்களின் முகங்களில் கொலைவெறித் தாண்டவத்தைக் காணாததும்

மீண்டும் என் மரணம் ஒத்திவைக்கப்பட்டிருப்பதை எனக்குணர்த்தியது.

"எங்கட இயக்க ஆதரவாளர் ஒருவற்ற பின்வளவில நீங்கள் மயங்கிக் கிடப்பதாக எங்களுக்கு வந்த தகவலையடுத்து உங்களை இங்கே கொண்டுவந்து காப்பாற்றியிருக்கின்றோம். ஒண்டுக்கும் பயப்பிடத்தேவையில்லை. நீங்கள் யார், என்ன நடந்தது என்பதெல்லாம் எங்களுக்குத் தெரியும்" என்றார் இடுப்பில் பிஸ்ரலோடு நின்ற அந்த இயக்க முகாம் பொறுப்பாளர்.

பின்னர் சில நாட்கள் அந்த இயக்கத்தவர்களின் முகாமிலேயே தலைமறைவாக இருந்துவிட்டு அவர்களின் உதவியுடனேயே கொழும்புவரை வந்தேன். அதன்பின் பெற்றோரின் முயற்சியினாலும் ஒரு பயண முகவரின் உதவியினாலுமே இப்போதது நான் நோர்வே வரை வந்து சேர்ந்திருக்கின்றேன். இலங்கையின் தென் மேற்கில் அரச பயங்கரவாதம் என்னைக் கொல்லும். வட கிழக்கில் இயக்கப் பாசிசவாதம் என்னைக் கொல்லும். ஆகவே இலங்கையின் எந்தப் பகுதியிலும் என்னால் வாழ முடியாது. அதனால்தான் நானிங்கு அரசியற் தஞ்சங்கோரி வந்திருக்கின்றேன்.›

இப்படியாக அகதிப் பதிவு விசாரணைப் பிரதியில எழுதியிருந்த சத்தியநாதன்ர நீண்ட பதிலை வாசித்து முடித்துவிட்டு கலங்கிய கண்களால அவனை நிமிர்ந்து பார்த்த மனநல மருத்துவர் ரீட்டா, சிகிச்சையின் முதற்கட்ட முயற்சியாக தமிழர்கள் நிறைந்திருந்த அந்த முகாமிலிருந்து சத்தியநாதனை வேறொரு தனி வீட்டிற்கு மாற்றுவதற்கான நடவடிக்கைகளை எடுத்தார். அன்றையிலிருந்தே அவன்ர வாழ்க்கையிலும் மாற்றங்கள் நிகழத்தொடங்கீற்றுது. அவன்ர நினைவு மனத்திலயிருந்த மூளை மணமும் நீங்கிப்போச்சு. இப்ப அவன் மனிசி, பிள்ளைகளோட தமிழ் ஆட்களே கண்ணில படாத வடதுருவக் கிராமம் ஒண்டில சுகதேசியாக வாழ்ந்துகொண்டிருக்கிறான். அதைவிடச் சுவாரஷ்யம் என்னவெண்டால் அவனிப்ப கலியாணங்கட்டி வாழ்ந்துகொண்டிருக்கிறது அதே மனநல மருத்துவர் ரீட்டாவுடன்தான் எண்டதுதான்.

சரி, இப்ப நான் விமான நிலையத்துக்குக் கிட்டவா வந்திட்டன். சத்தியநாதனை வீட்ட கூட்டிக்கொண்டு போகவேணும். அவனோட நிறையக் கதைக்கவேண்டியிருக்குது. ஆனபடியால எனக்கினி ஒரு கிழமைக்கு நேரமிருக்காது. திரும்பவும் வாறதுக்கு நேரமும், சொல்லுறதுக்குக் கதையும் இருந்தால் பிறகு வந்து சொல்லுறன்.

○ ○ ○

சொன்ன மாதிரியே ஒரு கிழமைக்குப் பிறகு நேரமும், கதையும் இருந்தபடியால திரும்பவும் வந்திருக்கிறன். இப்பதான் சத்தியநாதனை வழியனுப்பிப்போட்டு விமான நிலையத்திலயிருந்து வீட்டுக்குப் போய்க்கொண்டிருக்கிறன். போன கிழமை அவனை நான் கூட்டிக்கொண்டுபோக வந்தபோது காரில ஏறினவுடனேயே கேட்டான் "என்னடா கேசவா பிரச்சனை? ஏன்ரா மகளின்ர கலியாணமும் குழம்பிப்போனது?" எண்டு.

"அந்தக் கொரோனாக் காதலைப்பத்தி என்னத்தையடா சொல்ல" எண்டேன்.

"என்னது! கொரோனாக் காதலோ?" எண்டு கேட்டான்.

"ஓமடா கொரோனா தொற்றுத் தொடங்கைக்க தொடங்கின காதல் கொரோனா தொற்று முடங்கைக்க அதுவும் முடங்கிப்போச்சு" எண்டேன்.

"அடேய் சும்மா அறுக்காமல் சீரியஸாக் கதையடா" எண்டானவன் எரிச்சலுடன்.

"அட மச்சான் நாங்க ஒஸ்லோ வந்த காலந்தொட்டே நல்லாப் பழகின, எல்லா விதத்திலும் எங்களுக்குப் பொருத்தமான நல்ல குடும்பமடா அது. ஒரேயொரு பெடியன் படிப்பிலும் கெட்டிக்காரன். என்ர மனிசி தான் தமிழ் படிப்பிச்சவள், அப்பயிருந்தே பெடியனில அவளுக்கொரு கண். எப்பிடியாவது மருமகனாக்கிப்போடவேணும் எண்டு சந்தர்ப்பம் பார்த்துக்கொண்டிருந்த மனிசி என்ர பெட்டை படிப்பை முடிச்சதுமே, சம்மந்தம் செய்வமோ எண்டு பெடியன்ர தாய், தகப்பனிட்ட நேரடியாவே வாய்விட்டுக் கேட்டுப்போட்டாள். ஏற்கனவே அதுகளும் என்ர

பெட்டையில கண் வைச்சிருந்திருக்குதுகள் போலயிருக்கு கேட்டதுமே அதுகளுக்கும் சந்தோஷந்தான். ஆனால் சிக்கல் என்னவெண்டால் பெடியன் எப்பவோ தாய், தகப்பனுக்குச் சொல்லிப்போட்டானாம் உங்கட காலம் மாதிரி இந்தப் பேசிக் கட்டுற விளையாட்டொண்டும் தனக்குச் சரிவராதெண்டும், தான் காதலிச்சுத்தான் கட்டுவனெண்டும். அதனால பெடியன்ர தாய், தகப்பனே என்ர மனிசிக்கு ஐடியா குடுத்திருக்குதுகள் உங்கட மகளை லவ் பண்ணச் சொல்லுங்கோ எண்டு.

அவ்வளவுதான் வீட்டுக்கு வந்த மனிசி, லதாவின்ர பெடியன் அந்தமாதிரிப் பெடியன், அருமையான பெடியன் அவனக் கட்டுறவள் குடுத்துவைச்சவள் எண்டெல்லாம் எந்த நேரமும் அந்தப் பெடியன்ர புராணத்தையே பாடிப்பாடி மகளின்ர மண்டைக்க அந்தப் பெடியனை இறக்கி வைச்சுப்போட்டாள். பிறகென்ன எங்கட காலம்மாதிரி இல்லையே இப்பதானே இன்ஸ்டாகிராம், வாட்சப், சினப்சட் அது இதுவெண்டு ஆயிரத்தெட்டு வழிகள் இருக்குது, அதுகளில ஒண்டால பூந்து என்ர பெட்டையும் ஒரு மாதிரியாப் பெடியனை மடக்கிப்போட்டாள்.

சரியெண்டு உடனயே கலியாணத்த முடிப்பமெண்டு பார்த்தால் கொஞ்சக் காலம் பொறுங்கோ படிப்புக்கேத்த நல்ல வேலை எடுத்துப்போட்டுத்தான் கலியாணமெண்டு பெடியன் சொல்லிப்போட்டான். அந்தக் கொஞ்சக் காலத்தை இந்தக் கொரோனா எண்ட கோதாரி வந்தெல்லே ரெண்டு வருசமாக்கிப்போட்டுது. இப்ப என்னவெண்டால் தங்களுக்குள்ள கெமிஸ்ட்ரி ஒர்க்கவுட் ஆகயில்லையாம் எண்டெல்லே பெடியன் சொல்லுறான்" எண்டு சத்தியநாதன் கேட்டமாதிரியே விஷயத்தச் சீரியஸாச் சொல்லி முடிச்சன்.

"என்னடாப்பா சொல்லுற, பழகி ரெண்டு வருசத்துக்குப் பிறகுதான் கெமிஸ்ட்ரியப் பத்தித் தெரிஞ்சதாமோ அவனுக்கு?" எண்டொரு வெறுப்புப் பார்வையோட கேட்டான்.

"சீ... அதில்லயடாப்பா பழகி ஆறு மாசத்திலேயே அதுகள் குத்துப்பட வெளிக்கிட்டுதுகள். நாங்க ரெண்டு குடும்பங்களுமாச் சேர்ந்தெல்லோ இவ்வளவு காலமும் இழுத்துப்பிடிச்சுச் சேர்த்து வைச்சுக்கொண்டு இருந்தனாங்கள்" எண்டேன் நான்.

“ஓகோ... அப்பிடியே விஷயம், அப்ப அதுகளிலயும் பிழை சொல்ல ஏலாது.” எண்டு மண்டைய ஆட்டினான்.

“நீ என்னடாப்பா! தட்டெல்லாம் மாத்தி நிச்சயதார்த்தமெல்லாம் முடிஞ்சு பேஸ்புக்கிலயும் ஏத்தி ஊரெல்லாம் படங்காட்டிப் போட்டு கடைசியில கலியாணமெண்டு வரயிக்க இப்பிடிக் காலைவாரிப்போட்டதை நீயும் சரியெண்டு சொல்ல வாறியே?” எண்டன் வந்த விசருக்கு.

“என்னடா! இந்தியா மாதிரி இங்கவும் நிச்சயதார்த்தமெல்லாம் நாடக்குதே?” ஆச்சரியமாக் கேட்டான்.

“அட, வளைகாப்பு வரையும் நடக்குது. நீ வேற” எண்டு சலித்துக்கொண்டன்.

“சரி அதவிடு, இப்ப பெடியன்ர தாய் தகப்பன் என்ன சொல்லுகினம்?”

‘ஐயோ, அதுகளுக்கும் சரியான கவலையடா இப்பிடியொரு சோடிப் பொருத்தம் மட்டுமில்லக் குடும்பப் பொருத்தங்கூட அமையாதெண்டு நினைச்சுக்கொண்டிருந்தம். இனி நாங்க ளென்னத்தைச் செய்யிறது எண்டுதான் அதுகளும் அழுகுதுகள். என்ர பெட்டையும் முன்னும், பின்னுமாய் அலைஞ்சு திரிஞ்சு கெஞ்சிக் கூத்தாடிப் பார்த்துப்போட்டாள். பெடியன்ர தாய் தகப்பனும் அவனோட மல்லுக்கட்டிப் படாத பாடெல்லாம் பட்டுப் பார்த்திட்டுதுகள். ஆனால் அவன் பெடியனல்லே அசைய மாட்டனெண்டுபோட்டான். என்ர வீட்டில மனிசிக்கு விசர் பிடிக்காதகுறையடா. ஊருக்குள்ள தலைகாட்ட முடியாதபடி பரிசுகேட்டுப் போச்சேயெண்டு தலையில கைய வைச்சுக் கொண்டல்லே இருக்கிறாள்” எண்டு நானும் தலையில கைய வைச்சுக்கொண்டுதான் சொன்னன்.

“என்னடா சொல்லுற! உன்ர பெட்டையும் முன்னும், பின்னுமாத் திரிஞ்சு கெஞ்சுறாளோ?” நம்ப முடியாத ஆச்சரியத்துடன் கேட்டவனுக்கு “ம்” எண்டு தலையசைச்சன்.

கொஞ்சநேரம் யோசனையோட இருந்தவன் “சரி அதிருக்கட்டும், இப்ப உன்ர பெடியன்ர பாடு என்னமாதிரிப் போகுது?” எண்டு கேட்டான்.

“ஐயோ அதையேன் கேக்கிற, அவனுக்காவது ஒரு கலியாணத்தைப் பேசி முடிக்கலாமெண்டால், அவன் பாவி கழுத்தில பச்சை குத்தின அந்தப் பெட்டையின்ர பேரைக்கூட இன்னும் அழிக்காமலெல்லே சுத்திக்கொண்டு திரியிறான்” எண்டு எரிச்சலோட சொன்னன்.

“என்னது! பேசி முடிக்கப்போறியோ?” எண்டவன் ஒரு அசட்டுச் சிரிப்போட என்னைப் பார்த்தான்.

“ஏன்ராப்பா இங்க காதலிச்சதுகளெல்லாம் கலியாணத்துக்கு முதலே கம்பி நீட்டைக்க பேசிச் செய்த நாங்கள் தானே இருபத்தைஞ்சு முப்பது வருசமாச் சேர்ந்து வாழுறம்” எண்டன் நான் பெருமிதத்தோட.

“அடேயப்பா நீங்களெல்லாம் எப்பிடிச் சேர்ந்து வாழுறியள் எண்டு எனக்கும் தெரியுமடா. நீங்கள் வாழ்ந்த மாதிரி உங்கட பிள்ளையளும் சமூகத்துக்காக வாழாதுகள். அதுகள் அதுகளின்ர வாழ்கையை அதுகளுக்காகத்தான் வாழுங்கள். இப்ப யாழ்ப்பாணமே மாறிப்போச்சடாப்பா, நீங்களின்னும் செக்குமாடு மாதிரி முப்பத்தைஞ்சு வருசத்துக்கு முந்தின யாழ்ப்பாணத்துக்கையே சுத்திக்கொண்டு நிக்கிறியள்” எண்டவனொரு விஷப்பார்வை பார்த்தபோது வீட்டை வந்தடைந்திருந்தோம்.

“சைக் கண்டறியாத இந்த வெளிநாட்டு வாழ்கையும் ஒரு வாழ்க்கையே! ஊரில நாங்களெல்லாம் பெத்ததுகளின்ர சொல்லுக் கேட்டுத்தானே வளர்ந்தனாங்கள். இங்க என்னவெண்டால் எங்களுக்குப் பிறந்ததுகளின்ர சொல்லுக்கெல்லே நாங்கள் ஆடவேண்டியிருக்குது. பெத்ததுகளின்ர விருப்பு, வெறுப்புகளை மதிக்கத்தெரியாத சரியான சுயநலம் பிடிச்சதுகளாயெல்லே இருக்குதுகள் இங்கத்தையப் பிள்ளையள்” எண்டு ஒப்பாரி வைக்காத குறையாகத் தன்ர ஆதங்கங்களையெல்லாம் சத்தியநாதனிடம் ஒப்புவித்துப் புலம்பினாள் என்ர மனிசி.

எல்லாத்தையும் கருசனையோட காது குடுத்துக் கேட்டுக் கொண்டிருந்த சத்தியநாதன், “எனக்கெண்டால் இங்க பிள்ளையள் சுயநலமா இருக்குதுகளா எண்டு தெரியயில்ல. ஆனால் சுதந்திரமா இருக்குதுகள் எண்டது மட்டும் நல்லாத் தெரியுது” எண்டான்.

“ஏனடா மச்சான் இவ சொல்லுறதும் சரிதானே. இங்கத்தையப் பிள்ளையளிட்ட தியாக மனப்பான்மை எண்டதே துண்டா இல்லையே” எண்டன் நானும் என்ர பங்குக்கு.

“ஓமடாப்பா... தியாகம், மரியாதை, பண்பாடு, கலாசாரமெண்ட பேர்களில நீங்கள் உங்கட உந்த மூடப் பழக்கவழக்கங்கள யெல்லாம் மூட்டை கட்டி அதுகளின்ர முதுகில ஏத்த நினைச்சால் அதுகள் சுமக்குதுகளே?” எண்டவன் என்னை ஒருமாதிரியாப் பார்த்தான்.

நான் சத்தம்போடாமல் நிற்க, “என்னயிருந்தாலும் எங்களப் பெத்ததுகளுக்கு நாங்கள் எவ்வளவோ செய்தம். அதில ஒண்டைக்கூட இதுகள் எங்களுக்குச் செய்யாதுகள்போல” எண்டு மூஞ்சியச் சுளித்தாள் என்ர மனிசி.

“நீங்கள் உங்களப் பெத்ததுகளுக்கு செய்ததையெல்லாம் நீங்க பெத்ததுகளும் உங்களுக்குச் செய்யவேணும் எண்ட இந்த எதிர்பார்ப்புத்தான் உங்களுக்குச் சிக்கலைக் குடுக்குது. நீங்க வாழ்ந்த காலமும், சூழலும் வேறவேற எண்டது உங்களுக்கு விளங்குதில்ல” எண்டவன் தலையைச் சிலிப்பினான்.

“நாங்கள் அதுகளிட்டக் காசு பணம் ஒண்டையும் எதிர்பார்க்கயில்லையே, எங்களுக்குப் பிடிச்சமாதிரி எங்கட சொல்லக்கேட்டு நடவுங்கள் எண்டுதானே சொல்லுறம்.” என்ர மனிசியும் விடுறதாயில்லை.

“ஒண்டு சொல்லட்டே, நீங்க கையைக் காட்டுற ஆளைக் காதலிக்கிறதுக்குப் பேர் காதலில்ல, கிட்டத்தட்ட இதுவும் ஒருவகை புறப்போஸ் தான். இயல்பான ஈர்ப்பிலிருந்து வாறதுதான் உண்மையான காதல். இப்பிடிச் சாதி, சமயம் பார்த்துப் பிடிச்சுவிட்டு வாறதில்ல. சரி அதவிடுவம், நீங்களிப்ப உங்களுக்கு நடந்தமாதிரியே அந்தந்த வயசில பிள்ளையளுக்கும் கலியாணம் நடக்கயில்ல எண்டுதானே கவலைப்படுறியள்?” எண்டு கேட்டவனைப் பார்த்து நாங்க ரெண்டுபேரும் கோயில் மாடுகள் மாதிரி மண்டைய மண்டைய ஆட்டினோம்.

“அப்பிடியெண்டால் பிள்ளைகள் தங்களுக்குப் பிடிச்சமாதிரி யாரைக் கட்டிக்கொண்டு வந்தாலும் உங்களுக்குப் பிரச்சனை

இல்லையா?" எண்டு கேட்டுவிட்டு ரெண்டுபேரையும் ஏற இறங்கப் பார்த்தான்.

"ஐயோ அதென்னெண்டு! நாங்கள் தமிழ்க் கலாசாரம், பண்பாடெண்டு தமிழ்ப் பிள்ளையளா வளர்த்துப்போட்டுக் கண்டதுகளையும் கட்டிக்கொண்டு வரச் சம்மதிக்க முடியுமே?" மனிசி கேட்ட எதிர்க் கேள்வியால விவாதம் சூடு பிடிக்கப்போகுதெண்டு நினைச்ச எனக்கு, இவனென்ன எங்களுக்கு ஆறுதல்சொல்லி அமைதிப்படுத்த வந்தவனா? இல்ல எரியிற நெருப்பில எண்ணெய்ய ஊத்திக் குளிர்காய வந்தவனா? எண்ட சந்தேகமே வந்திச்சு.

"அப்ப பிரச்சனை பிள்ளையளிட்ட இல்ல. உங்களிட்டத்தான் இருக்குது" எண்டு உடனேயே அவனிட்டயிருந்து வந்த பதிலும் நான் நினைச்சதை உறுதிப்படுத்தின மாதிரியே இருந்துச்சு.

"என்ன கதை கதைக்கிறீங்க?" எண்டு கொதிப்போட கேட்டாள் என்ர மனிசி.

"பிள்ளைகளின்ர காதலோ கலியாணமோ தடைப்படுறதுக்கும், தள்ளிப்போறதுக்கும் அதுகளின்ர தெரிவு வட்டம் குறுகிப் போனதுதான் காரணம். ஒரு நூறு பேர் உள்ள தெரிவு வட்டத்திற்குள்ள ஐம்பது பேரை வேற இனம், மதமெண்டு சொல்லி ஒதுக்கிப்போடுவியல். பிறகந்த ஐம்பதில இருபத்தஞ்சை வேற சாதி, சனமெண்டு சொல்லி ஒதுக்கிப்போடுவியல். பிறகந்த இருபத்தஞ்சிலையும் சாத்திர சம்பிரதாயம் பார்த்துப் பொருத்தம் இல்லையெண்டு சொல்லிப் பதினைஞ்சை ஒதுக்கிப்போடுவியல். கடைசியா மிஞ்சுற அந்தப் பத்துப் பேருக்குள்ள பிள்ளைகள் முக்கியமா எதிர்பார்க்கிற அந்த மனப் பொருத்தத்தோட சோடிகள் கிடைக்கிறதெண்டது லேசான காரியமில்ல, இங்கயுள்ள பிரச்சனையே இதுதான். நீங்க பிள்ளைகளை வட்டங்களுக்க நிறுத்தாமல், அதுகளின்ர சுதந்திரமான தெரிவுக்கு விட்டுப்பாருங்க நாளைக்கே அதுகள் தங்களுக்கான சரியான சோடிகளோட வந்து நிக்குங்கள். 'யாதும் ஊரே யாவரும் கேளிர்' எண்டு பூங்குன்றனார் அப்பவே சொல்லிப்போட்டார் உங்களுக்கது இப்பவும் விளங்குதில்ல" எண்டவன் எரிச்சலுடன் எழுந்து குளியலறைக்குப் போக நானும்

மனிசியும் இஞ்சி திண்ட குரங்குகளைப்போல ஆளையாள் பார்த்துக்கொண்டிருந்தம்.

அடுத்த நாளே என்ர மகனைச் சந்திச்சுக் கனநேரமாகக் கதைச்சுக் கொண்டிருந்தான் சத்தியநாதன். சினேகிதன்களைப்போல வலு கூலாக அவங்கள் சிரிச்சுச் சிரிச்சுக் கதைச்சுக் கொண்டிருந்ததைத் தூரத்திலயிருந்து பார்த்த எனக்குக் கொஞ்சம் பொறாமையாத்தான் இருந்திச்சுது.

அதுக்கடுத்த நாள் ரெண்டுபேருமாக வெளிய போயிற்று வந்தாங்கள். அப்பதான் பார்த்தன் மகன்ர கழுத்துப் பகுதி பொலித்தீனால சுத்திக் கட்டப்பட்டிருந்திச்சு. என்னவெண்டு கேட்டதுக்கு "உங்கட விருப்பப்படியே கழுத்தில பச்சை குத்தியிருந்த அந்தப் பெட்டையின்ர பேரை மறைச்சு அந்த இடத்தில் ஒரு பூவை வரைஞ்சிருக்கிறார்" எண்டு சத்தியநாதனே சொன்னான்.

நாலாம் நாள்தான் சத்தியநாதனுக்கு என்ர மகளோடயும் மனம்விட்டுக் கதைகிறதுக்குச் சந்தர்ப்பம் கிடைச்சது. அதுகும் வீட்டிலயில்ல, வெளிய ஒரு ரெஸ்ரூரண்ட்டுக்குக் கூட்டிக்கொண்டுபோய்த்தான் கதைச்சவன். மகளும் அவனோட மனம்விட்டுக் கதைச்சிருக்கிறாள்.

அப்பதான் அவன் அவளிட்டக் கேட்டிருக்கிறான் "நீ இவ்வளவு அழகாயும், அறிவாயும் இருக்கிறாயே உன்னை வேற ஒருத்தனுமே விரும்பயில்லையா?" எண்டு.

"ஓரால் ரெண்டுபேர் இல்ல கனபேர் விரும்பினவை ஆனால் அவை ஒருத்தரையுமே அம்மா, அப்பா விரும்பமாட்டினம் எண்டபடியால எல்லாரையுமே நான் நிராகரிச்சுப்போட்டன். அந்தப் பாவத்துக்குத்தான் இப்ப என்னை ஒருத்தன் நிராகரிச்சிருக்கிறான்" எண்டிருக்கிறாள்.

மீண்டும் சத்தியநாதன் "சரி அதிருக்கட்டும், எப்படி உன்னால உன்ர சுயமரியாதைய விட்டுப்போட்டு உன்னை நிராகரிச்சவனுக்குப் பின்னால அலைஞ்சு திரிஞ்சு என்னை ஏற்றுக்கொள்ளெண்டு கெஞ்சிக் கூத்தாட முடிஞ்சது?" எண்டு கேட்டிருக்கிறான்.

அதுக்கு அவள், "எனக்கு அவன்மேல இருந்த காதலெல்லாம் அவன் என்னை வெறுத்தப்பவே காணாமற்போயிற்று. அதுக்குப்பிறகும் நான் சுயமரியாதையையும் விட்டுபோட்டுப் பின்னால அலைஞ்சதெல்லாம் அம்மா, அப்பாவுக்காகத்தான்" எண்டு வேதனையோட சொல்லியிருக்கிறாள்.

உடனயே அவன், "சரி உன்ன விரும்பின அந்தக் கனபேரில எல்லா விதத்திலும் உனக்கு நல்லாப் பிடிச்ச யாராவது இருக்கிறாங்களா?" எண்டுவேற கேட்டிருக்கிறான்.

"ஓம் இருக்கிறார், ஆனால் அது சரிவராது. அம்மா அப்பாவை சாதி பார்ப்பினம்" எண்டிருக்கிறாள் தலையைக் கவுண்டபடி.

வீட்டுக்கு வந்த சத்தியநாதன் அண்டைக்கு இரவே என்னையும், என்ர மனிசியையும் வாங்கு வாங்கெண்டு வார்த்தைகளால வாங்கிப்போட்டான். முடிவில உறுதியான குரலில ரெண்டு விசயங்கள் சொன்னான்.

ஒண்டு; "உங்கட மகனுக்கு ஒரு நோர்வேஜிய காதலி இருக்கிறாள், நீங்க இனம், மதம் பாராமல் சம்மதிச்சால் அடுத்த மாசமே மகனுக்குக் கலியாணம் நடக்கும்"

அடுத்தது; "சாதிதான் சமூகம் என்றால் வீசும் காற்றில் விஷம் பரவட்டும். எண்டு ஒரு கவிதையிருக்கு. சாதிதான் உங்களுக்கு முக்கியமெண்டால் நீங்களே விஷத்தக் குடிச்சுச் செத்துப்போங்க. பிள்ளையளாவது நிம்மதியா வாழட்டும். இல்லை, இந்தச் சாதிச் சாக்கடையிலிருந்து நீங்கள் வெளிய வருவீங்களெண்டால் உடனேயே மகளுக்கும் கலியாணத்தைக் கட்டிவைக்க நல்ல வாய்ப்பிருக்குது இனி நீங்களே முடிவெடுத்துக்கொள்ளுங்க"

அந்தநாள் முழுக்க இந்தப் போலிக் கௌரவங்களைச் சுமந்துகொண்டு சமூகத்துக்காக வாழுறதா? இல்லப் பிள்ளையளின்ர சந்தோஷத்துக்காக வாழுறதா? எண்டு எனக்கும், மனிசிக்கும் ஒரே மனப்போராட்டமா இருந்துச்சு. கடைசியில பிள்ளையளின்ர சந்தோஷமே முக்கியமெண்டு பட்டுது. அதுகளின்ர விருப்பத்துக்கே விடுவமெண்ட முடிவை நாங்கள் எடுத்துக்கொண்டதுமே வீடு எப்போதுமே இல்லாத மாதிரிப் பிரகாசமாச்சுது. எல்லாற்ற முகத்திலையும் மகிழ்ச்சியக்

காண முடிஞ்சுது. அப்பதான் எனக்குப் புரிஞ்சுது சத்தியநாதன் குட்டையக் குழப்பினது தெளிய வைக்கத்தானெண்டு.

திங்கற்கிழமை சத்தியநாதன் பயணமெண்ட நிலையில வெள்ளிக்கிழமை இரவு போன் எடுத்த சிநேகிதன் பாசிலன், "மச்சான் கேசவா நாங்களொரு கித்தைத்தூர் வெளிக்கிட்டிருக்கிறமடா பதினாறுபேர் தங்கக்கூடிய கித்தை அஞ்சு குடும்பமா பதின்மூண்டுபேர் சேர்ந்திருக்கிறம், சனி காலையில வெளிக்கிடால் ஞாயிறு இரவே திரும்பிடலாம் நீயும் மனிசியும் வாறியளே?" எண்டு கேட்டான்.

"இல்ல மச்சான் நோத்தில இருந்து பிரெண்ட் ஒருத்தன் வந்து நிக்கிறானடா" எண்டு இழுத்தன்.

"அதுக்கென்ன இடமிருக்குத்தானே பிரெண்ட்டையும் கூட்டிக்கொண்டு வாவன் பம்பலா இருக்கும். எதுக்கும் யோசிச்சுப்போட்டுச் சொல்லு" எண்டான் பாசிலன்.

சரியெண்டு, சத்தியநாதனையும் மனிசியையும் நண்பர்களோட இப்படியொரு குடிசைப் பயணம் வெளிக்கிடுவமே எண்டு கேட்டன். அவையும் உடனயே சம்மதிக்க அடுத்த நாள் காலையே ஒஸ்லோவிலயிருந்து இருநூறு கிலோமீற்றர் தூரத்திலயிருந்த அந்தக் கித்தையை நோக்கி நாலு கார்களில வெளிக்கிட்டம். அதில நாலுபேர் மனிசிமாரோட வந்தாங்கள். ரெண்டு குடும்பத்திலயிருந்து நாலு பிள்ளைகளும், இன்னொரு தனியாளுமாக அவை பதின்மூண்டு பேரோடும் நாங்களும் இணைஞ்சுகொண்டம்.

மரங்கள், மலைகள், அருவிகளெண்டு நல்ல வடிவானவொரு காட்டுப் பிரதேசமது. கார்களில கொண்டுவந்திருந்த சாப்பாட்டுச் சாமான்களையும், குடி வகைகளையும் இறக்குறதிலயே எல்லாரும் மும்மரமா இருந்தாங்கள். அவ்வளவு சாமான்களையும் பார்த்ததுமே "இவங்கள் என்னடா ரூர் வந்தவங்களே இல்லத் திண்டு குடிக்க வந்தவங்களே?" எண்டு சத்தியநாதன் என்ர காதுக்குள்ள ரகசியமாக் கேட்டான்.

சத்தியநாதன் ஒருவனே புதியவனானபடியால எல்லாருக்கும் அவனை அறிமுகப்படுத்திவைச்சன். நோத்தில இருந்தொருத்தன்

காட்டான் மாதிரி வருவானெண்டு நினைச்சாங்களோ என்னவோ தெரியயில்ல, சத்தியநாதன்ர அறிவார்ந்த வார்த்தைகளையும் எடுப்புச் சாய்ப்பான தோற்றத்தையும் வியப்போட பார்த்தாங்கள். எல்லாருமே கிட்டத்தட்ட ஒரே வயசானவங்களா இருந்தாலுங்கூட எல்லாரையும்விடப் பத்து வயசு குறைஞ்சவன் போலயிருந்த சத்தியநாதனை, இங்க வாடி வதங்கிப்போய் நிண்டவங்கள் பார்த்த பார்வையில அவங்கட வயித்தெரிச்சலும் தெரிஞ்சுது.

வந்ததும் வராததுமா உற்சாக பாணத்தை ஊத்தினவங்கள் மத்தியானத்துக்கு கூழ் காச்சுறதுக்கான வேலைப்பாடுகளில இறங்கிவிட்டாங்கள். சத்தியநாதனுக்கு இடம் நல்லாப் பிடிச்சிருந்திச்சு. அவன் வரும்போதே ட்ரெய்னிங் உடுப்புகளும், சப்பாத்துகளும் கொண்டுவந்திருந்தான். வந்ததுமே ஒரு நடைப் பயிற்சிக்குத் தயாரானவன் "நீங்களும் வாங்களன் நடையொண்டு போட்டிற்று வருவம்" எண்டு எல்லாரையும் பார்த்துக்கேட்டான்.

"ஐயோ அண்ணே நாங்களிங்க ஓய்வெடுக்கத்தான் வந்தனாங்களே யொழிய ஓட்டப்போட்டி வைக்கயில்ல. நீங்க வேணுமெண்டால் போயிற்றுவாங்க" எண்டான் சொக்கு ரெண்டும் உள்ளுக்குப் போற அளவுக்கு சிகரெட்டை உறுஞ்சி இழுத்துக்கொண்டு நிண்ட லோகு. இங்க உள்ளவங்களுக்க அவனுக்குத்தான் ஆறேழு வயசு குறைவெண்டாலும் தோற்றத்தில அப்பிடித் தெரியாது.

லோகு சொன்னதைக் கேட்டுச் சிரித்தபடியே "இந்தக் கல்லுக்க ஓடி இவர் சாப்பாத்தைத்தான் தேச்சுக்கொண்டு வரப்போறார்" எண்டான் ரயர் தேய்ஞ்சிருமெண்டு தன்ர காரை கராச்சிக்க வைச்சுப் பூட்டிப்போட்டு மற்றவையின்ர கார்ல தொத்திக்கொண்டு வந்துநிண்ட கஞ்சப்பேர்வழி கனகு எண்ட கனகராஜன்.

"அட மச்சான் உடுப்புச் சப்பாத்துக் கொண்டுவந்திருந்தால் நானும் வந்திருப்பன்டா" எண்டு நானும் சும்மாவொரு பேச்சுக்குச் சொன்னதைக் காதில வாங்கினதும் வாங்காததுமாக நடையைக்கட்டினான் சத்தியநாதன்.

பொம்பிளையள் வட்டமேசை மகாநாட்டை கூட்டிக்கொண்டிருக்க, பிள்ளையள் செல்போன்களோட அறையளுக்க அடைஞ்சு போச்சுதுகள். ஆம்பிளையள் வந்த வேலையளக் கவனிச்சுக்

கொண்டு என்னட்டச் சத்தியநாதனப் பற்றி விடுப்புக் கேட்டுக் கொண்டிருந்தாங்கள். “அவன் என்ர ஊர்ச் சிநேகிதன், நோத்தில நொஸ்க் பொம்பிளையைக் கட்டிக்கொண்டு ரெண்டு பிள்ளையளோட அங்கயே செற்றிலாயிற்றான்” எண்டமட்டோட நான் கதையை நிப்பாட்டிப்போட்டன்.

“ஓ... அதுதான் ஆள் நொஸ்க் எடுப்பு எடுக்கிறார்போல” எண்டான் முகமும் ஒடுங்கிக் கழுத்தும் நீண்டு மூண்டு தரம் கொரோனா வந்து தப்பினவன்போல நிண்ட பாசிலன்.

கூழ்ப் பானை அடுப்பில ஏறினபோது நடைப் பயணத்தால வந்த சத்தியநாதனைப் பார்த்து “என்ன ப்ரோ நாய் ஏதும் கலைச்சதே? இப்பிடி வேர்த்துவடிய ஓடிவாறியள்” எண்டு கேட்டான் வந்ததிலிருந்தே மனிசிக்காரிக்குப் பக்கத்திலேயே முழங்காலைப் பிடிச்சுக்கொண்டு குந்தியிருந்த சுருட்டைக் கோபாலு. இப்ப அவன்ர மண்டையில ஒரு முடியும் இல்லயெண்டாலும் ஒரு காலத்தில இருந்த சுருட்டை முடியால வந்த பேர்தான் அது. அவன்ர இந்த நாறிப்போன பகிடிக்குச் சிரிக்காவிட்டால் கூழ்ப் பானைக்க தலைய விட்டுருவான்போல இருந்ததால எல்லாரும் கஸ்ரப்பட்டுச் சிரிச்சாங்கள். சத்தியநாதனும் அப்பிடித்தான் ஒரு சிரிப்புச் சிரிச்சுக்கொண்டு குளிக்கப்போனான்.

குளிச்சு முடிஞ்சு வெள்ளையும் சொள்ளையுமாக வெளிய வந்த சத்தியநாதனிட்ட “நீங்களென்ன எடுப்பியள் வோட்காவோ? விஸ்கியோ?” கேட்டான் அங்க தனியாக வந்திருந்த மனோரஞ்சன். அவனுக்கும் ஒரு காலத்தில மனிசி பிள்ளையள் எல்லாம் இருந்ததுதான். ஆனாலிப்ப அவனுக்கு எல்லாமே விஸ்கியும், வோட்காவும் தான். எதெல்லாமும் பிரிஞ்சுபோனாலும் வோட்காவும் விஸ்கியும் அவனைவிட்டுப் பிரியாது.

“நான் வைன் அல்லது பியர் தான். இல்லாட்டியும் பரவாயில்ல கட்டாயம் வேணுமெண்டில்ல” எண்டு நெளிஞ்சான் சத்தியநாதன்.

“ஏன் நோத்தில வோட்கா விஸ்கி கூட இல்லையே?” கேட்டவாறே எழுந்துபோய் பியர் ரின்னை எடுத்துவந்து நீட்டினான் மனோரஞ்சன்.

“அப்ப எங்களயெல்லாம் கட்டாயக் குடிகாரர் எண்டு நினைச்சிட்டிங்க போல” எண்டான் களனித் தண்ணிக்க வாய்வைச்ச மாடு மாதிரி மடக்கு மடக்கெண்டு நாலைஞ்சு பெக்கை அடிச்சுப்போட்டு நிண்ட பாசிலன். இவங்கட விசர்க் கதையளக் கேட்க ஏன்தான் சத்தியநாதனை இங்க கூட்டிக்கொண்டு வந்தன் எண்டிருந்திச்சு எனக்கு.

“சீச்சி... நான் அப்பிடியொண்டும் நினைக்கயில்ல” எண்டு மீண்டும் சத்தியநாதன் நெளிய, கதையை மாத்த நினைச்ச நான் “என்னடாப்பா முகமெல்லாம் காய்ஞ்சு வாடிப்போயிருக்கிற ஏதும் பிரச்சனையே?” எண்டு பாசிலனைப் பார்த்துக் கேட்டன்.

“பின்ன என்னடாப்பா இந்த நாட்டிலயிருந்தால் என்னதான் வாடாது. இதுவுமொரு நாடே? மனுஷர் இங்க நிம்மதியா வாழ முடியுமே?” எண்டு கடுமையாய்ப் பாய்ஞ்சான் அவன்.

“ஏன்ராப்பா என்ன நடந்தது?” நானும் விடாமல் பிடிங்கினன்.

“அட முந்தநாள் லண்டன்ல இருந்து வரயிக்க ஆறு போத்தில் கொண்டுவந்தனான் மச்சான். தொள்லில வைச்சு முழுப் போத்திலையும் பறிச்சுப்போட்டு பைன் வேற அடிச்சுப் போட்டாங்கடா. சரி, பைன் அடிச்ச கள்ள நாயால் போத்திலையாவது தந்திருக்கலாந்தானே. எனக்கு வந்த ஆத்திரத்துக்கு எல்லாத்தையும் அடிச்சு உடைக்கவேணும் போலதான் இருந்திச்சு” எண்டவன் உதட்டைக் கடிச்சுக் கடுங்கோபத்தைக் காட்டினான்.

“சரியாச் சொன்ன மச்சான், இந்த நாட்டில நிம்மதியா வாழுறதெண்டால் முதல்ல இந்த ஸ்கத்தக் கொந்தோரை அடிச்சு உடைக்கவேணுமடா. கட்டின வரி காணாதெண்டு இந்த வருசம் எனக்கு இன்னும் ஆறாயிரம் குரோணர் திருப்பிக் கட்டச் சொல்லியல்லே வந்திருக்குது” எண்டு பாய்ஞ்ச சுருட்டைக் கோபாலு பாசிலனுக்குப் பக்கப்பாட்டுப் பாடினான்.

இவங்களின்ர கதைகளைக் கேட்டுக்கொண்டிருந்த சத்தியநாதன் என்னை ஒரு பரிதாபப் பார்வை பார்த்ததுமே, நான் மெல்ல எழும்பி வெளியே போனன். அவனும் பின்னாலயே வந்தான். நானொரு சிகரெட்டை எடுத்துப் பத்தவைச்சன். ஒரு கெட்ட

பழக்கம் இன்னொரு கெட்ட பழக்கத்தையும் கூட்டிக்கொண்டு வந்திடும் எண்டது உண்மைதான். தண்ணியடிச்சால் மட்டுந்தான் எனக்கிந்தச் சிகரெட்டும் தேவைப்படுறது.

“என்னடா கேசவா, என்னெண்டடா நீ இவங்களோட காலந்தள்ளுற?” ஆச்சரியத்தோட கேட்டான் சத்தியநாதன்.

“அட மச்சான் இதுக்கெல்லாம் பக்குவப்படவேணுமடா. இதென்ன, இதவிட இரவுக்குப் பாரன் இன்னும் இருக்கு. சப்பாத்துத் தேஞ்சுபோயிரும் எண்டானே அவன் மகா கஞ்சனடா, குறுன்லாண்ட ஸ்ரேசனுக்க சுத்திக்கொண்டு நிப்பானடா யாரும் தெரிஞ்ச ஆக்களைக் கண்டால் கொஞ்சம் பொறுங்கோ இந்தா வாறனெண்டு சொல்லி அதுகளின்ர பஸ் கார்ட்டைப் பிடிங்கிக்கொண்டு மூண்டாவது ஸ்ரேசன் தள்ளியிருக்கிற எலக்றிக் கடையில ஓசிக் கோப்பி குடிக்கிறதுக்கு ஓடியிருவான்ரா. ஆனால் காசுக்கு மேல காசு வைச்சிருக்கிறான். மற்றவன் இருக்கிறானே வருமானவரித்துறையை உடைக்கவேணும் எண்டவன், அவன்ர மனிசி வந்த காலத்திலயிருந்தே வேலைக்குப் போனதில்ல, அவவின்ர வருமானத்தையே மற்றவை கட்டுற வருமான வரியில இருந்துதான் அரசாங்கம் குடுக்குதெண்டதையே அவன் மறந்துபோய்க் கதைக்கிறான்” எண்டு நான் சொன்னதையும் கேட்டுத் தலை விறைச்சுப்போய் நிண்டான் சத்தியநாதன்.

இரவு குடும்பக் கதைகளோட ஊறிப்போன பொம்பிளையல் பிட்டு அவிக்க ஆயத்தமானதுமே, உற்சாகபானத்தில் ஊறிப்போன ஆம்பிளைகளின்ர பாட்டுக் கச்சேரியும் ஆரம்பமாச்சுது. எல்லாருமே ரீ.எம்.எஸ். ஆகவும், எஸ்.பி.பி. ஆகவும் மாறிப்போக காடு களைகட்டியது. “நல்ல காலம் இந்தப் பாட்டுகளப் பாடின ரெண்டுபேருமே இண்டைக்கு உயிரோட இல்ல” எண்டு சத்தியநாதன் என்ர காதுக்க கிசுகிசுத்தான்.

“என்ன ஐசே அப்பயிருந்தே ஒரு பியரையே வைச்சுச் சூப்பிக்கொண்டு இருக்கிறீர் எங்கள மாதிரிப் பெரிசில அடியுமன்” சத்தியநாதனைப் பார்த்துச் சொன்னபடியே கையில வைச்சிருந்த வோட்கா கிளாசுக்குள்ள கொக்கோகோலாவை விட்டு நிரப்பினான் பாசிலன்.

“அடேய்... அடேய்... வோட்காவுக்க கோலாவைக் கலந்துதான் குடிக்கிறதெண்டால் இதை வோட்கா கொம்பனிக்காரனே செய்து வித்திருப்பானேடா. இப்பிடிப் பச்சையா அடிக்கவேணுமடா” எண்டபடியே அரைக் கிளாஸ் வோட்காவை றாவாக அடிச்சான் சுருட்டைக் கோபாலு.

“அட, அப்ப நீ இறைச்சிக் கடையிலபோய் இறைச்சி வாங்கினால் பச்சையாவே சாப்பிடுறனி? வீட்ட கொண்டு வந்து உப்புத் தூள், புளி போட்டுச் சமைக்கிறதில்லையே?” கேலிச் சிரிப்போடு கேட்ட பாசிலனுக்கு,

“அடேய் அதுவேற இதுவேற, நீ சும்மா விசர்க்கதை கதையாத” எண்டு மழுப்பிக்கொண்டு போனான் சுருட்டைக் கோபாலு.

நான் குசினிக்குள்ள போய் பிட்டும் கோழிக்கறியும் எடுத்துக் கொண்டுவந்து சத்தியநாதனுக்கு குடுத்ததைப் பார்த்த லோகு “ஏன் தண்ணியடிக்க முன்னமே அண்ணைக்குச் சாப்பாட்டைக் குடுக்கிறீங்க?” எண்டு கேட்டான்.

“இரவில ஒன்பது மணிக்குப்பிறகு அவன் சாப்பிடமாட்டான், அதுதான் குடுத்தனான்” எண்டு நான் சொன்னது எல்லாருக்கும் உள்ளுக்க கடுப்பை ஏத்தியிருந்தாலும் ஒருத்தனும் வெளியில காட்டிக்கொள்ளயில்ல.

சத்தியநாதன் சாப்பிட்டு முடிஞ்சதும் நான் சிகரெட்டை எடுத்துக்கொண்டு வெளியபோக அவனும் பின்னாலயே வந்தான். இங்க வந்த நேரந்தொட்டே ரெலிபோனும் கையுமா மூலை முடுக்கெல்லாம் குந்திக் குந்தி எழும்பிக்கொண்டிருந்த தனியாளா வந்திருந்த மனோரஞ்சன் போனில குசுகுசுத்தபடியே நிண்டான். எனக்கொரு சந்தேகம் வர எட்டிப்பார்த்தன் வாட்சப் ஸ்கிரீனில வடிவானவொரு பெட்டையின்ர முகம் தெரிஞ்சுது. எங்களைக் கண்டதும் “ஓக்கே செல்லம் பிறகு கதைக்கிறன் பாய் பாய்” எண்டு சொல்லிப் போனைக் கட் பண்ணிப்போட்டு சிகரெட்டை எடுத்து மூட்டினான்.

“யாரடாப்பா அது, செல்லம் செல்லமெண்டு கொஞ்சுற?” எண்டு கேட்டன்.

“அடேயப்பா, நீங்க எல்லாரும் நினைச்சிட்டியள் போல சாகும்வரையும் நான் தனியாளாத்தான் இருப்பனெண்டு, பார் மூண்டு மாசத்தில வந்து இறங்கப்போறாள் என்ர செல்லம்” எண்டவாறே என்னை யாரெண்டு நினைச்சியள் எண்டதுபோல நெஞ்சை நிமிர்த்தினான்.

“அட, பிறகென்ன நல்லதுதானே. வாழ்த்துக்களடாப்பா” எண்டேன்.

“உஷ்… இங்க ஒருத்தனுக்கும் கதைய விட்டுறாத, எல்லாமே கேட்ட சாமானுகள் பொறாமையில குழப்பிப்போடுவாங்கள்” எண்டானவன்.

“என்னடாப்பா ஆள் சின்னப் பெட்டையாட்டம் இருக்கு?” நானும் கதையை விட்டுப் பார்த்தன்.

“பின்ன, நான் வெளிநாட்டு மாப்பிளையல்லே” எண்டவன் கொலரைத் தூக்கிவிட்டான்.

அந்த நேரம்பார்த்து போனைத் தூக்கிக்கொண்டு ஓடிவந்த கனகுவைக் கண்டதுமே வாயை மூடிக்கொண்டு உள்ளே ஓடினான் மனோரஞ்சன். வெளிய கிடந்த மரக்குத்தி ஒண்டில குந்தின கனகு போன் ஸ்கிரீனை தட்டித் தட்டி உற்று உற்றுப் பார்த்தபடியே இருந்தான்.

“என்ன அண்ணே போனில செய்தி ஏதும் பார்க்கிறீங்களே?” கேட்டபடியே அவனுக்குக் கிட்டவாப்போனான் சத்தியநாதன்.

“சீச்சி… ஊரில இருக்கிற வீட்டைப் பார்க்கிறன்?” எண்டான் கனகு.

“என்னது! ஊரில இருக்கிற வீட்டை இங்கயிருந்துகொண்டே வாச் பண்றீங்களா?” கேட்டான் சத்தியநாதன்.

“பின்னயென்ன இவ்வளவு காசைக்கொட்டி வீட்டைக் கட்டிப் போட்டு சும்மாயிருக்க முடியுமே? அங்க ஒரே கள்ளரப்பா, போன கிழமைகூட ஒருத்தன் மதிலால குதிச்சு வளவுக்க விழுந்துகிடந்த தேங்காயக் களவெடுத்துக்கொண்டு போயிற்றான், இங்க கமராவில படமெல்லாம் வைச்சிருக்கிறன் வாற மாசம்

ஊருக்குப்போய்தான் ஆளுக்கு இருக்கு விளையாட்டு" உதட்டைக் கடித்தபடி மண்டையை ஆட்டினான் கனகு.

அதைக் கேட்ட சத்தியநாதன் வாயைப் பிளந்தபடியே நிற்க, "அப்ப வீடில்லாத சனங்கள் ஆரையாவது அந்த வீட்டில இருத்தலாம் தானே" எண்டேன் நான்.

"சாச்ச... வீட்டைப் பழுதாக்கிப்போடுங்கள். அதவிட இருத்திப்போட்டு பிறகு எழுப்பிறதெல்லாம் சில்லெடுத்த வேலை" எண்டவாறே எழுந்து வீட்டுக்குள் புகுந்துகொண்டானவன்.

"என்னடா மச்சான் ஒரு தேங்காய்க்குக்கூட வழியில்லாதவன் தானே அதைக் களவெடுத்திருப்பான் எண்டுகூட நினைக்காமல் ஊருக்குப்போய் அவனுக்கு ஏதோ செய்யப்போறானாம். இவனெல்லாம் என்ன பிறவியடா?" கேட்டான் சத்தியநாதன்.

"ம்... இவங்கள் இப்பிடித்தான்டா, சரி அத விட்டிற்று வா உள்ள போவம்" எண்டு அவனை இழுத்துக்கொண்டு உள்ள போனன். அங்க அரசியல் கதைகள் களைகட்டிக்கொண்டிருந்திச்சு.

"உக்ரைனுக்கு அடி காணாது, பூட்டின் இன்னும் நல்லாக் குடுக்கவேணும்" எண்டான் பாசிலன்.

"ஓ... எங்கட நாட்டில வந்து குண்டு போட்டவங்கள் எல்லே. அவங்கட நாட்டைத் தரைமட்டம் ஆக்கவேணும்" எண்டான் லோகு.

"உக்ரைனில மட்டுமில்ல, ரஷ்யன் நோர்வேயிலையும் கொண்டுவந்து குண்டுகளைக் கொட்டவேணும். இவங்களும் சேர்ந்துதானே எங்கள அழிச்சவங்கள்" எண்டான் நல்ல கணகணப்பாய் நிண்ட கனகு.

"எடேய் இந்தப் பூட்டினிட்ட முதல்ல அமெரிக்காவுக்கு அணுகுண்டை அடிக்கச் சொல்லவேணுமடா, அவங்கதான் எல்லாத்துக்கும் கால்" எண்டான் ரஷ்யன் வோட்காவை றாவா அடிச்சுப்போட்டு நிண்ட சுருட்டைக் கோபாலு.

சத்தியநாதன் அதிர்ச்சியோடு என்னைப் பார்த்தான். நான் பரிதாபத்தோடு அவனைப் பார்த்தன். இப்படியே இரவு

பன்னிரண்டைத் தாண்டியும் கதைகள் களை கட்டியது. அதுக்குப்பிறகு சாப்பிடுறவன் சாப்பிட, சத்தி எடுக்கிறவன் சத்தி எடுக்க, நான் சத்தியநாதனைக் கூட்டிக்கொண்டுபோய் ஒரு அறைக்குள் படுக்கவைக்க முயற்சித்தன். ஆனால் அங்கயிருந்த எவனுமே அதுக்குச் சம்மதிக்கயில்ல. "நாங்க ஆம்பிளைகள் எல்லாருமே இந்தக் ஹாலுக்கையே பம்பலாக் கதைச்சுக்கொண்டு படுப்பம்" எண்டு அடம்பிடிச்சாங்கள்.

பொம்பிளைகளும், பிள்ளைகளும் மேல் அறைகளில படுத்துக்கொள்ள, நான் ரெண்டு மெத்தைகளைக் கொண்டுவந்து பக்கம் பக்கமாக போட்டுவிட்டு சந்தியநாதனையும் படுக்கச் சொல்லி நானும் அருகில படுத்துக்கொண்டன். மனோரஞ்சன் ஓங்காளித்தபடி கனநேரமாக டொய்லெட்டுக்கையே படுத்திருக்க, "அவனுக்கொரு போர்வையைக் கொண்டேக் குடுங்கடா அவன் அதுக்கையே படுக்கட்டும்" எண்டு சுருட்டைக் கோபாலு சொன்னதைக் கேட்டுச் சிரித்தபடியே, பின் கதவு முன் கதவு எல்லாமே வடிவாப் பூட்டியிருக்கா எண்டு செக்பண்ணிக்கொண்டு வந்த லோகு யன்னலால் வெளியே எட்டிப் பார்த்துவிட்டு, "இடம் பயங்கரக் காடா இருக்கு, கள்ளன்கள் யாரும் வந்தாலும் வந்திருவாங்கள் எதுக்கும் ஆகிதம் ஏதாவது இருந்தா எடுத்துத் தலைமாட்டில வைச்சுக்கொண்டு படுங்கோ" எண்டான்.

"ஆகிதம்" எண்ட வார்த்தையைக் கேட்டதுமே சட்டெண்டு தலையைத் தூக்கிய சத்தியநாதன் லோகுவைத் திகைப்போட உற்றுப் பார்த்தான். குடைபோல விரிந்திருந்த காதில் செருகியிருந்த குறைச் சிகரெட்டை எடுத்து மேசையில் வைத்துவிட்டு லோகு வந்து ஷோபாவில் படுத்துக்கொள்ள, வைத்த கண் வாங்காமல் மிரட்சியோடு அவனையே பார்த்தபடி படுத்திருந்த சத்தியநாதனைப் பார்த்தபோதும், போதை மயக்கத்திலும் தூக்கக் களைப்பிலும் எனக்கு எதுவுமே புலப்படயில்ல. படுத்த கொஞ்ச நேரத்துக்குள்ளயே நான் நித்திரையாகிப்போனன்.

சாமம் ரெண்டு மணியிருக்கும் என்ர முதுகில யாரோ சுரண்டின மாதிரி இருந்துச்சு. கண் முளிச்சும் கனவாக இருக்குமெண்டு நினைச்சுக்கொண்டு திரும்பாமலேயே படுத்திருந்தன். திரும்பவும் அதே சுரண்டல். சட்டெண்டு திரும்பிப் பார்த்தன் முளிசியபடியே படுத்திருந்தான் சத்தியநாதன்.

“என்னடா மச்சான் நித்திரை கொள்ளயில்லையே?” எண்டு கேட்டதுக்கு பதில் ஒண்டும் சொல்லாமல் ஆட்காட்டி விரலாலும் பெருவிரலாலும் மூக்கைப் பொத்தியபடி முளிசினான்.

“என்னடா மச்சான்! என்ன நடந்தது? நித்திரை வரயில்லயே?” எண்டேன்.

“மணக்குதடா, மூளை மணக்குது. என்னால தாங்க முடியல்ல” எண்டு முனகினான். சட்டெண்டு எழுந்து குந்தின எனக்கு நித்திரையும் முறிஞ்சு வெறியும் முறிஞ்சு போச்சு.

“என்னால இங்க படுக்க ஏலாது, வெளிக்கிடு போவம்” எண்டான். எல்லாரும் குறட்டை விட்டுக்கொண்டு கிடந்தாங்கள், எனக்கெண்டால் என்ன செய்யிறதெண்டே தெரியயில்ல. சொல்லாமற் கொள்ளாமல் உடன வெளிக்கிட்டுப் போகவும் முடியாது. மனிசி வேற மேல படுத்திருந்தாள். சத்தியநாதனை மெல்ல எழுப்பிக்கொண்டு குசினிக்குள் போனேன். அவன் மூக்கைப் பொத்திப் பிடித்த பிடியை விடவேயில்ல. நெஞ்சு விரிய வாயாலயே மூச்சு விட்டான். தேத்தண்ணி வைச்சுக் குடுத்தன், தேத்தண்ணிக் கப்பை மூக்குக்கு கிட்டக் கொண்டுபோனவன் “சைக் நாறுதடா” எண்டபடி சடக்கெண்டு கீழே வைத்துவிட்டு, “வெளிக்கிடடா போவம்... வெளிக்கிடடா போவம்” எண்டபடியே இருந்தான். ஒரு மாதிரியாக ஆறு மணி வரையும் அவனை வைச்சுச் சமாளிச்சுக்கொண்டிருக்க பொம்பிளைகள் இறங்கிக் கீழ வந்திச்சினம்.

“நான் நினைச்சன் சத்தியநாதனுக்கு இரவு பத்து மணிக்குத்தான் பிளைட் எண்டு, ஆனா இப்பயவன் காலமை பத்து மணிக்கெண்டு சொல்லுறான். அதனால நாங்க இப்பவே வெளிக்கிடப்போறம்” எண்டு அவைக்கொரு பொய்யைச் சொல்லிப்போட்டு மனிசியையும், சத்தியநாதனையும் கூட்டிக்கொண்டு அரக்கப் பரக்க வீட்டுக்கு வந்து சேர்ந்தன். வீட்ட வந்த பிறகுதான் சத்தியநாதன் மூக்கிலயிருந்து கையை எடுத்தான். ஆனால் இப்ப அவன் ஒரு பிரச்சனையும் இல்லாமல் வட நோர்வே நோக்கிப் பிளைட்ல பறந்துகொண்டிருக்கிறான்.

⊙

# மாவீரர் யாரோ என்றால்

**கா**ர்த்திகை இருபத்தி ஏழு. வேலையிலிருந்து அரை நாள் விடுமுறை எடுத்துக் கொண்டு அரக்கப் பரக்க வீட்டிற்கு வந்து குளித்து உடைகளை மாற்றிக் கொண்டு மாவீரர் தினவிழா நடக்கும் மண்டபத்தை நோக்கி காரில் பறந்துகொண்டிருந்தேன். என் மனத்திரையில் மாவீரர்கள் ஆகிவிட்ட உறவுகளினதும் நண்பர்களினதும் தெரிந்தவர்களினதும் முகங்களே படங்களாய் ஓடிக்கொண்டிருந்தன. என் முழு உடலாலும் தாங்க முடியாத பாறாங்கல்லாய் கனத்துப் போனது இதயம். நீண்டதொரு பெருமூச்சு என்னிடமிருந்து வெளியேறிக் கொண்டபோது நான் மண்டபத்தை அடைந்திருந்தேன்.

மாவீரர்களின் நினைவுகளால் சூடேறியிருந்த என் உடலை வெளியே அடித்துக் கொண்டிருந்த சினோவும், கடும் குளிரும் தாக்கியதாக நான் உணரவில்லை. காரை நிறுத்தத்தில் நிறுத்திவிட்டு மண்டபத்தை நோக்கி நடந்துகொண்டிருந்தேன். மண்டப வாசலை அன்மித்துக் கொண்டிருந்தபோது கார் ஒன்று வந்து வயோதிபத் தம்பதியினை இறக்கிவிட்டு குளிரில் உறைந்த காற்றைக் கிழித்துக்கொண்டு வேகமாக பறந்து சென்றது. ஆனால், அந்த வயதான இருவரும் ஒருவர் கையை ஒருவர் பிடித்தபடி ஓர் அடிகூட நகரமுடியாமல் பனியில் உறைந்த தரையை பயத்துடன் பார்த்தபடி அப்படியே நின்றனர்.

அவர்களைக் கண்டும், காணாதவர்களைப் போல் என்னால் கடந்துசெல்ல முடியவில்லை.

“என்ன ஐயா உதவி ஏதாவது தேவையே?” கேட்டபடியே அவர்களை நெருங்கினேன்.

“ஓம் தம்பி நான் நடப்பன். ஆனா இவதான் பயப்பிடுறா ஒரு கை பிடிச்சா கொஞ்சம் உதவியா இருக்கும்” என்றார், அந்த அய்யா கெஞ்சலான தொனியில்.

“அம்மா ஒண்டுக்கும் பயப்பிடாம இந்தப் பையைத் தாங்கோ” என்று கேட்டுக் கைப்பையை வாங்கிக் கொண்ட நான் அந்த அம்மாவின் ஒரு கையைப் பிடிக்க, அய்யாவும் மறு கையைப் பிடிக்க மெல்ல மெல்ல அப்போதுதான் நடைபழகும் ஒரு குழந்தையைப் போல் தத்தித் தத்தி மண்டபத்தின் நுழைவாசல் வரை வந்து சேர்ந்தார் அந்தத் தாய்.

நான் அவரது கைப்பையை அவரிடம் நீட்டியபோது என் புறங்கையில் வீழ்ந்த சூடான ஒரு துளி நீர் என்னை அவரது முகத்தை உற்று நோக்க வைத்தது. அத் தாயின் குழிவிழுந்த கண்களில் இருந்து சுருக்கங்கள் நிறைந்த கன்னங்களில் நீர்க் கோடுகள் நீண்டு இறங்கிக் கொண்டிருந்தன. எந்த வார்த்தைகளும் இன்றி பார்வையாலேயே இருவரும் எனக்கு நன்றியைத் தெரிவித்துக்கொண்டதை உணர்ந்த மறுகணமே இவர்களுக்கு இன்னும் உதவ வேண்டுமென மனம் உந்தியது.

“வாங்கோ உள்ளே போவோம்” இருவரது கைகளையும் பிடித்தபடி மண்டபத்தின் உள்நோக்கி நடக்கலானேன். நுழைவாசலின் இடது பக்கத்திலிருந்து வீசிய கொத்துரொட்டி வாசத்தை மேப்பம்பிடித்து என்னையும் அறியாமல் தலை இடது பக்கம் திரும்பியது.

“தமிழீழ உணவகம்” என்று பெரியதொரு அறிவித்தல் அங்கே தொங்கியது.

பசித்துக் கிடந்த எனது வயிற்றை “முதலில் இங்கே வா” என்று அழைப்பது போலிருந்தது அந்த வாசகமும், வாசமும்.

உணவகத்தின் உள்ளே கறுப்பு யீன்சும் வெள்ளை சேட்டும் போட்ட சிலர் சுறுசுறுப்பாக இயங்கிக் கொண்டிருந்தார்கள் வியாபாரத்தில். அவர்களைக் கடந்து உள்ளே செல்கையில் வாசலின் இரு மருங்கிலும் மஞ்சள் சேலைகளுடன் நின்ற

சில பெண்கள் பூக்களும், மொழுகுவர்த்தியும் தந்து உள்ளே அனுப்பிவைத்தார்கள். மக்களால் மண்டபம் நிறைந்திருந்தது. அங்கே வைக்கப்பட்டிருந்த மாவீரர்களின் படங்களின் முன் மலர்தூவி அகவணக்கம் செலுத்துவதற்காக மக்கள் நீண்ட வரிசையில் காத்து நின்றார்கள்.

"அம்மா நீங்களும் இந்த வரிசையில் நிற்கப் போறியளே? அல்லது அங்க போய்க் கதிரையில இருக்கப் போறியளே?" என்று கேட்டேன்.

"இல்லத் தம்பி இத முடிச்சிற்று பிறகு போய் இருக்கலாம் தானே" என்றார் அய்யா.

இருவரையும் அழைத்துக் கொண்டுபோய் வரிசையில் நிறுத்திவிட்டு நானும் அருகில் நின்று கொண்டேன். அம்மாவின் கையிலிருந்த மூன்றாவது கால் நடுங்கிக் கொண்டிருந்தது.

அதனைக் கவனித்துக் கொண்ட எனக்கு அவர்களைப் பார்க்க மிகவும் பரிதாபமாகவிருந்தது. அப்போது வெள்ளைச் சேட்டும், கறுப்பு ஜீன்சும் போட்ட ஒருவர் வந்து வரிசையைப் பார்த்து,

"இங்கு மாவீரர் குடும்பத்தை சேர்ந்தவர்கள் யாராவது இருக்கின்றீர்களா? இருந்தால் முன்னுக்கு வாங்கோ வரிசையில நிக்கத் தேவையில்லை" என்று கூவினார்.

உடனே கையை உயர்த்திக் காட்டிய அய்யா "தம்பி நீங்களும் வாங்கோ" என்று என்னையும் அழைத்தபடி வரிசையிலிருந்து விலகி மாவீரர் படங்கள் வைத்திருந்த பகுதியை நோக்கி முன்னேறத் தயாரானார். நானும் தள்ளாடிய அம்மாவை அனைத்துப் பிடித்தபடி அய்யாவின் பின்னால் நகர்ந்தேன்.

அங்கே பல மாவீரர்களது படங்கள் வரிசையாக வைக்கப்பட்டு பூக்கள் தூவப்பட்டிருந்தன. அய்யாவினதும் அம்மாவினதும் கண்கள் அங்கிருந்த மாவீரர்களது படங்களுக்குள் தங்கள் பிள்ளையினைத் தேடுவதை என்னால் உணரமுடிந்தது.

ஒரு பெண் மாவீரரின் படத்தின் அருகே சென்றதும் அதன் முன் பூக்களை வைத்துவிட்டு படத்தை தொட்டுக் கும்பிட்டுக்

கொண்டார் அய்யா. அவர் பின்னால் சென்று கொண்டிருந்த அம்மா அந்தப் படத்தை உற்றுப் பார்த்துவிட்டு,

"ஐயோ என்ர குஞ்சு...! ஐயோ என்ர குஞ்சு...!"

என்று முனுமுனுத்தபடி கண்கள் இரண்டும் நீர் சொரிய படத்தைப் பார்த்துக் கும்பிட்டபடியே சிறிது நேரம் அந்த இடத்தைவிட்டு அகலாது நின்றுகொண்டார். நகர்ந்து கொண்டிருந்த வரிசை ஸ்தம்பித்துப் போனது. இதனைக் கவனித்த அய்யா உடனேயே "சரி வா... வா..." என்றபடி அம்மாவின் கையைப் பிடித்து இழுத்தார். அவரது கண்களும் கசிந்து சிகப்பாய் இருந்தன. பின்னால் நின்ற நானும் அம்மாவின் தோளணைத்து முன்னோக்கி நகர்த்தினேன். அவர் "என்ர குஞ்சு... என்ர குஞ்சு..." என வாய்க்குள் முனுமுனுத்தபடியே அடிமேல் அடிவைத்து மெல்ல மெல்ல நகர்ந்து கொண்டிருந்தார்.

*"கல்லறைகள் விடை திறக்கும்*
*அங்கு மெல்லிய காற்றது இருக்கும்*
*பாலினைச் சொரிந்திடும் நிலவு*
*ஒரு பாடலை எழுதிடும் இரவு..."*

என்ற பாடல் மண்டபத்தினுள் ஒலித்துக் கொண்டிருக்க மக்கள் மாவீரர்களுக்கு அமைதியாக அகவணக்கம் செலுத்திக் கொண்டிருந்தார்கள். அந்த முதியவர்கள் இருவரையும் அழைத்துக்கொண்டுபோய் இருக்கையில் அமர்த்திவிட்டு நானும் பக்கத்தில் அமர்ந்துகொண்டேன். எனது கையைப் பற்றிப் பிடித்துக்கொண்ட அய்யா "தம்பி உங்களுக்கு எங்கட மகனத் தெரியுமே?" என்று கேட்டார்.

"இல்லயையா... வெளிய கார் ஒண்டு வந்து உங்கள இறக்கி விட்டுப் போனதக் கண்டனான் தான் ஆனால், அது யாரெண்டு கவனிக்கயில்ல."

"அடட அப்பிடியே! நான் நினைச்சன் எங்கட மகனை உங்களுக்குத் தெரியுமாக்குமெண்டு."

"ஏனையா இண்டைக்கு மகனுக்கு லீவு கிடைக்கயில்லயே? உங்களை இறக்கிவிட்டிற்று அவசரமா ஓடுறார்."

“அவருக்கு இண்டைக்கு லீவு தான் தம்பி. ஆனா…”

“ஆனா” என்று இழுத்தவர் அம்மாவைத் திரும்பிப் பார்த்தபடியே மௌனமாகிவிட்டார். எங்கட சம்பாசனையைச் செவிமடுத்துக் கொண்டிருந்த அம்மா மெல்ல என் காதுக்குள் சொன்னார்.

“இப்ப ரெண்டு மூண்டு வருசமா அவன் இங்க வாறயில்லத் தம்பி” என்று.

“ஏன்?” என்ற கேள்வியை அவர்களிடம் கேட்பதா? விடுவதா? என்ற குழப்பத்துடன் நானும் சிறிது நேரம் மௌனமாகிவிட்டேன். எனது குழப்பத்தை அகக்கண்ணால் அறிந்து கொண்டவராய்,

“இல்லத் தம்பி அவன், தலைவர் வீரமரணம் அடைந்துவிட்டதா நம்புறான். அதனால தலைவற்ற படம் வைச்சுத் தலைவருக்கு வீரவணக்கம் செலுத்தாத இடத்துக்கு தான் வரமாட்டானாம் எண்டு சொல்லுறான். அதுக்கு நாங்களென்ன செய்யிறது. ஒவ்வொருத்தனும் ஒவ்வொரு அரசியலும், ஒவ்வொரு கொள்கையுமா அலையிறாங்கள். எல்லாம் அவனுக்குத்தான் வெளிச்சம்” என கைகளை விரித்தபடி அண்ணார்ந்து பார்த்துக் கொண்டார் அய்யா.

“ஓம் அய்யா… அனேகமா எல்லோருக்கும் இந்த யதார்த்தம் புரியுது. ஆனா இந்த கேவலங்கெட்ட அரசியல் தான் ஒருத்தருக்கும் புரியமாட்டனென்குது. அது சரி அய்யா நீங்கள் வணக்கம் செலுத்திய அந்தப் படத்தில உள்ள பெண் போராளி யார் உங்கட மகளே?”

“ஓம் தம்பி அவதான் எங்கட கடைசி மகள்” என்றபடி பெருமூச்சொன்றை இழுத்துவிட்டார்.

அவர்கள் இருவரும் மிகவும் களைப்பாக இருப்பதாக எனக்கு தோன்றவே அவர்களைப் பார்த்துக் கேட்டேன்.

“இந்தக் குளிருக்கு சூடா ஏதாவது குடிச்சா நல்லா இருக்கும் ரெண்டு ரீ வேண்டிக் கொண்டு வரட்டே” என்று.

“இல்லத் தம்பி கடும் சண்டையலுக்க காடு கரப்பை எண்டு எங்களுக்காகப் பட்டினி கிடந்து சண்டைபிடிச்சுச் செத்த இந்த

மாவீரக் குஞ்சுகளுக்காக இந்த மாவீரர் நாளில நாங்களும் பட்டினிகிடந்து விரதம் பிடிக்கிறனாங்கள். இண்டைக்கு நாங்கள் ஒண்டுமே சாப்பிடமாட்டம் வேணாம் ராசா" என்றார் அம்மா.

அப்போது நான் அறிந்த சில போராளிகளின் ஞாபகங்கள் எனக்குள் ஒரு மின்னலாய் வந்துபோனது.

"இப்போது மாவீரர் தினப் பாடல் ஒலிக்கவிருக்கின்றது எல்லோரும் எழுந்து நின்று பாடலைச் சேர்ந்து பாடி மாவீரர்களை நினைவேந்திக் கொள்ளுமாறு கேட்டுக் கொள்கின்றோம்" என ஒலிபெருக்கி அறிவித்ததும் எல்லோரும் எழுந்து நிற்க பாடல் ஆரம்பமாகியது.

*"மொழியாகி எங்கள்*
*மூச்சாகி நாளை*
*முடிசூடும் தமிழ் மீது உறுதி...*

*வழிகாட்டி எம்மை*
*உருவாக்கும் தலைவன்*
*வரலாறு மீதிலும் உறுதி...*

*விழிமூடி இங்கே*
*துயில்கின்ற வேங்கை*
*வீரர்கள் மீதிலும் உறுதி...*

*இழிதாக வாழோம்*
*தமிழீழப் போரில்*
*இனிமேலும் ஓயோம் உறுதி..."*

பாடல் தொடர்ந்த வண்ணமிருக்க பக்கத்தில் நின்ற அம்மா தான் வைத்திருந்த பையினுள் கையைவிட்டுத் துளாவி எதையோ தேடிக்கொண்டிருந்தார்.

"என்னம்மா தேடுறியள்?"

என நான் கேட்க நினைத்தபோதே அம்மா தேடியதை கையில் எடுத்துக் கொண்டார். எடுத்ததும், உடனேயே அதனைத் தன் மார்போடு அணைத்துக் கொண்டு கண்களைமூட மூடிய

கண்மடல்கள் பிதுக்கித் தள்ளிய நீர்த்துளிகள் மீண்டும் கன்னங்களில் கோடுகளை வரைந்தன.

இதனைக் கவனித்துக் கொண்ட அய்யாவும் கண்களை இறுக மூடியவாறே கும்பிட்டபடி விறைப்பாக நின்றுகொண்டார்.

*"தாயகக் கனவுடன்*
*சாவினைத் தழுவிய சந்தனப் பேழைகளே...!*

*தாயகக் கனவுடன்*
*சாவினைத் தழுவிய சந்தனப் பேழைகளே..!*

*இங்கு கூவிடும் எங்களின் குரல்மொழி கேட்குதா... ?*
*குழியினுள் வாழ்பவரே...!"*

பாடல் எல்லோர் மனதையும் உருக்கிக் கொண்டிருந்தது. அம்மா தன் மார்போடு அனைத்து வைத்திருப்பது ஒரு புகைப்படம் என்பதை என்னால் கண்டுகொள்ள முடிந்தது. அனேகமாக அது மாவீரராகிய அவர்களது மகளுடையதாகத்தான் இருக்குமென்று நான் எண்ணிக்கொண்டபோதே அந்தப் புகைப்படத்தை அம்மா மார்பிலிருந்து எடுத்து உற்று நோக்கினார். அப்போது நானும் மெல்ல எட்டிப்பார்த்தேன். அது ஒரு மிடுக்கான தோற்றமுடைய இளைஞனின் படம் சுருட்டை முடியும், தடித்த மீசையுமாய் கறுப்பு வெள்ளைப் படத்தில் மிகவும் அழகாகக் காணப்பட்டான் அந்த இளைஞன். அம்மா படத்தை கண்களில் ஒற்றிக் கொண்டார்.

*"எங்கே எங்கே, ஒரு தரம் விழிகளை இங்கே திறவுங்கள்...!*
*எங்கே எங்கே, ஒரு தரம் விழிகளை இங்கே திறவுங்கள்...!*
*ஒருதரம் உங்களின் திருமுகம் காட்டியே மறுபடி உறங்குங்கள்.*
*ஒருதரம் உங்களின் திருமுகம் காட்டியே மறுபடி உறங்குங்கள்"*

பாடல் தொடர்ந்துகொண்டிருக்க, என்னையும் பல கேள்விகள் தொட்டுத் தொடர்ந்தன.

"யார் இந்த இளைஞன்? இவரும் மாவீரரா? அப்படியானால் ஏன் அங்கே அகவணக்கத்துக்காக படம் வைக்கவில்லை? அல்லது இவர் காணமற்போனோர் பட்டியலில் உள்ளாரா? உயிரோடு இருக்கின்றாரா? இல்லையா? என்று தெரியாததனால்

படம் வைக்கவில்லையா? இந்த அய்யாவுக்கும் அம்மாவுக்கும் இவர் யார்?"

மாவீரர் தினப் பாடல் முடிந்து எல்லோரும் கலங்கிய விழிகளுடனும் கனத்த இதயத்துடனும் இருக்கைகளில் அமர்ந்தார்கள். மெய்மறந்து நின்ற அம்மாவின் தோள்களை மெல்ல அணைத்து இருக்கையில் அமர்த்தினேன்.

அமர்ந்தவர், மீண்டும் அப் படத்தை தனது கைப்பையினுள் வைப்பதற்கு முயற்சித்துக்கொண்டிருக்க நான் அடக்க முடியாதவனாய் கேட்டேன்.

"யாரம்மா இவர்?" என்று அப் புகைப்படத்தை சுட்டிக்காட்டி.

அம்மா ஏதோ சொல்ல எத்தனித்தார் ஆனால் வாயிலிருந்து வார்த்தைகள் எதுவுமே வெளிவரவில்லை. பதிலாக கண்களில் இருந்து கண்ணீர் மட்டுமே நிறைய வந்துகொண்டிருந்தது. எல்லாவற்றையும் கவனித்துக்கொண்டிருந்த அய்யாவே பதிலளித்தார். "இவர் தான் தம்பி எங்கட மூத்தமகன்" என்றவரது குரலிலும் சோகம் அப்பியிருந்தது.

"அப்ப அய்யா இவரும் மாவீரரா?" எனது குரலில் இரக்கம் தொனித்தது.

அய்யா வாய் திறப்பதற்குள், "ஆம்" என்ற குறியீட்டுடன் மேலும் கீழுமாக ஆடிய அம்மாவின் தலையை நான் கவனிக்கத் தவறவில்லை.

"ஓம் தம்பி இவன் மாவீரன் மட்டுமல்ல, மாமேதையுந்தான். சரியான கெட்டிக்காரன். சரியான பாசக்காரன். அதேபோல சரியான கோபக்காரனுந்தான். அந்தக் கோபம் தான் அவனை எங்களிட்டயிருந்து பிரிச்சுப்போட்டுது" என்றார் பெருமூச்சோடு.

"என்னய்யா மாவீரர் எண்டால் இவற்ற படத்தையும் மகளின்ற படத்தோட வைச்சு வணக்கம் செலுத்தியிருக்கலாமே?"

"ஓம், அப்பிடித்தான் செய்திருக்கவேணும். அதுதான் முறை. ஆனால், அது முடியாத காரியம் தம்பி."

“ஏன் முடியாது?” என்ற கேள்வியை புருவம் உயர்த்திய ஒரு பார்வையாலயே நான் கேட்டதை உணர்ந்த அய்யா தொடர்ந்தார்.

“நீ நினைக்கிறதும் சரி தான் தம்பி. அவனும் இந்தத் தமிழீழத்துக்காகத்தான் போராடப் போனவன். அதே, இந்தத் தமிழீழத்துக்காகத்தான் உயிரையும் கொடுத்தவன். ஆனால், இந்த இடத்தில அவன மாவீரன் எண்டு சொல்ல முடியாது தம்பி. ஏனெண்டா அவன் போராடப் போன இயக்கம் வேற” என்ற அய்யாவின் பார்வை லேசாக அம்மாவின் பக்கம் திரும்பியது.

நாட்டுக்காக இரண்டு பிள்ளைகளைக் கொடுத்தும் கடைசியில் எந்தப் பிரயோசனமும் இல்லாமல் போச்சே என்ற ஏக்கமும், துக்கமும் தோய்ந்த முகத்துடன் தலைகவிழ்ந்திருந்தார் அந்தத் தாய்.

“நாங்க அவன ஒரு நேர்மையானவனாய் பெத்துப்போட்டம் தம்பி. சின்ன வயசிலேயே ஊரில யாரு தப்புச் செய்தாலும் நியாயத்தைத் தட்டிக் கேட்பான். சுயநலமா எதுவுமே சிந்திக்க மாட்டான். அவனுக்குத் தெரிஞ்சதெல்லாம் பொதுநலந்தான். நியாயத்துக்காக யாரையும் எதிர்க்கத் துணிந்த ஒரு விறுக்கன் தம்பி அவன். போராட போன இடத்தில சும்மா இருப்பானா? இயக்கத் தலைமையின்ர ஜனநாயகமற்ற எதேச்சதிகார போக்குகளையும், தவறுகளையும் தட்டிக்கேட்க வெளிக்கிட்டு இருக்கிறான். விளைவு, நாங்க மூத்த பிள்ளையை இழந்துபோனம். நம்ம நாடு ஒரு புரட்சிக்காரனை இழந்துபோச்சு” என்று அய்யா மூச்சுவிடாமல் சொல்லி முடித்தபோது அம்மா சீலைத் தலைப்பால் கண்களைத் துடைத்துக் கொண்டிருந்தார்.

அய்யாவின் கதையை கேட்டுக்கொண்டிருந்த என் மனதை எல்லா இயக்கங்களிலும் இருந்து வீரமரணமடைந்த போராளிகளின் நினைவுகள் ஆட்கொண்டன.

“ஆம், அவர்களும் இந்த மண்ணுக்காய் தானே போராடப் புறப்பட்டு, இந்த மண்ணுக்காய் தானே மடிந்தும் போனார்கள். அப்படியாயின் அவர்களும் மாவீரர்கள் தானே? இதனை யார் தான் மறைக்கமுடியும்? எப்படித்தான் மறுக்கமுடியும்?”

எனக்குள் நானே கேள்விகளை விதைத்துக் கொண்டேன். பதில்களும் எனக்குள்ளேயே முளைக்கத் தொடங்கின.

"ஆம். எந்தச் சுயநலன்களும் அற்று மண்ணுக்காகவும் மக்களுக்காகவும் போராடப் புறப்பட்டுச் சிங்கள அரசுகளின் இனவெறிக்கும், இயக்கத் தலைமைகளின் ஆதிக்கவெறிக்கும் இரையாகிப் போன இளைஞர்கள் அனைவரும் மாவீரர்களே...!"

இதனை என் மனம் மீண்டும் மீண்டும் எனக்குள் சொல்லிக் கொள்ள கேள்விகளும் எனக்குள் மீண்டும் மீண்டும் எழுந்தன.

"ஈழப்போராட்ட வரலாற்றின் முதல் தற்கொடைப் போராளி சிவகுமாரன் மாவீரன் இல்லையா?

ஆயுதங்கள் மட்டுமே எமக்கு விடுதலையைப் பெற்றுத்தராது என்ற தொலைநோக்கு பார்வையுடன் சீரான அரசியலை ஆரம்பத்திலிருந்தே வளர்க்கப் பாடுபட்டானே பற்குணம் அவன் மாவீரன் இல்லையா?

புதியபாதை அமைத்து போராடப் புறப்பட்டானே சுந்தரம் அவன் மாவீரன் இல்லையா?

புதியதோர் உலகம் படைத்தானே கேசவன் அவன் மாவீரன் இல்லையா?

காரைநகர் கடற்படை முகாமை தாக்கப்போய் வீரமரணம் அடைந்தாளே ஈழத்தின் முதற் பெண் போராளி சோபா அவள் மாவீரர் பட்டியலில் இல்லையா?

மனோமாஸ்ரர் இல்லையா? சந்ததியார் இல்லையா?

விசுவானந்ததேவா இல்லையா? ஏன், குட்டிமணி, தங்கத்துரை, ஜெகன் இவர்களெல்லாம் மாவீரர்கள் இல்லையா?"

இப்படி இப்படியாக எத்தனையோ மாவீரர்களை மறைத்து வைத்துக்கொண்டு இந்த மாவீரர் தினத்தை கொண்டாடிக் கொண்டிருக்கின்றோமே...!

உயிரோடு இருந்தபோது தான் சிதறிக்கிடந்த எமது போராளிகளை எம்மால் ஒன்றுசேர்க்க முடியவில்லை. மரணத்தின் பின்னாவது

ஒன்றுசேர்த்து அவர்களுக்கு அகவணக்கம் செலுத்த முடியாத ஓர் ஈனமான இனமாகிவிட்டதே எம்மினம் என்று எண்ணிய போது எனக்கு வெட்கமாகவும், அருவெறுப்பாகவும் இருந்தது. தொடர்ந்தும் அங்கே இருக்க பிடிக்காதவனாய் சட்டென்று இருக்கையிலிருந்து எழுந்து கொண்டேன். அய்யாவினதும், அம்மாவினதும் கைகளைப் பற்றி அவர்களிடமிருந்து விடைபெற்றுக்கொண்டு மண்டபத்திலிருந்து வெளியேறி காரை நோக்கி நடக்களானேன். தரையில் உறைந்திருந்த பனிக்கட்டிகள் என் வேகமான காலடிபட்டு நொருங்கும் சத்தம் மட்டுமல்ல, மண்டபத்தினுள் ஒலித்துக்கொண்டிருந்த "மாவீரார் யாரோ என்றால்...!" என்ற பாடல் வரிகளும் என் காதுகளுக்குள் வந்து விழுந்துகொண்டிருந்தன.

⊙

## உபதேசிகள்

**கி**ழக்கு ஜெர்மனியின் அப் பெரு நகரம் சுறுசுறுப்பான இயக்கத்திற்குத் தயாராகிக்கொண்டிருந்த தருணத்தில் பிரசன்னா குடியிருந்த அறை முழுவதும் வெளிச்சம் பரவ ஆரம்பித்திருந்தது. அக்கணமே அவனது தூக்கமும் துரத்தப்பட்டு கண் விழித்தபோதும் எழும்ப மனமின்றி போர்வைக்குள் புதைந்து கிடந்தான். மெல்லிய யன்னல் திரைச்சீலையினூடாக வந்த சூரியக்கதிர்கள் அவனது முகத்தில் ஒளிக்கோலமிட்டன. இனியும் படுத்திருக்க முடியாதென்பதை புரிந்துகொண்டவன் சோம்பல் முறித்து எழுந்துகொண்டான்.

இரவு முழுவதும் கண் விழித்திருந்து அங்கு வெளிவரும் சஞ்சிகை ஒன்றுக்காக எழுதிய 'அந்நிய மண்ணும் அகதி வாழ்வும்' எனும் கட்டுரைப் பிரதிகள் மேசை முழுவதும் பரவிக் கிடந்தன. அவைகளை எடுத்து மேலோட்டமாக வாசித்துச் சரி பிழைகளைத் திருத்திக்கொண்டான்.

முழுக்க முழுக்க அந்நிய மண்ணில் நிறவாதத்தினாலும், இனவாதத்தினாலும் வெளிநாட்டவர்கள் அனுபவித்த, அனுபவித்துக்கொண்டிருக்கின்ற இன்னல்களை அடிப்படையாகக் கொண்டே அக் கட்டுரையை எழுதியிருந்தான்.

அக் கட்டுரையின் மூலமாக நிறவாதத்திற்கும், இனவாதத்திற்கும் எதிராக நல்லதொரு அடி கொடுத்திருப்பதாகவே எண்ணித் திருப்திப்பட்டுக்கொண்டவன், எழுந்து காலைக் கடன்களை முடித்துவிட்டு வந்தபோது தொலைபேசி ஒலி எழுப்பியது.

"ஹலோ யார் கதைக்கிறது?"

"ஹலோ பிரசன்னா இருக்குறாரே?"

"ஓம், நான் பிரசன்னா தான். நீங்க?"

"வணக்கம் பிரசன்னா! நான் நோர்வேயிலயிருந்து தேவன் கதைக்கிறன். போனமாதம் நடந்த இலக்கியச் சந்திப்பில அறிமுகமானோமே ஞாபகமிருக்கா?"

"ஓ... அடடே நீங்களா! எப்படிச் சுகமா இருக்கிறீங்களா?"

"ஓமோம், இங்க ஒரு பத்திரிகையில உங்கட கவிதை ஒன்றைப் பார்த்தனான். அருமையான வரிகள், நாஜிகளின் நிறவாதத்துக்கு எதிரான நல்லதொரு குரலாக வந்திருக்குது இந்தக் கவிதை. அதுதான் உங்களுக்கு எனது பாராட்டுக்களைச் சொல்லுவமெண்டு எடுத்தனான்" என முடித்துக்கொண்டான் தேவன்.

மிகவும் சந்தோசமடைந்த பிரசன்னா இந்தப் பாராட்டின் உற்சாகத்திலேயே இன்னுமொரு கவிதையை எழுதிவிடும் எண்ணத்துடனும், சீரிய சிந்தனைகளுடனும் விரல்களின் இடுக்கில் பேனாவைச் செருகிக்கொள்ள வெற்றுத்தாள் ஒன்றில் சில வார்த்தைகளின் தடங்கள் பதிந்துகொண்டன.

"பூக்கடையிலிருந்து
வீசும் துர்நாற்றமாய்
சுதந்திரக் காற்றைச் சுவாசிக்கும்
அந்நிய மண்ணிலிருந்தொரு
நிறவாதப் புயல்"

மீண்டும் வளைப்பிற்கு வராத வார்த்தைகளுக்காக ஆழ்ந்த சிந்தனையுடன் நிமிர்ந்தான். எதிர்ச் சுவரில் தொங்கிய கலண்டர் இன்று சனிக்கிழமை என்பதை ஞாபகப்படுத்தியது. சனி ஞாயிறு என்றாலே அவனுக்கு நண்பர்களைச் சுற்றிப் பார்ப்பதற்கான சிறகுகள் முளைத்துவிடும்.

அவசர அவசரமாக அன்றைய கடமைகளை முடித்துக்கொண்டு மனித நடமாட்டம் நிறைந்த வீதியில் இறங்கினான். இன்று சனிக்கிழமையாகையால் இரவைக்கு வெள்ளைக்காரப் பெடி பெட்டையளெல்லாம் நல்லாக் குடிச்சுப்போட்டுக் கண், மண்

நவமகன் | 67

தெரியாத வெறியில திரியுங்கள். சாராய வெறி தலைக்கேறினால் நிறவெறியையும் காட்டப் பார்க்குங்கள். எப்படியாவது இண்டைக்கு நேரத்தோட வீட்டுக்குத் திரும்பிவிடவேணும் என்ற எண்ணத்துடனேயே வேகமாக நடந்துகொண்டிருந்தான்.

நண்பர்களின் வீட்டை அடைந்ததும் ஜெர்மனியில் தற்போது அதிகரித்துவரும் நிறவெறி பற்றியும், வெளிநாட்டவர்களுக்கு எதிரான நாஜிகள் இயக்கங்களைப் பற்றியுமே எல்லோருமாகக் கூடியிருந்து கதைத்தார்கள். இதுவிடயமாக நீண்டநேரமாகக் கதைத்துக்கொண்டிருந்தபோது பிரசன்னாவின் மனதில் ஒரு எண்ணம் தோன்றியது.

"இப்படிச் செய்தாலென்ன?"

"எப்படிப் பிரசன்னா?" கேட்டான் நண்பன் ஒருவன்.

"இங்கு வாழும் மற்றைய நாட்டவர்களையும் ஒன்றிணைத்து நாம் அனைவருமாகச் சேர்ந்து நிறவெறிக் கொள்கையையும், வெளிநாட்டவர்களுக்கு எதிரான தாக்குதல்களையும் கண்டித்து அடையாள ஊர்வலம் ஒன்றை நடத்தினால் என்ன?" எனக் கேட்டவன் அனைவரின் முகத்தையும் உற்று நோக்கினான்.

"ஓம், நீர் சொல்லுறதும் நல்ல ஐடியா தான்" என்றான் இன்னொருவன்.

"சரி அப்ப இதற்கான நடவடிக்கைகளை நாளைக்கே நடக்கவிருக்கிற தமிழ்ச் சங்கக் கூட்டத்தில கதைச்சு ஒழுங்கு செய்யட்டே?" எனக் கேட்டான் இங்குள்ள தமிழ்ச் சங்க நிர்வாகத்தில் இருந்தவன்.

அத் திட்டத்தை எல்லோரும் ஆமோதித்துக்கொண்டதுமே நண்பர்களிடமிருந்து விடைபெற்ற பிரசன்னா மீண்டும் தனது இருப்பிடம் நோக்கி நடக்கலானான். அந்த அழகிய நகரின் இரவு நேரத்து இயற்கையின் தாண்டவம் அசைந்தும், நெளிந்தும் நளினமாடிக்கொண்டிருந்தன. உடல் சிலிர்க்கும் குளிரில் நடுங்கியவாறு நடந்துகொண்டிருந்தவனின் மனதில் ஆறு வருடங்களுக்கு முன்பாக எண்பத்திமூன்றாம் ஆண்டு இங்கு வந்திறங்கியபோது வாழ்ந்த ஆரம்பகால நினைவுகள் நிழலாக ஓடியது.

அப்போதெல்லாம் இந்த வெள்ளைக்காரர்கள் அகதிகளாக வந்த எங்களின் மீது எவ்வளவு அன்பையும், அனுதாபத்தையும் காட்டினார்கள். தெருக்களில் இறங்கினால் 'ஹாய்' சொல்பவர்களுக்கும் 'குட் மோர்கன்' சொல்பவர்களுக்கும் பதில் சொல்லியே வாயுளைந்துவிடும். சிலர் தூரத்தில் கண்டால்கூட கையசைத்து மகிழ்ச்சியைத் தெரிவித்துச் செல்வார்கள். அப்போது எனக்கிந்த ஜெர்மன் மொழி தெரியாதபோதுங்கூட எத்தனை பேர் என்னுடன் பேச முற்பட்டார்கள். எவ்வளவு ஆதரவு காட்டினார்கள். நத்தார்ப் பண்டிகை காலங்களில் எத்தனைபேர் என்னைத் தங்கள் வீடுகளுக்கு அழைத்து விருந்துபசாரம் செய்தார்கள். எத்தனைபேர் எனது வீடுவரை வந்து பழகினார்கள். அப்போதெல்லாம் எனது வீடு பரிசுப் பொருட்களால் நிறைந்திருந்ததே. அன்று இப்படி வெளிநாட்டவர்களை ஆதரித்து அன்பு காட்டியவர்கள் இன்று ஏன் இப்படியானார்கள்? இப்போதிங்கு வெளிநாட்டவர்களின் வருகை அதிகரித்ததனாலா? அல்லது நாசிப்படைகளின் வளர்ச்சி அதிகரித்ததனாலா? போன்ற கேள்விகளுடன் சிந்தனை வசப்பட்டவனாய் வீடு வந்து சேர்ந்தான் பிரசன்னா.

திங்கள் மதியம் தபாற்பெட்டியை திறந்தபோது மகிழ்ச்சி வெள்ளம் மனதில் அலையடித்தது. இலங்கை முத்திரைகள் ஒட்டப்பட்ட தபாற்கவரை ஆவலுடன் பிரித்தான். ஆஹா அம்மாவின் கடிதம் இந்த முறையும் ஏதும் கலியாணப் பேச்சாகத்தான் இருக்கும் என்ற எண்ணத்துடன் கடிதத்துள் மூழ்கினான்.

"தம்பி புரோக்கர் கோபாலர் ஒரு சம்மந்தம் கொண்டு வந்திருக்கிறார். நல்ல இடமாம் பொம்பிளையும் நல்ல வடிவாம், குறிப்பும் பொருத்தமா இருக்குது. நல்ல வசதியான குடும்பம், வீட்டில ஒரேயொரு பெண் பிள்ளைதான். தமையன்மார் ரெண்டுபேர் கடாவில இருக்கினமாம். மறு கடிதத்தில பொம்பிளையின்ர போட்டோ வாங்கி அனுப்புறன் பார்த்துவிட்டு உனது விருப்பத்தையும் எழுதி அனுப்பிவிடு" என அம்மா எழுதியிருந்தா.

பிரசன்னாவுக்கு இரவு முழுவதும் தூக்கமே வரவில்லை. புரண்டு புரண்டு படுத்தவன் கலியாணக் கனவுகளில் சஞ்சாரித்தபடியே தூங்கிப்போனான். இருள் கவிழ்ந்திருந்த வானம் கொஞ்சம்

கொஞ்சமாக வெளுத்து மஞ்சள் நிற வெளிச்சத்தைக் கொண்டு வந்திருந்தது.

கண்ணாடி யன்னலினூடாக மனித உருவமொன்று நிழலாய் வந்து உற்சுவரில் விழுந்ததன் மூலம் யாரோ வாசலில் வந்து நிற்பதைப் புரிந்துகொண்டவன் எழுவதற்கிடையில் அழைப்புமணி அலறியது.

கதவைத் திறந்ததுமே "மச்சான் எப்படியடா இருக்கிறாய்?" என்றபடி கட்டியணைத்தான் அவனோடு ஒன்றாகவே ஜெர்மனிக்கு வந்து ஒன்றாகவே அகதி முகாம்களில் தங்கியிருந்த நண்பன் கஜன்.

"அடே மச்சான்! என்னடா திடீரெண்டு இந்தப்பக்கம்?" எனக் கேட்டவாறே அவனை இறுக அணைத்துக்கொண்டான் பிரசன்னா.

"இல்ல மச்சான் கனகாலத்திற்குப் பிறகு இப்பதாண்டா ஒரு கிழமை லீவு கிடைச்சுது. மனநிலையும் அவ்வளவு நல்லதாயில்ல, உன்னை வந்து சந்திச்சுப் பழைய கதைகளைக் கதைச்சால் கொஞ்சம் நிம்மதியாயிருக்கும் எண்டு நினைச்சு ரெலிபோன் எடுத்தால் உன்ர போன் வேலை செய்யுதில்ல, அதுதான் நேரயே வந்திட்டன்" என்றான் கஜன்.

"ஓம் மச்சான் மூண்டு நாளா ரெலிபோன் பழுதாப்போய்த்தான் கிடந்தது நேற்றுத்தான் சரி பண்ணினான். ஓமடாப்பா எனக்குமிங்க தனிய இருந்து ஒரே யோசனைதான் நீ வந்ததும் நல்லதாப்போச்சு. கொஞ்ச நாளைக்குப் பொழுதுபோகும். அதுசரி அம்மா கல்யாணம் பேசியிருக்கிறா இந்தாத்தான் பொம்பிளை வரப்போகுது எண்டாய் எங்கயடாப்பா ஒண்டையும் காணயில்ல."

"அட அதவிடு மச்சான். அதையேன் கேக்கிற, அதனாலதான் எனக்கிப்ப மனக்குழப்பமும் யோசனையும்."

"ஏன்ராப்பா என்ன நடந்தது?"

“வீட்டுக்காரரர் சீதனம் அது இதுவெண்டு கூட்டிக் குறைச்சுக் கேட்டதால அதுவும் குழம்பிப் போச்சடாப்பா” என்றான் முகத்தைத் தொங்கப்போட்டபடி.

“அட மடையா நானுனக்கு எத்தனை தடவை சொல்லியிருக்கிறன் சீதனம் வாங்காத சீதனம் வாங்காத எண்டு. சீதனம் எண்டுறது ஒரு மனித வியாபாரமடாப்பா. மனிதனை மனிதன் விக்கிறதும், மனிதனை மனிதன் விலைக்கு வாங்குறதும் பிற்போக்குத் தனமடாப்பா. முற்போக்குத்தனங்களுடன் வளர்ந்துவார சமூகத்தில இதெல்லாம் எவ்வளவு கீழ்த்தரமான செயல் தெரியுமே? அதிலும் வெளிநாட்டில இருந்துகொண்டு சீதனம் கேக்கிறது எவ்வளவு அசிங்கமடாப்பா. அங்க நாட்டில இருக்கிறவங்கள் சீதனத்தை எதிர்பார்த்தால் கொஞ்சம் ஏற்கலாம், ஏனெண்டால் அங்கயிப்ப சண்டையளோட உழைப்புப் பிழைப்புக் கஸ்ரம், துணையா வாறவளும் ஏதாவது கொண்டு வரவேண்டும் எண்டு எதிர்பார்ப்பாங்கள். ஆனால் இங்க வெளிநாடுகளில இருக்கிற எங்களுக்கு என்னடா குறை. உழைப்பிருக்கு பணம் பொருள் இருக்கு இதைவிடச் சீதனம் எண்ட சொத்தையும் அங்க உள்ளதுகளிட்ட எதிர்பார்க்கிறது கொஞ்சம் கூட நல்லதில்ல மச்சான்” என மூச்சுவிடாமல் இரைந்து தள்ளினான் பிரசன்னா.

“ஓமடா மச்சான் ஓம். எனக்கு இதெல்லாம் விளங்குதடா, ஆனால் அங்க உள்ளதுகளுக்கு விளங்கப்படுத்துறது தானே பெரிய பாடாய் இருக்குது” எனச் சலித்துக்கொண்டான் கஜன்.

“சரி... சரி... உடுப்பை மாத்திப்போட்டு வா சாப்பாட்டுக்கு ஏதாவது அலுவல் பார்ப்பம்” என்றவாறு சமையலறை நோக்கி நடந்தான் பிரசன்னா.

“அதுசரி, உன்ர பாடு எப்பிடி? கலியாணப் பேச்சு ஏதும் நடக்குதே? அல்லது தன் கையே தனக்குதவி எண்டுதான் காலம் போகப்போகுதே?” என நக்கலாய்க் கேட்டவாறே அவனைப் பின் தொடர்ந்தான் கஜன்.

“சாச்ச... திங்கற் கிழமைதான் மச்சான் அம்மான்ர கடிதம் வந்தது. பேச்சுக்கால் ஒண்டு வந்திருக்குதாம், தங்களுக்கு நல்ல விருப்பமாம். அநேகமா அடுத்த கிழமை மட்டில

பொம்பிளையின்ர போட்டோ வந்தாலும் வரும்போல இருக்கு” என்றவனின் உதட்டில் புன்னகைப் பூ பூத்தது.

“அட, அப்ப நீதான் எனக்கு முதலே கலியாணப் பார்ட்டி வைக்கப்போறாய் போலகிடக்கு!” என்றபடியே சமையலறைக்குள் நுழைந்த கஜன் பிரசன்னாவுக்கு இறைச்சி வெட்டிக்கொடுத்து உதவினான்.

அன்றைய இரவு இருவருமே படுக்கையில் இருந்தவாரே கடந்த காலங்களை இரைமீட்டிக்கொண்டார்கள். பிரிந்திருந்த நண்பர்கள் மீண்டும் சந்தித்துக்கொண்டால் சொல்லவும் வேண்டுமா? இப்படியே சூரியனும், சந்திரனும் மாறி மாறி வந்துபோக நகர்ந்ததே தெரியாமல் நான்கு நாட்கள் நகர்ந்துவிட்டன.

“அடேய் மச்சான் நானும் இங்கவந்து கன நாளாச்சடா, எனக்கும் வீட்டிலயிருந்து கடிதங்கள் ஏதும் வத்துதோ தெரியாது. அதுதான் நாளைக்கே நானும் வெளிக்கிடலாமெண்டு யோசிக்கிறன்” என்றான் கஜன் காலைத் தேநீரைக் கையில் எடுத்தவாறே.

“ச்சே… நாளைக்கு வெளிக்கிடாத மச்சான். நாளைக்குத்தான் இங்க நிறவெறியையும், வெளிநாட்டவர்களுக்கு எதிரான தாக்குதல்களையும் கண்டித்து எதிர்ப்பு ஊர்வலம் ஒண்டை நடாத்தப்போறம், அதில நீயும் கட்டாயம் நிண்டு கலந்து கொள்ளவேணும். ஊர்வலத்தை முடிச்சுப்போட்டு ஆறுதலா அடுத்த நாள் வேணுமெண்டா வெளிக்கிடு. அதோட நாளைக்குக் காலமை ஊர்வலம் சம்மந்தமா வெளியில எனக்கு நிறைய வேலைகள் கிடக்குது திரும்பி வர மத்தியானம் ஆகும். நீ நிண்டு சமையல் வேலையைப் பார். நான் வந்ததும் சாப்பாட்டை முடிச்சுப்போட்டு ஊர்வலத்துக்கு வெளிக்கிடுவம் சரியே” என்றான் பிரசன்னா.

கஜனும் சரியெனத் தலையாட்டியவாறே மேசையில் பரவிக் கிடந்த பிரசன்னாவின் கவிதைகளையும், கட்டுரைகளையும் படித்து முடிப்பதில் ஆர்வம் காட்டினான். பிரசன்னாவே நாளைய ஊர்வலத்திற்குத் தேவையான சுலோக அட்டைகளைத் தயாரிப்பதில் மும்மரமாக ஈடுபட ஆரம்பித்தான்.

மறுநாள் காலையில் வெளியே சென்று ஊர்வலத்திற்கான ஏற்பாடுகளைச் செய்துவிட்டு வந்து வீட்டிற்குள் நுழைந்த

பிரசன்னா சேட் பொக்கற்றில் இருந்து இலங்கைத் தபாற் கவர் ஒன்றை எடுத்து மேசையில் போட்டான். இரண்டு கைகளின் விரல்களையும் கோர்த்துப் பிடரிக்குப் பின்னால் பிடித்தவாறே சோகம் படர்ந்த முகத்துடன் கதிரையில் சாய்ந்துகொண்டான். உடைக்கப்பட்ட தபாற் கவரிலிருந்து கலர்ப் படம் ஒன்று எட்டிப் பார்த்தது.

அப்போது புன்னகை சொரிந்த முகத்தோடு சமையலறையிலிருந்து வந்த கஜன் "என்னடா மச்சான் ஊரிலயிருந்து கடிதம் வந்திருக்குப்போல? அட போட்டோவும் ஒண்டு சாதுவாத் தெரியுது, எங்க உன்ர ஆளை எனக்கும் கொஞ்சம் காட்டன் பார்ப்பம்" என்றான்.

பிரசன்னா எதுவுமே பேசவில்லை. அவனை மௌனம் கவ்வியிருந்தது. ஏதோவொரு உணர்வு அவனது உள்ளத்தை உறுத்திக்கொண்டிருப்பதை கஜன் உணர்ந்துகொண்டான்.

"என்னடா மச்சான்? என்ன நடந்தது வீட்டில ஏதும் பிரச்சனையே?"

"சேச்சே அப்படியொண்டுமில்ல மச்சான்"

"அப்ப ஏனடாப்பா கப்பல் கவிழ்ந்ததுபோல யோசிச்சுக்கொண்டு இருக்கிறாய்? எழும்பிச் சாப்பிட்டுப்போட்டு ஊர்வலத்துக்குப் போற வழியைப் பாரன்"

"இல்ல மச்சான் பெரிசா ஒண்டுமில்ல, சின்னவொரு சிக்கல் தானடா"

"அதுதானே பார்த்தனான், என்ன பிரச்சனை சொல்லு"

"அது வந்து மச்சான், எனக்குப் பேசின பெட்டையின்ர போட்டோவ அனுப்பியிருக்கினம், எனக்குப் பெரிசாப் பிடிக்கையில்ல அதுதான் யோசிச்சுக்கொண்டிருக்கிறன்"

"அட இதில என்னடா யோசிக்கக்கிடக்குது. உன்ர எதிர்கால வாழ்க்கையில உன்ர விருப்பு வெறுப்புக்கள் தானே முக்கியம். உன்ர வாழ்க்கைத் துணையை நீ தானே விருப்பத்தோட தேர்ந்தெடுக்கவேணும். இதில உனக்கு விருப்பம் இல்லாட்டி வீட்டுக்காரருக்கு நேரடியா எழுதவேண்டியது தானே"

மீண்டும் இருவர் மனதையும் மௌனம் கவ்விக்கொண்டது. சிறிதுநேர அமைதியின்பின் மௌனப் பிடியிலிருந்து விடுபட்டுக் கொண்டார்கள்.

"என்ரா பிரசன்னா பொம்பிளை வடிவில்லையே? வீட்டுக்காரர் நல்ல வடிவு எண்டுதானே எழுதினவை எண்டு சொன்ன"

"ஓமடாப்பா, பெட்டை மூக்கும் முழியுமா நல்ல வடிவாத்தான் இருக்குது. ஆனா..."

"நல்ல வடிவெண்டால் பிறகேனடாப்பா ஆனா ஆவென்னா வெண்டு இழுக்கிற?"

"அதுவந்து மச்சான், பெட்டை கொஞ்சம் டாக்கா எல்லே இருக்குது"

"எ... என்னடா! டாக்கோ?"

"ம்" என முனகியவன் தலையைக் கவிழ்த்துக்கொண்டான்.

அதற்கும் மேலாகப் பேசிக்கொள்வதற்கு கஜனின் மனம் பிரியப்படவில்லை. சிறிது நேரம் பிரசன்னாவை வெறித்தபடியே பார்த்துக்கொண்டு நின்றான். அவனது வாயிலிருந்து வார்த்தைகள் உதிர்வதற்கு மனம் தடைபோட்டுக்கொண்டது. மௌனத்தை விரும்பி அழைத்தவனாய் மீண்டும் சமையலறைக்குள் நுழைந்துகொண்டான். அவசர அவசரமாக வேலைகளை முடித்துவிட்டு வெளியே வந்தபோதும் பிரசன்னா இருந்த இடத்தைவிட்டு அசையவேயில்லை.

"அடேயப்பா யோசனையை விட்டுப்போட்டு பெட்டையைப் பிடிக்கயில்லை எண்டால் உடன வீட்டுக்காரருக்குக் கடிதத்தை எழுதிப்போடடா, பிறகதுகள் உன்ன நம்பிப் பெட்டைய இங்க அனுப்புறதுக்கு ஏஜென்சிக்காரனுக்கு காசு கட்டினாலும் கட்டிப்போடுங்கள்"

"என்னடா மச்சான், என்னெண்டடா எழுதுறது? அதுதானே யோசனையாக் கிடக்குது"

"அட எழுதுறத்துக்கு உனக்கென்ன சொல்லியே தரவேணும். நீ தானே நல்லா எழுதுவ, எழுதன். பெட்டை கருப்பா இருக்குது அதனால எனக்குப் பிடிக்கயில்ல எண்டு"

கஜனின் வார்த்தைகளைக் கேட்ட பிரசன்னா தலையைக் குனிந்து கொண்டான். அவனது மனம் நிலையற்று அங்குமிங்குமாய் அலைபாய்ந்துகொண்டிருந்தது.

“சரியடாப்பா நீ என்னவெண்டாலும் செய். நான் இப்பவே இங்கயிருந்து வெளிக்கிடப்போறன். இந்த ஊர்வலங்கள் கொடி பிடிப்புகள் ஒண்டிலும் கலந்துகொள்ளுற மனநிலையில நான் இப்ப இல்ல, தயவுசெய்து என்னை மறிக்காத, போகவிடு” என்றான் உறுதியான குரலில்.

“என்னடா கஜன்! ஏன் அவசரப்படுற? இண்டைக்கு மட்டும் நிண்டு ஊர்வலத்தில கலந்துகொண்டுவிட்டு நாளைக்கு வெளிக்கிடலாம் தானே?”

“சேச்சே... இதுகளெல்லாம் பொய் வேசமடா. இதில எனக்கு விருப்பமில்ல, என்னைக் கட்டாயப்படுத்தாத. ஊர்வலங்கள் நடாத்துறதாலும், கொடி பிடிக்கிறதாலும், மேடையேறிப் பேசுறதாலும், பத்திரிகையில எழுதுறதாலும் யாருக்குமே எந்த நன்மைகளும் இல்லையடாப்பா. சும்மா நேரந்தான் வீணாப்போகுது. ஒவ்வொருத்தனும் சமுதாயத்தை திருத்த வெளிக்கிடாமல் தன்னைத் தானே திருத்திக்கொண்டு மனிதருக்குடைய நற்பண்புகளுடனும், மனித நேயத்துடனும் வாழ்ந்தாலே போதும். எவருக்குமே எவராலும் எந்தக் கஸ்டங்களும் இருக்காது. இதுதான் எனக்குத் தெரிஞ்சது. இனியும் நான் இதில நிண்டு நேரத்தை மினக்கடுத்திக்கொண்டிருந்தால் ரயிலை விட்டுருவன், நான் போயிற்று வாறன்” மனதிற் தோன்றியவற்றை வார்த்தைகளாய் வெளியேற்றிவிட்டு வாசற் கதவைத் திறந்துகொண்டு வெளியேறினான் கஜன்.

அதிர்சியடைந்த பிரசன்னா அங்கலாய்த்தபடி இருந்தான். எதிலுமே பிடிப்பற்ற மனம் அவனுள் வெறுப்பை உமிழ்ந்து கொண்டிருந்தது. சுற்றும் முற்றும் பார்த்தான் இரவு முழுவதும் கண் விழித்திருந்து எழுதிய நிறவெறிக்கு எதிரான சுலோக அட்டைகள் அவனைப் பார்த்து முறைத்துக்கொள்வது போலவே அவனுக்குத் தோன்றியது.

⊙

# சைக்கிள்களின் அந்தாதி

ஓஸ்லோவின் புறநகர்ப் பகுதியில் அமைந்திருந்த எமது தொடர்மாடிக் குடியிருப்புக் கட்டிடத்தின் முன்னால் குடியிருப்புவாசிகள் எப்போதும் ஆவலுடன் எதிர்பார்த்துக் காத்திருக்கும் குப்பைத்தொட்டி கொண்டுவந்து வைக்கப்பட்டு விட்டது. குடியிருப்புவாசிகள் உபயோகமற்ற பொருட்களையும், விருப்பமற்ற பொருட்களையும் கொண்டுவந்து அந்தப் பாரிய இரும்புத்தொட்டியில் போட்டுக்கொண்டிருந்தனர். நானும் இந்த வீட்டை விற்றுப்போட்டுப் புதுவீடு வாங்கிக்கொண்டு அடுத்த மாதமே இடம்பெயர இருப்பதனால் இங்கிருக்கும் வேண்டாத பழைய சாமான்களை எறிந்துவிட்டுப் போகவேண்டியிருந்தது. அதற்கான உதவி, ஒத்தாசைகளை என் மனைவியும், பிள்ளைகளும் ஓடியோடிச் செய்துகொண்டிருந்தார்கள். அப்போதுதான் என் மகன் ஓடிவந்து சொன்னான், “அப்பா இனிச் செல்லருக்குப் போவம் வாங்கோ சைக்கிள்களை எல்லாம் தூக்கி எறியவேணும்” என்று.

“சைக்கிள்களையா?!” என்றபடி அவனை ஒரு கொதிப்பார்வை பார்த்தபோது, யாழ் ஆஸ்பத்திரி வீதியில், 85 ஆம் ஆண்டில் பரட்டைத் தலையும் வெற்றிலை கறைபடிந்த பழுப்புநிற பற்களுமாய் பார்த்த, அந்த இளைஞரின் முகம் சட்டென என் ஞாபகத்தில் வந்துபோனது. “ஓமப்பா அந்தச் சைக்கிளெல்லாம் இனிச் சரிவராது. இந்தச் சம்மருக்கு எங்களுக்கு புதுசு தான் வாங்க வேணும்” என்றான் மகன்.

அவனது இரு சகோதரிகளும் வலுவாக அவனுக்குச் சப்போர்ட் செய்தார்கள். "நான் வளர்ந்திட்டனப்பா அந்தச் சைக்கிள் எனக்குக் குட்டியாயிருக்கு" என்றாள் சின்னவள்.

"எனக்கு போன வருசமும் சைக்கிள் மாத்தயில்ல அது ரெண்டு வருசப் பழசாப்போச்சு, இந்த வருசம் மாத்தியே ஆகணும்" என்றாள் பெரியவள்.

பலமான யோசனையுடன் அவர்களை அழைத்துக் கொண்டு நிலக்கீழ் அறைக்குச் சென்றேன். அங்கே அழகான ஐந்து சைக்கிள்கள் வரிசையாக நிறுத்தி வைக்கப்பட்டிருந்தன. உண்மையிலேயே எனதும், மனைவியினதும் தான் பழைய சைக்கிள்கள். பிள்ளைகளின் சைக்கிள்கள் மூன்றும் புத்தம் புதியது போல் பளபளப்புடன் காணப்பட்டன. எந்தக் கீறல்களோ, கிறுக்கல்களோ இன்றி அவை மிக நல்லநிலையில் இருந்தன.

மகனின் சைக்கிளைத் தூக்கிப் பார்த்துவிட்டு "தம்பி இது நல்ல சைக்கிளடா எந்தப் பழுதும் இல்லாமல் வடிவா இருக்குது. இந்தச் சம்மருக்கு இதப் பாவி அடுத்த வருசம் புதுசு வாங்கித்தாறன்" என்றேன்.

"இல்லப்பா, இது பழைய மொடல் இத நான் ஓடமாட்டன் எனக்குப் புதுசுதான் வேணும்" எனச் சன்னதங்கொள்ளத் தொடங்கிவிட்டான்.

இனி இவனைச் சமாளிக்க முடியாதென்பது எனக்குப் புரிந்துவிட்டது. சின்னவளின் சைக்கிளை உருட்டி எடுத்துத் தூசிகளைக் கைகளால் தடவித் துடைத்தேன். கடைகளில் விற்பனைக்கு இருப்பவை போலவே புத்தம் புதிதாய் மினுமினுத்தது. ஹான்டிலின் முன்னால் அழகாய்ப் பூ வேலை செய்யப்பட்ட ஒரு கூடையும் பொருத்தப்பட்டிருந்தது. அதற்குள் அழகானதொரு கரடிப் பொம்மையும் குந்தியிருந்தது.

"இது நல்ல புதுசாயும் வடிவாயும் இருக்குதம்மா உன்ர அளவுக்கு ஏத்தமாதிரி சீற்றக் கொஞ்சம் உயர்த்தித்தாறன் இத எறியவேண்டாம் என்ன" என்றபடி அன்பாகச் சின்னவளின் தலையைத் தடவிக்கொடுத்தேன்.

என் கையைத் தட்டிவிட்டவள் "அவையளுக்குப் புதுசு வாங்கினால் எனக்கும் புதுசுதான் வேணும்" என்று சிலிர்த்துக் கொண்டாளவள்.

இதன் பின் பெரியவளிடம் எந்தச் சமாதானமும் எடுபடா தென்பதைப் புரிந்துகொண்ட நான், "அருமாந்த இந்த மூன்று சைக்கிள்களையும் யாருக்காவது கொடுத்துவிடலாமா?" என்று பிள்ளைகளிடம் ஆலோசனை கேட்டேன்.

"எங்களுக்குத் தெரிஞ்ச எல்லாருமே இதுகளைவிட நல்ல சைக்கிள் தான் வைச்சிருக்கினம் இத யாரும் வாங்க மாட்டினம்" என்று எடுத்த எடுப்பிலேயே எனது திட்டத்தை பிள்ளைகள் நிராகரித்துவிட்டனர்.

அப்போதுதான் எனக்கு அந்த ஆபிரிக்க மனிதரின் ஞாபகம் வந்தது. அவர் இந்தப் பகுதிகளில் சுற்றித் திரிந்து பழைய சாமான்களை சேகரித்துக்கொண்டு செல்வதை நான் பல தடவைகள் பார்த்திருக்கின்றேன். ஒருமுறை யாரோ எறிவதற்காகக் கழற்றிவைத்த கதவு, யன்னல்களைக் கூட அவர் தூக்க முடியாமல் தூக்கிக்கொண்டு சென்றதைக் கண்டபோது நான் அவரிடம் கேட்டேன்,

"நண்பரே இதையெல்லாம் கொண்டுபோய் என்ன செய்யப் போகிறீர்?"

"நண்பரே இந்தப் பணக்கார நோர்வேக்குத் தான் இவை குப்பைகள். ஆனால் பல ஆபிரிக்க நாடுகளுக்கு இவை விலை உயர்ந்த பொருட்கள். ஆகவே இவைகளை நாங்கள் சேகரித்துக் கப்பல்களில் ஏற்றி அங்கு அனுப்பிவிடுவோம்" என்றார் மிகவும் உற்சாகமாக.

அந்த மனிதரை இப்போது எங்கு கண்டுபிடிப்பது? எப்படிச் சைக்கிள்களை அவரிடம் ஒப்படைப்பது? என்ற கேள்விகள் என்னைக் குடைந்துகொண்டிருக்க பிள்ளைகள் சைக்கிள்களை உருட்டிக்கொண்டு நிலக்கீழ் அறையை விட்டு வெளியேறிக்கொண்டிருந்தார்கள். எப்படியாவது இன்றைக்கு இவைகளை தலைமுழுகிவிட வேண்டும் என்ற உறுதியுடன் குப்பைத்தொட்டி வரை சைக்கிள்களைக் கொண்டு வந்து

சேர்த்துவிட்டார்கள். அந்த ஆபிரிக்க மனிதர் தென்படமாட்டாரா? இன்றைக்கென்று எங்கே போனார்! என் கண்கள் நான்கு திசைகளிலும் அலைந்தது.

மெதுவாகச் சின்னவளிடம் கேட்டேன், "உன்ர சைக்கிள்ள இருக்கிற இந்த வடிவான கூடையக் கழட்டி எடுப்பமா?"

"ஓ... கழட்டி எடுத்துக் கொண்டுபோய் உங்கட காருக்கு முன்னால வேணுமெண்டா பூட்டுங்க, எனக்கது வேணாம்" என்றாள். அந்த நிலையிலும் எனக்குள் வந்த சிரிப்பை நான் வெளிக்காட்டிக்கொள்ளவில்லை.

அயலவனான ஆப்கானிஸ்தான் சிறுவன் வந்து மகனின் சைக்கிளை உற்று உற்றுப் பார்த்தான்.

"இதைக் குப்பையில் எறியப்போகின்றோம் உனக்கு வேணுமா?" என்று கேட்டேன்.

சிறு யோசனைக்கு பிறகு 'ஆம்' எனத் தலையசைத்தவன், சைக்கிளை எடுத்து அதன்மீது அமர்ந்து மிதித்துக்கொண்டு பறந்தான். ஒரு சைக்கிளாவது மரணத்தின் பிடியிலிருந்து தப்பியது எனக்குக் கொஞ்சம் ஆறுதலாகயிருந்தது. மற்றவைகளை எப்படித் தப்ப வைக்கலாம் என யோசித்துக்கொண்டிருக்கையிலேயே அந்த ஆப்கானிஸ்தான் சிறுவன் போனவேகத்திலேயே திரும்பிவந்து சைக்கிளை ஒப்படைத்தான். 'ஏன்?' எனக் கேட்டேன். வீட்டில் தாயார் தன்னைத் திட்டுவதாகச் சொல்லிவிட்டு ஓடினான். பிள்ளைகள் என்னைப் பார்த்து ஒரு நக்கல்ச் சிரிப்புச் சிரித்தார்கள். நான் அதைக் கவனிக்காதது போல பொறுமையுடன் நின்றுகொண்டிருந்தேன்.

"தூக்கி எறியுங்கப்பா உள்ள" என்றான் எரிச்சலுடன் மகன்.

"இல்லயில்ல தூக்கி எறிஞ்சா உடைஞ்சு போயிரும். வெளிய வச்சிட்டுப் போவம் யாராவது தேவையெண்டால் எடுத்துக்கொண்டு போகட்டும்" என்றபடியே குப்பைத்தொட்டிக்குப் பக்கத்திலேயே சைக்கிள்களை நிறுத்தி வைத்துவிட்டு திரும்பினேன். ஒரு நிமிடம் நடந்திருக்கமாட்டேன், "ஹலோ... ஹலோ..." என்ற குரல் கேட்டுத் திரும்பிப் பார்த்தேன். ஒரு நோர்வேஜிய மூதாட்டி இரண்டு கைகளையும் இடுப்பில் வைத்தபடி

குப்பைத்தொட்டியருகே அருகே நின்று ஆட்காட்டி விரலசைத்து அழைத்தார். பொறுமையுடன் திரும்பிக் குப்பைத்தொட்டியை நோக்கிச் சென்றேன். அதில் ஒட்டப்பட்டிருந்த அறிவித்தலை சைகையாலேயே எனக்குச் சுட்டிக்காட்டினார்.

“தொட்டிக்கு வெளியே பெருட்களை வைக்கவேண்டாம், அவரவர் பொருட்களை அவரவரே உள்ளே தூக்கிப் போடவும்” என்று நோர்வேஜிய மொழியில் அறிவித்தல் இருந்தது.

‘உள்ளே தூக்கிப் போடுகிறாயா? இல்லையா?’ என்பதுபோல் மூதாட்டி முறைப்புடன் என்னைப் பார்த்துக்கொண்டு நின்றார். அவர் மீது வந்த கோபத்தைச் சைக்கிள்களில் காட்ட நினைத்த எனக்கு சைக்கிள்களைத் தொட்டவுடனேயே மனம் மாறிவிட்டது. மெதுவாகத் தூக்கி உள்ளே ஓர் ஓரமாக வெளியே தெரியும்படி வைத்துவிட்டு யோசனையுடன் நடந்து வீட்டுக்குள் நுழைந்தபோது, மீண்டும் அந்த பரட்டைத் தலையும் வெற்றிலை கறைபடிந்த பற்களும் என் ஞாபகத்தில் வந்துபோனது. பழையன கழிந்த மகிழ்ச்சியில் பிள்ளைகள் தூங்கச் சென்றார்கள். எனக்குத் தூக்கம் வரவில்லை. கட்டிலின் மேல் நான் விழுந்து கிடந்தாலும் கட்டில் என்மேல் விழுந்து கிடப்பது போல மனம் பாரமாக இருந்தது.

நான் ஊரில் இருந்தபோது ஓடிப்பழகிய குஞ்சியையாவின் அந்தக் கிழட்டுச் சைக்கிள் கிறீச்... கிறீச்சென சத்தமிட்டபடி என் தலைக்குள் உருண்டு ஓடியது. என் கால்கள் அனிச்சையில் மேலும் கீழுமாக அசைந்தன.

அதுவொரு பழைய றலிச் சைக்கிள். சப்பரம் மாதிரிப் பெரியதொரு ஹரியர் பின்னால் இருந்தது. அதில் நீளமானதும் மொத்தமானதுமான நைலோன் கயிறு எப்போதும் சுற்றிக் கட்டப்பட்டே இருக்கும். அந்தப் பெரிய சைக்கிளில் தான் நான் முதல் முதலாக ஓட்டிப் பழகியது. அந்தச் சிறிய வயதில் இந்தப் பெரிய சைக்கிளை உடனே சீற்றில் ஏறியிருந்தெல்லாம் ஓட்டிவிட முடியாது.

‘கவட்டுக்குள்ளால ஓடுவது’ என்று சொல்வார்கள். சைக்கிளின் பாருக்கும், பெடல் கட்டைகளுக்கும் இடையிலுள்ள அந்த முக்கோண வடிவப் பகுதிக்குள் நுழைந்து இடது கையால்

ஹான்டிலைப் பிடித்தபடியும் வலது கையின் கமக்கட்டுப் பகுதி சீற்றின் முன் பகுதியை கவ்விப் பிடித்தபடியும் இருக்க வலது கைவிரல்கள் சீற்றின் கீழ்ப்பகுதியிலுள்ள பாரை இறுக்கிப் பிடித்திருக்க உடம்பு முழுவதும் சைக்கிளின் இடது பக்கத்தில் அந்தரத்தில் தொங்கி நிற்கச் சைக்கிளை ஓட்ட வேண்டும்.

சற்குணமாமா வீட்டுப் பெரியதம்பியும், சின்னத்தம்பியும் தான் எனது பயிற்றுனர்கள். அந்த தொங்கு நிலையில் என்னைச் சைக்கிளில் ஏற்றிவிட்டு இருவரும் தள்ளியபடியே பின்னால் ஓடிவருவார்கள். சிறிது தூரம் வந்ததும் அவர்கள் கையை விட்டுவிட்டு நின்றுவிடுவார்கள். நான் திரும்பிப் பார்க்காதவரையும் ஓடிக்கொண்டே இருப்பேன். திரும்பிப் பார்த்து அவர்கள் பின்னால் இல்லையென அறிந்தகணமே எங்காவது வேலிகளில் போய் மோதி விழுந்து சைக்கிளை நிறுத்திவிடுவேன். அந்தக் காலங்களில் எனது உடல் முழுவதும் வீரத் தழும்புகளாகத்தான் இருந்தன. கொஞ்சம் வளர்ந்ததும் கவட்டுக்குள்ளால ஓடும் நிலைமாறி பாருக்கு மேலே ஏறியிருந்து ஓடப் பழகிக்கொண்டேன். இப்போது கைகள் இரண்டும் ஹான்டிலைப் பிடித்திருக்க உடம்பு பாருக்கு மேலே இருந்துகொண்டு எட்டாத கால்களால் இரண்டு பக்கமும் தாவித்தாவி பெடல் கட்டைகளை மிதிக்கவேண்டும். பார்ப்பவர்கள் “இவன் நல்லா உளுந்தரைக்கிறான்டா” என்று நக்கலடித்துக்கொண்டு போவார்கள்.

படுக்கையில் மேலும கீழுமாக அசைந்துகொண்டிருந்த எனது கால்கள் சடுதியில் நின்றுபோயின.

அந்தக் காலத்தில் தான் எமது ஊருக்குள் புதுவடிவிலான ஒரு சைக்கிள் வந்து சேர்ந்தது. அதற்கு பெயர் ‘சொப்பர் சைக்கிள்’ அதன் சொந்தக்காரன் எனது நண்பன் தான். கொழும்பில் வேலை செய்துகொண்டிருந்த அவனது அப்பா அதனை வாங்கி அனுப்பியிருந்தார். ஊருக்குள் அந்தச் சொப்பர்ச் சைக்கிள் வந்ததில் இருந்து அவன் தான் ராஜா, நான் தான் மந்திரி என்ற நிலையாகிப் போனது. அது அழகான சிறிய சைக்கிள். அதன் ஹான்டில் நீண்டு வளைந்து ‘ப’ வடிவில் உயர்ந்திருக்கும். அதன் சீற்று ‘ட’ வடிவில் இரண்டு பேர்கள் அமரக்கூடியதாக

நீளமானதாக இருக்கும். நானும் நண்பனும் அதிலே ஊரின் மூலை முடுக்குகள் எல்லாம் வலம் வந்துகொண்டிருந்தோம்.

ஐந்தாம் வகுப்புவரை ஊருக்குள் இருந்த சிறிய பள்ளியில் படித்த நான் ஆறாம் வகுப்பிலிருந்து சில மைல்கள் தூரமிருந்த பெரிய பாடசாலையில் சேர்ந்தேன். சொப்பர்ச் சைக்கிள் நண்பன் யாழ்ப்பாண நகரத்திற்குப் படிக்கப்போனான்.

"பாடசாலைக்கு நடந்து போவது கஷ்டமாகவிருக்கிறது. எனக்கொரு சைக்கிள் வாங்கித்தாருங்கள்" என்று நான் அம்மாவை நச்சரித்தபடியே இருந்தேன். நான் மட்டுமல்ல எனது நண்பர்கள் மோகன், குமார், ரவி என்று அனைவருமே இதே கோரிக்கையைத் தான் அவரவர் வீடுகளில் முன்வைத்திருந்தார்கள். ஆனால், எல்லோரது வீடுகளிலும் எமது கோரிக்கைகள் எடுத்த எடுப்பிலேயே நிராகரிக்கப்பட்டன. நாங்கள் சிறுவர்கள் பிரதான வீதிகளில் எங்களால் கவனமாகச் சைக்கிளை ஓட்டமுடியாது என்பதாகவிருந்தது அதற்கான காரணம். இறுதியாக மோகனின் நச்சரிப்புத் தாங்க முடியாத பெற்றோர்கள் 'சரி உன் நண்பர்கள் வாங்கினால் உனக்கும் வாங்கித்தரலாம்' என்று சொன்னார்கள்.

அடுத்த நிமிடமே அந்தச் செய்தியோடு மோகன் எங்களைத் தேடிவந்துவிட்டான். அன்றைய நாளே குமாரும், ரவியும் வீட்டிற்போய் துள்ளிய துள்ளலில் 'சரி எல்லோரும் வாங்கினால் உங்களுக்கும் வாங்கலாம்' என்று அவர்களின் பெற்றோரும் சொல்லிவிட்டார்கள். அடுத்த நாள் நண்பர்கள் அனைவரும் பாடசாலையில் வைத்து என்னை உசுப்பிவிட்டார்கள். யாராவது ஒருத்தன் வாங்கினால்தான் மற்றவர்களுக்கும் கிடைக்கும் என்ற நிலையில் அவர்கள் எல்லோரும் என்னையே எதிர்பார்த்தார்கள். ஏனெனில் மற்றவர்கள் வீட்டில் அம்மா, அப்பா என்று இருவரையும் சமாளிக்க வேண்டிய கடினமான நிலை. எனக்கு அப்பா இல்லாதமையினால் அம்மா ஒருவரை சமாளிப்பது சுலபமானதென்றே அவர்கள் கருதினார்கள். ஆனால், எனக்கு அம்மாவும் அப்பாவும் ஒரே உருவத்தில் இருப்பது அவர்கள் அறிந்திராத நான் அனுபவித்துக் கொண்டிருந்த உண்மையாகவிருந்தது. இருந்தாலும், சரியென நானும் ஒரு முடிவோடு மீண்டும் அம்மாவிடம் எனது கோரிக்கையை முன்வைத்தேன். அம்மாவும் பொறுக்க முடியாமல், "நீ வரவரப் படிப்பில மோசமாயிருக்கிற. முந்தியெல்லாம் நல்லாப் படிச்சனி

இப்ப விளையாட்டுப் புத்தி கூடிப்போச்சு, இந்த முறை பத்தாம் பிள்ளைக்குள்ள வந்தா கட்டாயம் சைக்கிள் வாங்கித்தாரன்" என்றார் அம்மா.

வகுப்பில் நாற்பத்திரெண்டு பிள்ளைகள். நான் சென்ற தடவை பதிநான்காவது பிள்ளையாக வந்தது ஞாபகத்திலிருந்தது. அப்படியானால் இம்முறை ஆக ஐந்து பேரைத்தான் முந்த வேண்டும். அதுவொன்றும் பெரிய காரியமில்லையென்றே எனக்குத் தோன்றியது.

இப்போது பாடசாலைக்குச் சைக்கிள்களில் செல்லப்போகும் எமது கனவுகளை நிஜமாக்கும் பொறுப்பு என்னிடமே இருப்பதாக எண்ணிக்கொண்ட நான் பரீட்சை மண்டபத்தில் வினாத் தாள்களை விரித்துவைத்துவிட்டு, கலர் கலராக சைக்கிள்களை கனவு காண ஆரம்பித்துவிட்டேன். அதன் விளைவு, இம் முறை நான் வகுப்பில் பதினோராம் பிள்ளை. நண்பர்கள் எல்லோருடைய சைக்கிள் கனவுகள் துருப்பிடித்துப்போனது. என்னைவிட மூன்று புள்ளிகளைக் கூடுதலாகப் பெற்று பத்தாமிடத்தைப் பிடித்தவனைக் கடித்துக் குதறவேண்டும் போலிருந்தது. பாடசாலையிலிருந்து வீடு திரும்பிக் கொண்டிருக்கையில் என் மண்டைக்குள் ஒரு திருட்டுப்பொறி தட்டியது.

நான் எனது ரிப்போட் புக்கைத் திறந்து மதிப்பெண் போட்டிருந்த பக்கத்தைப் புரட்டினேன். 11 என்ற இலக்கம் கண்முன்னே குத்திக்கொண்டு நின்றது. பேனாவை எடுத்து முன்னுக்கு இருந்த 1ஐ வளைத்து சுழியம் ஆக்கினேன். இப்போது மதிப்பெண் ஒன்றாக இருந்தது. சற்று யோசித்தேன், இல்லை நம்பமாட்டார்கள். மீண்டும் பேனாவை எடுத்து பின்னுக்கு இருந்த ஒன்றுடன் குறுக்காகவும், சாய்வாகவும் இரண்டு கோடுகளை இணைத்தேன். அது நான்காக மாறியது. இப்போது நான் நான்காம் பிள்ளை.

நெஞ்சு படபடக்க வீட்டிற்குள் நுழைந்தபோது, ரிப்போட் புக்கை வாங்கிப்பார்த்த அம்மா பெருமகிழ்ச்சியுடன் "விடுமுறை முடிந்து பாடசாலை ஆரம்பமாகும் போது சைக்கிள் வாங்கித்தருகிறேன்" என்றா. அந்த வார்த்தைகளைக் கேட்டபோது நானடைந்த சந்தோசத்திற்கு அளவேயில்லை. ஆனால், அந்தச் சந்தோசத்துக்கு மூன்று நாட்கள் மட்டுமே ஆயுள் இருந்தது. மூன்றாம் நாள்

அம்மா கடற்கரைக்குப் போய் அன்னக்கிளி அண்ணேயிடம் வீச்சுமீன் வாங்கிவரும் போது, வழியில் நல்லதொரு கொழுத்த பூவரசம் கம்பையும் முறித்துக்கொண்டே வந்தார். மீனைக் கொண்டுபோய் அடுப்படியில் வைத்துவிட்டுக் கம்பும் கையுமாக நேராக என்னிடமே வந்த அம்மாவின் கண்கள் கோபத்தில் சிவந்திருந்தன. அம்மாவின் முகத்தைப் பார்ப்பதற்கே எனக்கு பயமாகவிருந்தது. அம்மா பூவரசம் கம்பை ஆட்டியவாறு ஒரே ஒரு கேள்விதான் கேட்டா.

"நீ எத்தனையாம் பிள்ளை?"

"பதினொராம் பிள்ளை" சட்டென்று பதில் சொன்னேன்.

எனது கை, கால், முதுகு என்று எல்லா இடங்களிலும் பூவரசம் கம்பு புகுந்து விளையாடிக் கொண்டிருக்க வெளித் தெருவில் சைக்கிள் ஒன்று மணியடித்தபடியே உருண்டோடித் தொலைந்தது.

என்ன மாயம் நடந்ததோ தெரியவில்லை. பாடசாலை தொடங்குவதற்கு ஒரு கிழமைக்கு முன்னர் எனக்கான சைக்கிள் ஒன்றை வாங்குவதற்கான பொறுப்பை எனது குஞ்சியையாவிடம் ஒப்படைத்தார் அம்மா. அதனைக் கேள்விப்பட்டவுடனேயே எனது நண்பர்களையும் உஷார்ப்படுத்திவிட்டேன்.

"எது வடிவான நல்ல சைக்கிள்? ஏசியாவா? ஹரோவா? லுமாலாவா?" என்று எங்களுக்குள் ஒரு பட்டிமன்றமே நடந்து முடிந்தது. எனது தெரிவு ஏசியாவாகவே இருந்தது.

"ஏசியா 'போக்'குடைக்கும், அது சரியில்லை" என்றான் ரவி.

எமது விவாதங்கள் முடிந்து நான் வீட்டுக்கு போனபோது வீட்டு வாசலில் அறிமுகமில்லாத ஒரு றலிச் சைக்கிள் நின்றது. யாராவது விருந்தாளிகள் வந்திருப்பார்களோ என்ற எண்ணத்துடன் உள்ளே நுழைந்தேன். வேறு யாருமல்ல குஞ்சியையா தான் றலிச் சைக்கிளின் பெருமைகளை அள்ளிவிட்டுக் கொண்டிருந்தார்.

என்னைக் கண்டதும் "தம்பி உன்ர சைக்கிள் வெளிய நிக்குது பாத்தியா?" என்று கேட்டார்.

உடனே நான் வாசலுக்கு ஓடினேன். அரைப் பழசான அந்த றலிச் சைக்கிள் கறள்ப் பிடித்த பெரியதொரு ஹரியருடன் அசிங்கமாய்

நின்றது. அந்த நிமிடமே எனது ஏசியாக் கனவு 'போக்'குடைந்து போக கண்களில் நீர் முட்டிக்கொண்டது.

"எனக்கிந்தப் பழைய சைக்கிள் வேண்டாம், புதுசு தான் வேணும்" என்று அடம்பிடித்தேன்.

"அட தம்பி இப்பத்தயச் சைக்கிளொண்டும் உதவாதடா. பகட்டுக்குத்தான் அதுகள் சரி, பாவிப்புக்குச் சரிவராதடா. 'றலி' தான் மழை, தண்ணி, வெய்யிலெண்டு பாராமல் எல்லாத்துக்கும் நிண்டு பிடிக்கும். வேணுமென்டால் உந்தக் ஹரியலைக் கழட்டிப் போட்டு ஒரு நல்ல சின்னக் ஹரியலும், ஸ்ரான்டும் பூட்டித்தாறன்" என்று ஆசை காட்டினார் குஞ்சியையா.

சில நிமிடங்கள் சைக்கிளை வெறித்துப் பார்த்தபடியே நின்ற நான், இதுதான் விதியென்றால் இனியென்ன செய்வது சில அலங்காரங்களைச் செய்து அழகாக்க வேண்டியதுதான் என்ற முடிவுக்கு வந்துவிட்டேன்.

மறு நாளே ஹரியரைக் கழட்டி எறிந்தேன். மண்ணெண்ணையையும், தேங்காயெண்ணையையும் ஒரு சிரட்டையில் கலந்து பழைய சாறத்தைக் கிழித்து அதில் தோய்த்து மக்காட், செயின்கவர், பார் என்று எல்லாவற்றையும் தேய்த்து பளபளப்பாக்கினேன். செட்டிபுலம் கடற்கரைக்குச் சென்று கணவாய் ஓடுகள் பொறுக்கிவந்து றிம்மைத் தேய்த்து மினுமினுப்பாக்கினேன். பாருக்கு வயர் வாங்கிச் சுற்றிக் கிளிப்புகளும் கொழுவினேன். ஹான்டில் கைப்பிடிக்கும், பிரேக் கம்பிகளுக்கும் பிளாஸ்ரிக் கவர்கள் வாங்கிப் போட்டேன். அச்சுக்களுக்கு பூக்கள் கட்டினேன். வெள்ளைக் கடற்கரைப் பள்ளிவாசலுக்குப் பக்கத்திலுள்ள பாருக் என்பவர் வீட்டில் சீற் கவர்கள் தைப்பதாக அறிந்து அங்கு சென்று சீற்றுக்கு அழகான கவர் தைப்பித்துப் போட்டேன்.

என்ன செய்தும் சைக்கிளில் ஆங்காங்கே இருந்த கறள்களை என்னால் மறைக்க முடியவில்லை. கொஞ்சம் சுருங்கிய மனதுடன்தான் சைக்கிளை வெள்ளோட்டத்திற்கு வீதியில் இறக்கினேன். ஆனால் சைக்கிளில் ஏறி மிதித்ததும் எனது மனம் மெல்ல மெல்ல மலரலாயிற்று. இன்று இங்கு புதுக்கார் வாங்கி ஓடிய போது கூட, அன்று நான் அனுபவித்த அந்தச் சந்தோஷத்தை அனுபவிக்கவில்லை என்றே தோன்றுகின்றது.

விடுமுறை முடிந்து பாடசாலை தொடங்கியபோது நண்பர்கள் அனைவரும் ஹான்டில்களில் ஹான்டில்கள் உரசும்படியாக தெருக்களை நிறைத்துக் கொண்டு ஊர்வலமாகப் பாடசாலைக்குப் போனோம். எங்கள் சைக்கிள்கள் எத்தனை லேடிஸ் சைக்கிள்களை பாடசாலைகளில் இருந்தும், ரியூசன் சென்ரர்களில் இருந்தும் வீடுகள் வரை பின்தொடர்ந்து பாதுகாப்பாக கொண்டுபோய்ச் சேர்த்திருக்கின்றன. எத்தனை மதில்களையும், எத்தனை வேலிகளையும் பெடல் கட்டைகளில் எழுந்து நின்று எட்டிப்பார்க்க வைத்திருக்கின்றன.

ஒற்றைச் சைக்கிளில் சீற்றில் ஒருவர், பாரில் ஒருவர், ஹான்டிலில் ஒருவர், பின்னஞ் சில்லு அச்சில் ஒருவரென நான்குபேர்கூட பயணித்திருக்கின்றோம். முன் சில்லைத் தூக்கிக்கொண்டு ஒற்றைச் சில்லில் ஓடுவதும். கைகளை விட்டிற்று ஓடுவதும். கைபிறேக் பாவிக்காமல், பின் சில்லின் ரயரில் குதிக்கால்களை வைத்து அமர்த்தி கால்பிறேக் பிடித்து தெருக்களில் கோடுகள் கீறுவதுமாக நாங்கள் மட்டும் விழுப்புண் அடைவதில்லை. எங்கள் சைக்கிள்களும் அடிக்கடி விழுப்புண்னடைந்து வங்களாவடிச் சந்தியிலுள்ள சைக்கிள் பரியாரியார் குருமூர்த்தியிடம் சிகிச்சைக்குச் செல்வதுண்டு. ஹான்டில் பிடித்துப் பார்த்தே முன்வக்குள், பின்வக்குள், போக்குவளைவு, அச்சுத்தேய்வு என்று சைக்கிளின் வருத்தங்களை உடனேயே சொல்லிவிடக்கூடிய விண்ணர் அவர்.

கொஞ்சக் காலத்திலேயே நான் செய்துவைத்திருந்த அலங்காரங்களெல்லாம் தொலைந்து மீண்டும் உண்மையான பழையத் தோற்றத்துக்கு வந்துவிட்டது சைக்கிள். அதன் இடது பக்கத்து பெடல்க் கட்டை மரப்பலகையிலானது அது நன்றாக தேய்ந்துவிட்டதனால் நான் பெடல் கட்டைகளை மிதிக்கும் போதெல்லாம் கீரீச்... கீரீச்... எனப் பெரும் சத்தத்தை எழுப்பத் தொடங்கிவிட்டது. அதனால் சன நடமாட்டம் அதிகமான இடங்களிலும், இளவட்டப் பெட்டைகள் நடமாடும் இடங்களிலும், அதாவது: தண்ணீர்ப் பைப்புகள், பாடசாலைத் தெருக்கள் போன்ற இடங்களில் எனக்குப் பெரும் வெட்கக்கேடாக இருந்தது. அதனால் நான் இடது பக்கத்துப் பெடல் கட்டையில் மெதுவாக காலை வைத்தபடி வலது பக்கத்து பெடல் கட்டையையே உன்னி மிதிப்பேன். அதனால் இரவில் படுக்கும் போது வலதுகால் உளைச்சல் தாங்க முடியாததாக இருக்கும்.

அந்தக் காலத்தில் தான் எனது சைக்கிளுக்கு 'சோத்துப் பார்சல் சைக்கிள்' என்று ஒரு பட்டப் பெயரும் வந்தது. ஒரு நாள் நான் புளியங்கூடல் சந்திக்கு கிட்டவாக மூன்று லேடிஸ் சைக்கிள்களை ஓவர்டேக் செய்தேன். அதில் ஒருத்தி என்னுடன் ஒரே வகுப்பில் படிப்பவள். நான் அவர்களைக் கடந்து முன்னேறும் போது, எனது வகுப்பில் படிப்பவள் தன் தோழிகளுக்குச் சொன்னாள் "அடியே அது சோத்துப் பாசல் சைக்கிளடி" என்று. உடனடியாக எனக்கு எதுவுமே புரியவில்லை. அந்த இடத்தில் தன்னந்தனியனாக ஒன்றுக்கு மூன்றை எதிர்கொள்ளக் கூடிய துணிவும் அப்போது எனக்கு இருந்திருக்கவில்லை. இருந்தும், அவள் ஏன் எனது சைக்கிளைச் சோத்துப் பார்சல் சைக்கிளென்று சொன்னாள் என்ற கேள்வி என்னைக் கனகாலமாகக் குடைந்துகொண்டிருக்கவும் நான் விடவில்லை.

ஒரு சில நாட்களிலேயே அவளைத் தனிமையில் மடக்கிக் கேட்டபோது, எனது சைக்கிளில் இரண்டு இயக்கப் பெடியங்கள் தங்கள் வீட்டுக்குச் சோத்துப் பார்சல் கேட்டு வந்தார்களாம். அப்போது எனது சைக்கிளை தான் அடையாளம் கண்டுகொண்டு "இது ஆற்ற சைக்கிள்" என்று கேட்டாளாம். அதற்கு அவர்கள், "இது எங்கட தோழருடையது" என்று சொன்னார்களாம் என்று கூறினாள்.

அந்த இயக்கக்காரர்கள் எனது அண்ணன் முறையான சின்னம்மாவின் மகனும், அவனது இயக்கத் தோழனும் தான். அவர்களிடம் அவர்களின் அமைப்புக்குச் சொந்தமான புது ஏசியா சைக்கிள் இருந்தது. அந்தப் புத்தம் புதிய சைக்கிளில் ஒரு நாள் என்னைச் சந்திக்க வந்த இருவரும் தங்களின் புதிய சைக்கிளை வைத்துக்கொண்டு எனது பழைய சைக்கிளை இரண்டு நாளைக்கு தர முடியுமா என்று கேட்டார்கள்.

வாழைப்பழம் தின்ன வாய் நோகுதென்று யாராவது மறுப்பார்களா என்ன? உடனேயே நான் சம்மதம் தெரிவித்தாலும், அதற்கான காரணத்தையும் நான் கேட்க மறக்கவில்லை.

தாங்கள் தங்களின் அமைப்பினுடைய பத்திரிகையை வீடு வீடாகச் சென்று மக்களுக்கு விற்க இருப்பதாகவும், அப்படி மக்கள் மத்தியில் போகும் போது பகட்டாகப் புதிய சைக்கிள்களில் போகக்கூடாதென்றும் எளிமையாக பழைய

சைக்கிளிலோ அல்லது நடந்தோதான் போக வேண்டுமென்றும் எனக்கு விளக்கம் தந்தார்கள். அப்போது எனக்கிந்த அரசியல் விளங்கவேயில்லை. எனது எண்ணமெல்லாம் இந்தப் புத்தம் புதிய சைக்கிளில் இரண்டு நாளைக்குள் இந்தத் தீவை ஒரு சுற்றுச்சுற்றி வந்துவிடலாம் என்பதாகவேயிருந்தது. அதன் எதிர்வினையாக எனது சைக்கிளுக்கு இப்போது 'சோத்துப் பார்சல் சைக்கிள்' என்று பெயர் வந்துவிட்டது.

ஒரு இயக்கம் புதுச் சைக்கிள்களில் வந்து மக்களிடம் சோற்றுப் பார்சல் வாங்கிப் போவதற்கே தயங்கிக்கொண்டிருந்த அதே காலத்தில்தான் எனது ஊருக்குள் இன்னொரு இயக்கம் மோட்டார் சைக்கிள்களில் வந்து மக்களிடம் தங்கம் வேண்டிக்கொண்டும் போனது.

அடடா... இந்தத் தங்கம் வாங்கித் திரியும் இயக்கத்துக்கு இப்படி ஒரு யோசனைவந்து, அதற்காக எனது பழைய சைக்கிளை கைமாற்றிப் பாவித்திருந்தால் எனது சைக்கிளுக்கு 'தங்கச் சைக்கிள்' என்று பெயர் வந்திருக்குமே என்றெண்ணி நான் ஏங்கியதுமுண்டு.

ஊரில் தண்ணீர்க் கிணறுகள் வறண்டுபோன ஒரு கோடையில் சாட்டிக்குப் போய் தண்ணீர் அள்ளிக் கொண்டுவருகின்ற வேலையும் எனதாகிப்போனது. ஒரு நாள் பெரியதொரு பீப்பாவில் தண்ணீரை நிரப்பி அதை பாரில் வைத்து இரண்டு கைகளாலும் நெஞ்சாலும் ஒரு காதலியை அணைப்பது போல் அணைத்துப் பிடித்துக்கொண்டுவந்து வீட்டில் இறக்கியபோதுதான் பார்த்தேன். ஹான்டிலின் நடுத்தண்டு உள்ளே நுழையும் பார்ப் பகுதியில் சுற்றிவர வெடிப்பு ஏற்பட்டிருந்தது.

அதைப் பார்த்ததுமே எனக்கு தாங்க முடியாத கவலை ஏற்பட்டிருக்கும் என்று யாராவது நினைத்தால் அது பிழை. எனக்குத் தாங்க முடியாத சந்தோஷம் தான் ஏற்பட்டது. ஆனாலும், அந்தச் சந்தோஷமும் நீடிக்கவில்லை. இதையே சாட்டாகவைத்து புதுச் சைக்கிள் ஒன்று வாங்கிவிடலாம் என்ற எனது எண்ணத்தில் மீண்டும் மண் அள்ளிப் போட்டது அதே றலிப் பைத்தியம் பிடித்த குஞ்சியையா தான்.

“இதொண்டும் பெரிய விசயமில்லத் தம்பி ரவுனுக்குக் கொண்டுபோனால் வடிவாக அடையாளமே தெரியாம ஒட்டிக்கொண்டு வரலாம்” என்றவர் ஒரு நாள் என்னையும் இழுத்துக்கொண்டு யாழ்ப்பாண ரவுனுக்கு வெளிக்கிட்டார். மினிபஸ் ஒன்றின் மேலே சைக்கிளைத் தூக்கி வைத்துக் கட்டினார்கள். பஸ்சினுள் யன்னலோரத்துச் சீற்றில் இருந்த எனக்கு வெளிக் காற்றின் வேகத்தில் சைக்கிள் சில்லுச் சுற்றும் இரைச்சல் கேட்டபடியே இருக்க என் மனசும் சுற்றிச் சுற்றி முத்துமாரி அம்மனிடம் ஒரு வேண்டுதல் வைத்தபடியேயிருந்தது.

‘பெருங்குளத்து முத்துமாரித் தாயே கயிற்றுக் கட்டை அறுத்துச் சைக்கிளை பண்ணைக் கடலுக்குள் விழுத்திவிடு தாயே! வெள்ளிக்கிழமை வந்து நான் உனக்குக் கற்பூரம் கொழுத்துகிறேன்’ என்பதுதான் அந்த வேண்டுதல். ஆனால் முத்துமாரியும் ஏமாற்றிவிட்டாள்.

வெலிங்டன் சந்தியிலுள்ள ஒரு ‘வெல்டிங்’ பட்டறையில் எனது சைக்கிளைக் கவிழ்த்து வைத்து ஒருவர் பொறி பறக்க ஒட்டிக்கொண்டிருந்த போது, என் மனசும் பொறி பறக்க அந்தப் பெருங்குளத்து முத்துமாரியைத் திட்டிக்கொண்டிருந்தது. வெல்டிங் செய்யும்போது எழுந்த தீய்ந்த நாற்றம் என்னை மயக்கமாக்கும் போலிருந்தது.

○ ○ ○

**அ**ந்த றலிச் சைக்கிளின் நினைவுகளுடன் படுத்திருந்த என்னை அலாரம் அடித்து எழுப்பியபோது. பிள்ளைகள் பாடசாலைக்கு போவதற்கு ஆயத்தமாகிக் கொண்டிருந்தார்கள். நானும் அவர்களுடன் போட்டி போட்டுக் கொண்டு வேலைக்குப் போவதற்கு ஆயத்தமாகி, வெளியே இறங்கி நடந்தேன்.

குப்பைகளால் நிரம்பியிருந்த தொட்டிக்குள் ஒரு கறுப்புத் தலை தெரிந்தது. ஆச்சரியத்துடன் எட்டிப் பாத்தேன். ஆபிரிக்க மனிதர் சைக்கிள்களை வெளியே தூக்கி எடுப்பதற்குப் படாத பாடுபட்டுக்கொண்டிருந்தார். எனக்கு மகிழ்ச்சி தாங்க முடியவில்லை எனது வேலையையும் மறந்துவிட்டு அவருடன் சேர்ந்து சைக்கிள்களைத் தூக்கி எடுத்தேன். நாங்கள்

சைக்கிள்களை வெளியே எடுக்கும் போது தொட்டிக்குள்ளிருந்த சிறிய பொருட்களும், குப்பைகளும் வெளியே சிதறி விழுந்தன.

அருகிலிருந்த கட்டடத்தின் இரண்டாவது மாடியில் ஜன்னல் கண்ணாடியில் தட்டும் சத்தம் கேட்டு மேலே பார்த்தோம். அதே நோர்வேஜிய மூதாட்டி ஏதோ பேசிக்கொண்டு நிற்பது தெரிந்தது. ஜனனல் கண்ணாடியைத் திறப்பதற்கு அவர் பிரயாசைப்பட்டுக்கொண்டிருந்தார். அவரது வாயசைப்பை மட்டும் பார்த்தோம். வார்த்தைகள் எங்களுக்குக் கேட்கவில்லை. தொட்டிக்கு வெளியே கொட்டிக் கிடக்கின்ற குப்பைகளுக்காகத் தான் ஏதோ பேசுகிறார் என்ற ஊகத்துடன் நான் குப்பைகளைப் பொறுக்கி மீண்டும் தொட்டியினுள் திணித்தேன். மூதாட்டியின் தலை ஜன்னலிலிருந்து மறைந்தது.

ஆபிரிக்கர் கீழே இறக்கப்பட்டிருந்த சைக்கிள்களை ஆர்வத்தோடு பரிசோதித்துக்கொண்டிருந்தார். பின் என்னைப் பார்த்து "உதவிக்கு நன்றி நண்பரே" என்றார்.

"உங்கள் உதவிக்கும் மிக்க நன்றிகள் நண்பரே" என்றவாறு நான் அவரது கைகளை குலுக்கிக்கொண்டிருக்கையில் அந்த நோர்வேஜிய மூதாட்டி அங்கே வேகமாக வந்தார். அவரது கையில் ஒரு காகிதம் இருந்தது. வேக வேகமாக அந்தக் காகிதத்தை தொட்டியில் ஒட்டிவிட்டு மூதாட்டி வந்த வேகத்திலேயே திரும்பிச் சென்றார்.

நான் ஒட்டப்பட்டிருந்த காகிதத்தின் அருகே சென்று படித்தேன். "உள்ளே போட்ட குப்பைகளை மீண்டும் வெளியே எடுக்காதீர்கள்" என அழகிய கையெழுத்துகளில் நோர்வேஜிய மொழியில் எழுதப்பட்டிருந்தன.

ஆபிரிக்க மனிதரைப் பார்த்தேன். அவர் கடமையே கண்ணாகச் சைக்கிள்களை துடைத்துக்கொண்டிருந்தார். அவரை அழைத்து மூதாட்டியின் அறிவித்தலைக் காட்டினேன். அவர் புன்னகைத்தவாறே தனக்கு எழுத வாசிக்கத் தெரியாது என்றார். நானும் பதிலுக்குப் புன்னகைத்துவிட்டு, சைக்கிள்களை திரும்பிப் பார்த்தவாறே நடையை கட்டியபோது அன்று யாழ்

ஆஸ்பத்திரி வீதியில் சன்னம் பாய்ந்த ஒருபக்க காதிலிருந்து வழிந்த இரத்தத்துடன் மின்கம்பத்தில் கட்டப்பட்டிருந்த உயிரற்ற உடலின் கழுத்தில் 'சைக்கிள் திருடன்' என்ற சுலோக அட்டை தொங்க பரட்டை தலையும் கறைபடிந்த பற்களுடனான அந்த முகம் மீண்டும் என் மனக்கண்ணில் வந்தது.

மறுபடியும் ஜன்னல் கண்ணாடி தட்டப்படும் சத்தம் கேட்டது.

⊙

# தூய துணைகள்

அடித் தொண்டையிலிருந்து "ம்... ஆ..." என்ற முனகல் ஒலி கேட்டபோதுதான் சந்தியா திரும்பிப் பார்த்தாள். தலையை ஒரு பக்கமாய்ச் சாய்த்தபடி நாக்கையும் அதே பக்கமாய் நீட்டி முழியைப் பிரட்டி நெற்றிக்குள் செருகியவாறே கைகளை உதறிக்கொண்டிருந்தான் மகன் தூயவன். எதாவது தேவைகள் ஏற்படின் இப்படியான உடல் மொழியால் வெளிப்படுத்துவதே அவனது வளமையாகவிருந்தது. அவனுக்கு உணவை ஊட்டிவிட்டுப் பாத்திரத்தைக் கழுவிக்கொண்டு நின்றவளுக்கு அப்போதுதான் புரிந்தது மகனுக்குத் தண்ணீர் பருகக்கொடுக்கவில்லை என்பது. மீண்டும் அவனிடம் சென்றவள் தண்ணீரைப் பருக்கிவிட்டு அவனது வாயைத் துடைத்துவிட்டதுமே, விரல்களைப் பொத்திப் பிடித்த கைகளை முகத்திற்கு நேரே ஆட்டியவாறு கண்களைச் சுருக்கி உதடுகள் விரிந்த புன்னகையால் சந்தோஷத்தை வெளிப்படுத்தினான். இத்தகைய செய்கையானது எப்போதும் அவனது திருப்தியை வெளிப்படுத்துவதாகவே அமைவதுண்டு.

ஒஸ்லோவின் காலநிலை இன்று சூரியனைக் கண்ணில் காட்டியது. விடுமுறை நாட்களில் நல்ல வெய்யிலெறித்தால், இங்குள்ள தமிழர்களால் 'தூசணப் பார்க்' என அழைக்கப்படும் நிர்வாணச் சிலைகளைக் கொண்ட வீகெலாண்ட் பார்க்குக்கு மகனை அழைத்துச் சென்று மகிழ்விப்பதே அவளது மகிழ்ச்சியான நடைமுறைகளில் ஒன்றாகவிருந்தது.

கொரோனா கொஞ்சம் கட்டுப்பட்டதுபோல் மீண்டும் ஒஸ்லோ மக்கள் வெளியே உலாவ ஆரம்பித்திருந்தார்கள். கொரோனாப் பயந்தெளிந்த சந்தியாவும் மகனுக்கு உடைகளை மாற்றிகொண்டு பார்க்குக்குச் செல்ல ஆயத்தமானாள். மகனின் துணியிலான முகக் கவசத்தைத் தேடியபோதுதான் நேற்று அலைபேசியைத் தரவில்லை என்ற கோபத்தில் அவன் முகக் கவசத்தை வீசி எறிந்ததும், அது ஜன்னல் திரைச்சீலைத் தாங்கியில் மாட்டிக்கொண்டு தொங்கியதும் ஞாபகத்தில் வந்தது. அதனை எடுக்க முயற்சித்தவளுக்கு நுனிக்காலில் நின்றும் அது எட்டவில்லை. துள்ளிக்குதித்து எடுக்கலாமா என எண்ணியபோதே, பின் பக்கத்தாலிருந்து கட்டியணைத்த கைகளால் சட்டென எதிர்பாராதவிதமாக அவள் முகக் கவசம் எட்டக்கூடிய உயரத்துக்கு மேலே தூக்கப்பட்டாள். முகக் கவசத்தை கைப்பற்றியவுடன் கீழே இறக்கப்பட்டவள், தன்னிலும் உயரமாக நின்ற மகனை இன்ப அதிர்ச்சியுடன் கட்டித் தழுவிக்கொண்டபோது அவளது கண்கள் ஆனந்தக் கண்ணீரில் பனித்திருந்தன. மகனும் கண்கள் சுருங்கி உதடுகள் விரிய அதே கள்ளங்கடபமற்ற குழந்தைச் சிரிப்புடன் நின்றான். ஆம் அவன் குழந்தைதான். பதினேழு வயதில் தாயைத் தூக்குமளவுக்கு ஆஜானுபாகுவாக உடல் வளர்ந்துவிட்டபோதிலும் அவனது உள்ளம் இன்னும் குழந்தையாகவே இருக்கிறது. அந்தப் பெரிய குழந்தையை சக்கரநாற்காலியில் இருக்கவைத்துத் தள்ளியபடியே வீகெலாண்ட் பார்க்கை நோக்கி நடந்துகொண்டிருந்தாள் சந்தியா.

○ ○ ○

**தூ**யவன் பிறந்து இரண்டாவது வயதைத் தாண்டியும் எழுந்து நடக்க முடியாதவனாகவும், காரணமின்றி அழுவது, சிரிப்பது, கைகளைத் தட்டுவது, விரல்கள், கைகள் மற்றும் உடலை இயல்புக்கு மாறாக அசைப்பது போன்ற ஒரே மாதிரியான செயலைத் திரும்பத் திரும்பச் செய்பவனாகவும் இருந்தான். அதன் பின்னர் வைத்தியர்களை அனுகியபோதுதான் அவனது மூளையானது தகவல்களைப் பயன்படுத்திப் புரிந்துகொள்ளும் திறனையும், பார்த்தல், கேட்டல் போன்ற உணரும் விஷயங்களையும் சரியாகப் பயன்படுத்தமுடியாத ‘ஆட்டிசம்’ என்னும் தன்முனைப்புக் குறைபாட்டினால் பாதிக்கப்பட்டிருப்பது தெரியவந்தது. அன்றிலிருந்தே அவளது நாட்கள் நரகமாகத்

தொடங்கின. ஒரு தாயாய் குழந்தை விடயமாக அவள் வரைந்து வைத்திருந்த கற்பனைச் சித்திரங்கள் எல்லாமே அவளது கண்ணீரிலேயே கரைந்தழிந்துபோனது. அதே காலத்தில்தான் அவளது இரண்டாவது குழந்தையும் வயிற்றிலிருந்தது. முதற் குழந்தை இப்படிப் பிறந்துவிட்டதே என்ற கவலையும், இரண்டாவது குழந்தை எப்படிப் பிறக்கப்போகிறதோ என்ற ஏக்கமும் அவளையும் அவளது கணவன் ராகுலனையும் ஆட்டிப்படைத்துக்கொண்டிருந்தன.

கருக்கலைப்புக்கு நச்சரித்த ராகுலன் அவளை வைத்தியரிடம் அழைத்துச் சென்றபோது காலம் கடந்துவிட்டதாகக் கையை விரித்த வைத்தியர் உத்ராலீட் மூலம் குழந்தையின் அசைவுகளைப் பரிசோதித்து இரண்டாவதும் ஆண் குழந்தை என்றும், குழந்தை ஆரோக்கியமாக இருப்பதாகவும் உறுதிசெய்தார். முதற் குழந்தையும் ஆரோக்கியமாக இருப்பதாகவேதான் உத்ராலீட் மூலம் உறுதிசெய்திருந்தார்கள், அதனால் அவள் மெய்ஞானத்தை மட்டுமல்ல விஞ்ஞானத்தையுமே நம்ப முடியாதவளாகவே இருந்தாள். ஆனாலும், சோர்ந்துவிடவில்லை. கவலைப்பட்டுக் கண்ணீர் வடித்துக்கொண்டிருந்தால் வயிற்றிலிருக்கும் குழந்தைக்கும் பாதிப்பு ஏற்பட்டுவிடும் என்பதைப் புரிந்துகொண்டவள், மனத்தைக் கல்லாக்கிக்கொண்டு கவலைகளையெல்லாம் புறந்தள்ளி வைத்துவிட்டு மூன்று வயதைத் தாண்டியும் நடப்பதற்கும், பேசுவதற்கும் சிரமப்பட்ட முதற் குழந்தையை நடக்க வைக்கவும், பேச வைக்கவுமெனப் படாத பாடுகள் பட்டாள்.

ஆட்டிசத்தால் பாதிக்கப்பட்ட குழந்தைகளுடன் பெற்றோர்கள் அதிக நேரத்தையும், கவனத்தையும் செலவிட வேண்டு மென்பதையும், சாதாரண குழந்தைகளிடம் செலுத்தும் அன்பைவிடவும் இந்தக் குழந்தைகளுக்குக் கூடுதல் அன்பும், அரவணைப்பும் தேவைப்படும் என்பதையும் புரிந்துகொண்டவள் அதற்காகத் தன்னைத் தயார்ப்படுத்திக்கொண்டாள். சிறப்புக் குழந்தைகள் வளர்ப்பிற்கான விசேட பயிற்சி வகுப்புக்களுக்குச் சென்றாள். சிறப்புக் குழந்தைகளுக்கான எல்லா வைத்தியர்களையும் பார்த்தாள், எல்லாவிதமான பயிற்சிகளையும் செய்வித்தாள்.

மகனுக்கு ஒரு வினோதமான பழக்கமிருந்தது. அதாவது, கைகளில் எப்போதும் ஏதாவதொரு பொருளைப் பிடித்து வைத்திருக்கவேண்டும் இல்லையேல் அவன் அமைதியை இழந்துவிடுவான். பிடித்துக்கொள்ள எதுவுமே இல்லாவிடின் இரண்டு கைகளாலும் தனது செவிகளையே சிவக்குமளவுக்கு இறுகப் பிடித்துக்கொண்டு கோபத்தில் உறுமுவான். அதனால் எப்போதும் ஏதாவதொரு விளையாட்டுப் பொருளை அவனது கைப்பிடிக்குள் கொடுத்தபடியே இருந்தவளுக்கு ஒரு நாள் தொலைக்காட்சியில் குன்னக்குடி வைத்தியநாதனின் வயலின் கச்சேரியைப் பார்த்துக்கொண்டிருந்தபோதுதான் மகனின் கைகளிலும் வயலினைக் கொடுத்தாலென்ன என்று திடீரென ஒரு யோசனை தோன்றியது.

யோசனையை நிறைவேற்றவும் அவள் தாமதிக்கவில்லை. அடுத்த சில தினங்களிலேயே மகனின் கைகளில் வயலினும், போவ் என்று சொல்லப்படுகின்ற வில்லும் இருந்தன. முதன்முதலாக அவன் வயலினில் வில்லை வைத்து உரசியபோது எழுந்த இசையைக் கேட்டு ஆச்சரியப்பட்டு மகிழ்ந்ததை அவதானித்த சந்தியா யூற்றூப்பில் வயலின் இசைக் கச்சேரிகளைத் தேடிப்பிடித்து அடிக்கடி மகனுக்குப் போட்டுக் காட்டினாள். அவனுடைய பொழுதுகள் வயலினுடனேயே கழிய ஆரம்பித்தன. எப்போதும் அவனைச் சுற்றி வயலின் இசை தாறுமாறாக ஒலித்தபடியே இருந்தது. அவனது ஆர்வத்தைப் பார்த்து வியந்தவள் ஒரு வயலின் பயிற்சியாளரையும் ஒழுங்கு செய்ததோடு மகனை ஊக்குவிப்பதில் அதி தீவிரமானாள். புதிர் விளையாட்டுகள், படம் வரைதல், கட்டுமானத் தொகுதி விளையாட்டுப் போன்றவற்றில் ஈடுபடுத்தினாள். மகன் சின்னச் சின்ன நல்ல விஷயங்களைச் செய்யும்போது பாராட்டினாள். பாராட்டுக்கள் அவனை ஊக்குவித்தன. தினமும் சிறு சிறு பயிற்சிகள் கொடுக்க அவனது கற்றுக்கொள்ளும் திறனும் அதிகரித்தது. மகனின் வாய்மொழி அல்லாத தொடர்பை நன்றாகக் கவனித்து அவன் ஏன் கத்துகிறான்? எதைப் பார்த்து சிரிக்கிறான்? பசி வந்தால் என்ன செய்கிறான்? என்பதையெல்லாம் கவனித்துப் புரிந்து கொள்வதற்குச் சிரமப்பட்டாலும் பெரும் முயற்சிகளின் மூலமாக மகனின் தேவைகளை பூர்த்திசெய்தாள்.

ஆனால், மகனின் விடயத்தில் கவலையும், ஏமாற்றமும் மட்டுமே அடைந்திருந்த ராகுலன் எந்த முயற்சிகளிலும் நம்பிக்கை அற்றவனாகவே இருந்தான். அவனுக்குள் இருந்த கவலைகள் எல்லாவற்றையும் ஒரு கட்டத்தில் சந்தியா மீதான கோபங்களாக வெளிப்படுத்த ஆரம்பித்திருந்தான். அதற்கான காரணமாக சந்தியாவின் தாத்தாவின் சகோதரர் ஒருவர் இப்படியான ஆட்டிசப் பாதிப்புக்கு உள்ளானவராக இருந்ததுவேயாகும். "இது உன்ர பரம்பரையில் இருந்து வந்த வியாதிதான்" என்று அடிக்கடி குத்திக் காட்டினான். அதனால் கலைத்துக் கலைத்துக் காதலித்துக் கட்டிக்கொண்டவர்களுக்குள் காதலும் கலைந்து கலைந்து காணாமற்போக ஆரம்பித்திருந்தது. ராகுலனுக்குள் இருந்த மகன் மீதான பரிதாப உணர்வுகள் கூட மெல்லமெல்ல வெறுப்பு உணர்ச்சிகளாக மாறிக்கொண்டிருந்தன. இப்படியான ஒரு குழந்தையைத் தங்களுக்குத் தந்ததற்காக எப்போதும் கடவுளைத் திட்டித் தீர்த்து நொந்துகொண்டேயிருந்தான் அவன்.

சந்தியாவோ இல்லாத ஒன்றைத் திட்டவுமில்லை, நொந்து கொள்ளவுமில்லை. விழுந்து விழுந்து கும்பிட்டும், விரதங்கள் பிடித்தும் யாருக்கும் எந்தப் பாவமும் செய்யாமல் நேர்மையாகவும், நியாயமாகவும் வாழ்ந்த தனக்கு இப்படியான ஒரு குழந்தை கிடைத்தபோதே அவள் கடவுள் மீதான நம்பிக்கையை இழந்துவிட்டிருந்தாள். ஆனாலும் அவள் தன்னம்பிக்கையை ஒருபோதும் இழந்துவிடவில்லை. அவளது முயற்சிகளின் பயனாக நான்காவது வயதில் மகன் தட்டித் தடுமாறி எழுந்து நின்றான். அது அவளுக்குள் ஓர் உற்சாகத்தையும், நம்பிக்கையையும் வரவழைத்தது. அதே காலத்தில்தான் இரண்டாவது மகனும் பிறந்திருந்தான். உதவிக்கு யாருமே அற்ற அந்நிய தேசத்தில் ஒரே நேரத்தில் இரண்டு குழந்தைகளைக் பராமரிக்க வேண்டியவளாகவிருந்தாள். மூத்த மகனைப் பேச வைப்பதற்கான அவளது அதீத ஈடுபாடுகளால் இரண்டாவது மகன் மீதான கருசனைகள் குறைந்துள்ளதாக குற்றஞ்சாட்டிய ராகுலன் அடிக்கடி அவளோடு முரண்பட்டுக்கொண்டான். முரண்பாடுகள் முற்றி அவ்வப்போது சண்டைகளாகவும் வெடித்தன. அதனால் அவன் வீட்டில் செலவிடும் நேரங்களும் குறைந்துபோனது.

எப்போதும் எல்லாவற்றிலும் இளைய மகனுக்கே முன்னுரிமை கொடுத்த ராகுலன் மூத்த மகன் மீது காட்டாத அன்பையும் சேர்த்தே இளைய மகன் மீது காட்டினான். அவனும் நல்ல சுகதேசியாக வளர்ந்துகொண்டிருந்தான். ஒரு வயதிலேயே எழுந்து நடந்தான், இரண்டாவது வயதிலேயே பேசவும் ஆரம்பித்தான். எப்போது எங்கு சென்றாலும் ராகுலன் இளைய மகனையே அழைத்துச் சென்றான். கேட்டதையெல்லாம் வாங்கிக்கொடுத்தான். அதனால் அவன் அப்பாவின் செல்லமானான். அம்மா எப்போதும் அண்ணாவுடனேயே அதிக நேரங்களைச் செலவிடுவதானது அவனது குழந்தை மனதுக்குள் தமையன் மீதான வெறுப்பையும், பொறாமையையும் உண்டாக்கியதோடு தாயுடனான நெருக்கத்தையும் குறைத்துக்கொண்டிருந்தது.

சந்தியா வெளி வேலைகள் எதற்கும் செல்லாமல் மகனைச் சிறப்புக் குழந்தைகளுக்கான பாடசாலைக்கு அழைத்துச் செல்வதிலிருந்து மீண்டும் கூட்டிவந்து வீட்டில் வைத்துப் பராமரிப்பதுவரையான முழுநேர வேலைகளையும் அவளே செய்வதனால் அவளுக்கான அரசாங்கக் கொடுப்பனவும் கிடைத்தது. அவளுக்கு ஓய்வு தேவைப்படும் நேரங்களில் வேறு வேலையாட்கள் வந்து மகனைக் கூட்டிச் சென்று பராமரிப்பதற்கான வசதிகள் உற்பட இலவச வாடகைக் கார் போன்ற பல வசதிகளையும் ஒஸ்லோ நகரசபை செய்துகொடுத்திருந்தது. நல்ல அரச உதவிகள் கிடைத்தமையினால் குடும்பத்தில் பொருளாதார ரீதியில் எந்தச் சிக்கல்களும் இருக்கவில்லை.

பாடசாலைக்கு மட்டுமன்றி மூத்த மகனை எங்கு கூட்டிச் செல்வதாக இருந்தாலும் அது சந்தியாவினது வேலையாகவே இருந்தது. அதனால் அவள் சமூகத்தில் பல இன்னல்களையும் அனுபவித்தாள். மகனை ஏளனமாகப் பார்ப்பதனூடாக தங்களை அவமானப்படுத்துகின்ற மனிதர்களை தினந்தோறும் சந்தித்தாள். தன்முனைப்புக் குறைபாடுள்ள குழந்தையின் நடவடிக்கைகளை ஏளனப் பார்வை பார்த்த சில அறிவுக் குருடர்களின் கேலி, கிண்டல்களுக்கும் ஆளானாள். வேற்றுக்கிரக வாசிகளைப் பார்ப்பது போன்று அருவருப்புப் பார்வை பார்த்தவர்கள் மீதான அவளது கோபங்கள் எல்லாமே மகனை ஓர் இயல்பான மனிதனாக்குவதற்கான வெறியாகவே மாறியது. அந்த வெறியோடு மீண்டும் மீண்டுமாய் சளைக்காது உச்சரிப்புக்களைச்

சொல்லிக்கொடுத்துப் பேச்சுப் பயிற்சிகளை அளித்தாள். அதன் பலனாக "அ...ம்...ஆ" என்ற வார்த்தை அவனது வாயிலிருந்து உதிர்ந்து விழுந்தது. அதனைக் கேட்ட கணத்தில் வானிலிருந்த நட்சத்திரங்கள் எல்லாம் அவளது காலடியில் உதிர்ந்து விழுந்தது போன்ற மகிழ்ச்சியில் புன்முறுவல் பூத்த அவளது முகம் பிரகாசமானது. தன் உதடுகளில் புன்முறுவலைப் பார்த்த மகனின் முகமும் அதைவிடவும் பிரகாசமானதைக் கவனித்தபோதுதான் அவளுக்கு ஒரு விடயம் புரிந்தது. முன்பெல்லாம் நான் அழுதபோது மகனின் கண்களும் பனித்திருக்கின்றன, முன்பெல்லாம் நான் சோகமாக இருந்தபோது மகனின் முகத்திலும் சோக ரேகைகள் படர்ந்திருக்கின்றன. இப்போது நான் மகிழும்போது அவனும் மகிழ்கின்றான். எனது சிரிப்பைப் பார்த்து அவனும் சிரிக்கிறான் என்றால் இனி நான் எப்போதும் சிரிக்கவேண்டும். என் மகனுக்காக என் துன்ப துயரங்களை எல்லாம் சிரித்தே கடக்க வேண்டுமென அன்றிலிருந்து முடிவெடுத்துக்கொண்டாள்.

இச் சமூகத்தில் தன் மகனையும் ஒருவனாய் ஏற்றுக்கொள்ளாமல் ஏளனப் பார்வை பார்ப்பவர்களைப் பார்த்து இப்போதவள் சிரிக்கிறாள். கேலி, கிண்டல்களால் அவமானப்படுத்துபவர்களைப் பார்த்து இப்போதவள் சிரிக்கிறாள். ஓர் அவமானம் தன்மீது வீசப்படும்போது அதைப் பார்த்துச் சிரிக்காவிட்டால், தான் அந்த அவமானத்தை ஏற்கத் தகுதியானவள் ஆகிவிடுவதாகவே இப்போதவள் கருதுகிறாள். அறியாமையினால் தங்களை அவமானப்படுத்தியவர்கள் எல்லோருமே அனுதாபத்திற்கு உரியவர்களே அன்றிக் கண்டனத்திற்கு உரியவர்கள் அல்ல என்பதை உணர்ந்தபோது தன் முந்தைய கோபங்களை எண்ணியும் சிரிக்கிறாள். இப்போதவள் உதடுகளில் சிரிப்பு ஒட்டிக்கொண்டுவிட்டது. அது அவளையும் மாற்றியது. ஆம், இப்போதெல்லாம் அவள் தன்னிரக்கம் கொள்வதில்லை. மனத்தாங்கல் அடைவதில்லை. எல்லாவற்றையும் சிரித்தே கடக்கப் பழகிவிட்டாள். கடந்துகொண்டிருக்கின்றாள்.

ஆட்டிசம் பாதித்த குழந்தைகளை முழுமையாகக் குணப்படுத்த முடியாதென மருத்துவர்கள் கூறிய போதிலும், தாயுள்ளம் அதனைக் கேட்கவும், நம்பவும் தயாராகவில்லை. தொடர்ந்தும் தளராத முயற்சிகளில் ஈடுபட்டிருந்தவளுக்கு அதற்கான பலனும் கிடைத்தது. மகன் மெல்ல மெல்லத் தத்தித்தத்தி சக்கரநாற்காலி

இல்லாமல் வீட்டுக்குள் எழுந்துநடக்க ஆரம்பித்திருந்தான். உடலின் சமநிலைகுன்றி இருந்தமையினால் வேகமாகவோ அன்றி நீண்ட தூரமோ நடக்க முடியாதவனாக இருந்ததனால் வெளியே செல்லும்போது மட்டும் சக்கரநாற்காலியின் துணை தேவைப்பட்டது. ஆனால் அவனுடைய ஞாபக சக்தியும், காதுகளும் மிகவும் கூர்மையானதாக இருந்தன. ஒருவருடைய பெயரையும் தொலைபேசி இலக்கத்தையும் சொன்னாலே போதும் பின்னர் எவ்வளவு காலத்திற்குப்பிறகு பெயரைச்சொல்லி கேட்டாலே உடனேயே தொலைபேசி இலக்கத்தை சொல்லி விடுவான், அந்த அளவிற்கு அபாரமானதாகவிருந்தது அவனுடைய ஞாபக சக்தி. பெரும்பாலும் இரவு வேளைகளில் மின் குமிழ்களின் அதீத வெளிச்சம் அவனின் மன அமைதியைக் குழப்பியது. அத்தகைய வேளைகளில் உடல் அசைவுகளிலும், குரலிலும் மூர்க்கத்தனத்தை வெளிப்படுத்துவான். அவன் அமைதியை இழக்கும் வேளைகளில் எல்லாம் இசையே அவனை மீண்டும் அமைதியில் ஆழ்த்தியது. அதனால் வீடு எப்போதும் மங்கலான வெளிச்சத்துடன் வயலின் இசையால் நிறைந்திருந்தது.

வீடு எந்த நேரமும் இருட்டாகவும், ஒரே சத்தமாகவும் இருப்பதாக புறுபுறுத்துக்கொண்ட ராகுலன், இதனால் இளைய மகனின் படிப்பும், இயல்பு வாழ்க்கையும் கெட்டுப் போகின்றதென சந்தியாவுடன் சண்டைகள் பிடித்தான். சண்டைகள் அடிக்கடி இயல்பாக நிகழ ஆரம்பித்தன. அவள் வீட்டின் ஒரு பக்கத்தில் அமைதியை நிறுவ முற்பட்டபோது மறுபக்க அமைதி குலைந்து கொட்டுண்ட ஆரம்பித்திருந்தது. மகன் விடயமாக கணவனோடு முரண்பட்டுக்கொண்டு கோபத்தைக் கட்டுப்படுத்த முடியாத ஒரு தருணத்தில், “என்னை என்ன செய்யச் சொல்லுறீங்க, அவனைக் கழுத்தை நெரித்துக் கொண்டுபோட்டு நானும் தற்கொலை செய்து சாகவா?” எனக் கோபாவேசமாகக் கேட்டாள். மறுநாளே தான் கடுமையான வார்த்தைகளை உதிர்த்துவிட்டதாக எண்ணித் தனக்குள்ளேயே வருந்தினாள். தானும் கணவனும் நல்ல மனநல மருத்துவரிடம் ஆலோசனை பெறுவது நல்லதென எண்ணிக்கொண்டவள் அந்த எண்ணத்தை ராகுலனிடம் தெரியப்படுத்தியபோது, “ஏன், உன்னையும் உன்ர மூத்ததையும் போல எனக்குமென்ன விசரே?” என அவன் கேட்ட கேள்வியானது அவளின் இதயத்தைப் பிழிந்து

சாறாக ஊற்றியதோடு எதனாலும் இட்டு நிரப்ப முடியாத இடைவெளியையும் அவர்களுக்குள் ஏற்படுத்தியது.

அதன் பின்னர் தூயவனின் பத்தாவது வயதில் ஒரு நாள் வீட்டில் பூகம்பம் வெடித்தது. அந்த நாள் ஓஸ்லோவில் ராகுலனின் தம்பியின் திருமணம் நடக்கவிருந்த நாளுக்கு முதல் நாளாகும். திருமணம் நடைபெறவிருந்த மண்டபத்தில் அலங்கார வேலைகள் செய்துவிட்டு தாமதமாக வீட்டுக்கு வந்த ராகுலன் சந்தியாவிடம் கேட்டான், "நாளைக்குத் தூயவனைப் பராமரிக்கிறதுக்கான ஆட்களை ஒழுங்கு செய்திட்டியே?" என்று.

"ஏன்? நாளைக்குத்தானே கல்யாணமாச்சே!" என்றவள் குழப்பத்துடன் அவனைப் பார்த்தாள்.

"அதனாலதான் கேட்கிறன்" என்றான் அவன்.

"என்ன சொல்லுறிங்க!?" என்றவள் ஒரு கண்ணில் ஆச்சரியக் குறியும், மறு கண்ணில் கேள்விக்குறியுமாக நின்றாள்.

"அவனைக் கொண்டுபோய் அங்க சமாளிக்க ஏலாது. விட்டுட்டுத் தான் போகவேணும்" என்றான்.

"அதென்னெண்டு, அதெல்லாம் சரிவராது" என்றாளவள் உறுதியான குரலில்.

"உனக்குமென்ன விசர் முத்திப்போச்சே? ஊர்ச் சனங்கள் எண்டும், வெளிநாடுகளிலிருந்து சொந்த பந்தங்கள் எண்டும் எவ்வளவு சனங்கள் வரும் அங்க இவனைக் கூட்டிக்கொண்டுபோய் என்னைப் பரிசுகெடுக்கப்போறியே?" கோபாவேசத்துடன் கேட்டானவன்.

"இது நாங்களாவே பெத்தெடுத்த எங்கட பிள்ளை. இது இயற்கையா வந்த ஒரு குறைபாடு. இதில என்ன பரிசுகேடு இருக்கு? சரி, என்ர பிள்ளைக்கு அங்க இடமில்லை எண்டால் நானும் அங்க வரமாட்டன். நீங்க வேணுமெண்டால் தாராளமாப் போயிற்று வாங்கோ" என்றவள் கலியாணத்துக்காக அயன் பண்ணி மேசையில் அடுக்கி வைத்திருந்த உடைகளைக் கோபத்தோடு விசிறி எறிந்தாள்.

"இதெப்படி? இது இன்னும் பரிசுகேடல்லோ, மனிசி எங்க எண்டு சனங்கள் கேட்டால் நானென்ன சொல்லுறது?" எரிச்சலோடு கேட்டான்.

"மனிசிக்கும் மூத்த மகனுக்கும் விசர் முத்திப்போச்சு, அதுதான் கூட்டிக்கொண்டு வரயில்ல எண்டு சொல்லுங்கோ" என்றவாறு சட்டென்று எழுந்து மகனின் அறைக்குள் புகுந்து கதவைச் சாத்திக்கொண்டவள் மகனைப் பார்த்ததும் முகத்தை மாற்றிப் புன்முறுவல் பூத்தாள். புன்முறுவல் என்பது உதடுகளில் தோன்றுவதல்ல, மனப்பூர்வமான புன்முறுவல் உள்ளத்திலிருந்து தோன்றுவது என்பதைப் புரிந்துகொண்டவனைப் போல் அவனது முகம் எந்தவித உணர்ச்சிகளுமற்று இறுக்கமாகவே இருந்தது.

"திறவடி கதவ" எனக் கத்தியவன் கதவைக் கால்களால் உதைத்துத் தள்ளினான்.

"இதுக்குமேல எங்களை ஆக்கினைப்படுத்தினீங்களோ நாளைக்குக் கலியாணவீட்டையில்ல செத்தவீட்டைத்தான் பார்ப்பீங்க" என உள்ளேயிருந்து வந்த அவளின் கடுமையான எச்சரிப்புக் குரலைக் கேட்டதுமே அமைதியானான் ராகுலன்.

மறுநாள் இளைய மகனுடன் திருமணத்துக்குச் சென்று வந்தவனின் கையில் அவனது கையெழுத்திட்ட விவாகரத்துப் பத்திரம் இருந்தது. அதனைப் பார்த்தும் புன்முறுவல் பூத்தாள். இளைய மகனையும் தன்னோடு வைத்திருக்கப் போராடிப் பார்த்தவளுக்கு ஏமாற்றமே கிடைத்தது. தன்னை ஏமாற்றிய சட்டத்தை எண்ணியும் சிரித்தாள். தன்னை எதிரியாக நினைத்தவர்களையும் பார்த்துச் சிரித்தாள். அவர்களைச் செயல் இழக்கச் செய்வதற்கு இந்தச் சிரிப்பைவிடவும் வேறு பெரிய ஆயுதங்கள் எதுவுமே தேவைப்படவில்லை அவளுக்கு.

இளைய மகனுடன் வேறு வீடு எடுத்துக்கொண்டு குடியேறிப் போன ராகுலன் விவாகரத்துக் கிடைக்கப்பெற்ற சில மாதங்களிலேயே வேலைத்தளத்தில் அறிமுகமான ஏற்கனவே விவாகரத்தாகி ஒரு குழந்தையுடன் வாழ்ந்துகொண்டிருந்த எலினா என்ற நோர்வேஜியப் பெண்ணுடன் திருமணம் செய்யாமலேயே சேர்ந்து வாழ ஆரம்பித்திருந்தான். சனி, ஞாயிறுகளில் மட்டுமே

இளைய மகன் தாயிடம் வந்துபோக, இப்போது மூத்த மகனுடன் சந்தியாவின் காலங்கள் கழிந்துகொண்டிருக்கின்றன.

○ ○ ○

பல நாட்களாக வீடுகளுக்குள் அடைபட்டுக் கிடந்த ஒஸ்லோ வாசிகளின் முகங்களில் லாக்டவுன் தளர்வினால் ஏற்பட்ட மகிழ்ச்சியைக் காண முடிந்தது. பூங்கா சனங்களால் நிறைந்திருந்தாலும், அங்கே சிலைகளுக்குள் இருந்த நெருக்கத்தை சனங்களுக்குள் காண முடியவில்லை. எல்லோரும் சமூக இடைவெளிகளைச் சரிவரக் கடைப்பிடித்தார்கள். சிலைகளைக் கண்டதுமே இடது கையில் வயலினையும், வலது கையில் வில்லையும் தூக்கிப் பிடித்தபடியே உடல் அசைவிலும், குரலிலும் சந்தோசத்தை வெளிப்படுத்தினான் தூயவன். சக்கரநாற்காலியை தள்ளியபடியே நடந்துகொண்டிருந்தவளின் இடது பக்கத்திலிருந்து வித்தியாசமான குரலில் ஒலித்த நோர்வேஜிய மொழியிலான பாடல் தூயவனை வசியப்படுத்த அத் திசையை நோக்கித் தலையைச் சாய்த்து நாக்கை நீட்டியபடி கைகளை உதறினான். மகனின் மனதைப் புரிந்துகொண்டவள் பாடல் கேட்ட திசையை நோக்கி சக்கரநாற்காலியை திருப்பினாள்.

அங்கே ஒரு காதல் ஜோடியின் நிர்வாணச் சிலையின் கீழிருந்த இருக்கையில் அறுபத்தைந்து எழுபது வயது மதிக்கத்தக்க நோர்வேஜியத் தம்பதியருக்கு நடுவே நாற்பது வயது மதிக்கத்தக்க ஒருவர் நெஞ்சில் நாடி முட்டுமளவுக்கு கவிழ்த்து வைத்திருந்த தலையை இடமும், வலமுமாக உடலோடு சேர்த்து அசைத்தபடியே பாடிக்கொண்டிருந்தார். பார்ப்பதற்கு அழகாகவும் கம்பீரமான தோற்றமுடையவராகவும் இருந்தாலும் அவரது உடல் அசைவுகளும், துண்டு துண்டாக உடைந்து உடைந்து வெளிவந்த குரலும் வித்தியாசமானதாகவே இருந்தன. நடுக்கத்துடன் அவரது மடியிலிருந்த கைகளின் பத்து விரல்களும் நீட்டியபடியே நாற்பத்தைந்து பாகை கோணத்தில் விரிந்திருந்தன. பாடும்போதே அவரது கடைவாயிலிருந்து வழிந்துகொண்டிருந்த நீரை அருகிலிருந்த வயோதிபப் பெண் கையில் வைத்திருந்த மஞ்சள் துணி ஒன்றினால் துடைத்துவிட்டாள்.

தன்னுடைய கவனிப்பின் மூலமாக அவர் ஆட்டிசத்தால் பாதிக்கப்பட்டவர் என்பதைப் புரிந்துகொண்ட சந்தியா

அவ்விடத்தைக் கடந்துசெல்ல முற்பட்டவேளையில் மீண்டும் தலையைச் சாய்த்து நாக்கை நீட்டியபடி பார்த்த மகனின் பார்வையும், முனகல் ஒலியும் அவளை அங்கேயே தடுத்து நிறுத்தியது. சில நொடிகள் பாடிக்கொண்டிருந்தவரை உற்றுப் பார்த்தவாறே இருந்த தூயவன் திடீரென்று வயலினை வாசிக்க ஆரம்பித்தான். உடனேயே பாடிக்கொண்டிருந்தவர் தூயவனைப் பார்த்துப் புன்னகை சிந்தியவாறே கால்கள் இரண்டையும் சட...சடவென தரையில் உதைந்தபடி உற்சாகமானார். இவர்கள் இருவரையும் கண் இமைக்காமல் பார்த்துக்கொண்டேயிருந்தனர் அந்த வயோதிபத் தம்பதியர். சந்தியாவின் பார்வை தங்களின் பக்கமிருப்பதை கவனித்த அந்தப் பெண்மணி அவளைப் பார்த்துக் கேட்டார், "இவர் உன் மகனா?"

"ஆம், என் மகன் தான்" எனப் புன்னகைத்தாள் அவள்.

"இவர் என்ன, ஆட்டிசம் பாதிப்புக்குள்ளானவரா?" எனக் கேட்ட பெண்மணிக்கு "ஆம்" என்பதுபோல் தலையசைப்பில் பதிலளித்தாள் சந்தியா.

"வா... இதில வந்து இரு" என வாஞ்சையோடு எதிரே இருந்த இருக்கையைக் காட்டியவர், "இவர் எங்கள் மகன் ஜோன், இவரும் அப்படியானவர்தான்" என்றவர், தொடர்ந்து எங்கே இருக்கிறீர்கள் மகனுக்கு எத்தனை வயது போன்ற விபரங்களை எல்லாம் கேட்டதோடு தாங்களும் இங்கே அருகில்தான் இருப்பதாகவும் தங்களுக்கு இவர் ஒரே மகன் என்றும், நாற்பது வருடங்கள் ஒரு குழந்தை உள்ளத்துடனேயே தங்கள் வாழ்வு கழிந்துவிட்டதாகவும் பிள்ளைகள், பேரப்பிள்ளைகள் எல்லாமே தங்களுக்கு இவர்தான் என்றதோடு, தங்களுடைய இறுதிக் காலம் நெருங்குவதால் இப்போதுதான் தாங்கள் இவரைப்பற்றி கவலைப்பட ஆரம்பித்திருப்பதாகவும் அவர் சந்தியாவிடம் மிகுந்த வேதனையோடு கூறிக்கொண்டிருந்ததை காதில் வாங்கியவாறே அவரது கணவர் குழந்தைகள் இருவரையும் கண்வெட்டாது பார்த்துக்கொண்டிருந்தார். அப்போது பாடுவதை நிறுத்திவிட்டு சட்டென எழுந்த ஜோன், கைகளின் கட்டை விரலுக்கும், ஆள்காட்டி விரலுக்கும் இடைப்பட்ட பகுதியை தூயவனின் சக்கரநாற்காலியின் கைப் பிடியில் வைத்துத் தள்ளியவாறு சந்தோஷக் களிப்புடன் அவர்கள் இருந்த இடத்தையும்

சிலையையும் சுற்றிவர தூயவனும் வயலினையும், வில்லையும் தூக்கிப்பிடித்து அசைத்தவாறு பூரிப்புடன் அமர்ந்திருந்தான்.

"எங்கட மகனால கை விரல்களை மடக்க முடியாது. ஆனால் நல்ல பலசாலி. இசையைக் கேட்பதிலும், பாடுவதிலும் ஆர்வம் இருந்தபடியால பாட்டுக்களைச் சொல்லிக்கொடுத்திருக்கிறோம். ஆனால் அவனுடைய குரல் வெளிப்பாடு எல்லோருக்கும் புரியாது. சிலவேளை உங்களுக்குப் புரிந்திருக்கலாம்" என்றவாறே சந்தியாவைப் புன்னகையோடு பார்த்தார் ஜோனின் தந்தை.

"ஓ... அப்படியா! நல்லாத்தானே பாடுகிறார். என்ர மகனுக்கும் இசை என்றால் ரொம்பப்பிடிக்கும்" என்றாள் சந்தியா.

"அதனால் தானோ என்னவோ பார்த்த உடனேயே இருவருமே நல்ல ஒற்றுமையாகிவிட்டார்கள்" என்றார் ஜோனின் தாயார்.

"இதற்கு முன்பு ஒருபோதுமே உங்களை இங்கு கண்டதில்லையே" என்ற சந்தியா இருவரையும் ஏற இறங்கப் பார்த்தாள்.

"ஆம், நாங்கள் இங்கு வருவது மிகவும் குறைவுதான். நீங்கள் அடிக்கடி வருவீர்கள் போல, பிள்ளைகள் நல்ல நட்பாகிவிட்டார்கள் எனவே இனி அடிக்கடி வருவோம்" எனப் பதிலளித்தார் ஜோனின் தாயார்.

"ஆம், மகனுக்கு இங்கு வரப் பிடிக்கும் அதானலதான் ஒவ்வொரு கிழமையும் சனி, அல்லது ஞாயிறு இங்கு வந்துவிடுவோம்" என்று சந்தியா கூறிக்கொண்டு இருக்கும்போதே ஜோன் சக்கரநாற்காலியை தள்ளிக்கொண்டு வந்து நிறுத்திவிட்டு சந்தியாவைப் பார்த்து வாய் பிளக்கப் புன்னகைத்தவாறே அவளருகில் அமர்ந்தவன், புறாவின் குறுகுறுப்பை ஒத்த ஒலியை எழுப்பியவாறே மெல்ல மெல்ல அரக்கி சந்தியாவின் அருகில் சென்று அவளை உரசியபடியே இருந்தான். அதனைக் கடைக்கண்ணால் கவனித்த ஜோனின் தந்தை, "சரி... சரி... நேரமாகுது புறப்படுங்கள்" என்றவாறு எழுந்ததுமே, எதிர்வரும் சனிக்கிழமை இதே நேரத்தில் மீண்டும் சந்திப்பதாகக் கூறிக்கொண்டு விடைபெற்றுச் சென்றார்கள். புறப்பட மனமின்றியே ஜோன் தந்தையின் கைப்பிடியில் இழுபட்டுச் சென்றார். தூயவன் தலையைத் திருப்பாமல் ஜோனையே

பார்த்தவாறு அமர்ந்திருக்க சக்கரநாற்காலியைத் தள்ளியபடியே வீடு நோக்கி நடந்துகொண்டிருந்தாள் சந்தியா.

மறுநாள் இளைய மகன் வீட்டிற்கு வந்திருந்தான். அண்மைய சில நாட்களாக அவனின் முகத்தில் வழமையான சந்தோஷத்தைக் காண முடிவதில்லை. சென்ற கிழமையும் வாடிய முகத்துடனேயே வந்துபோனான். இம்முறை உடலும் மெலிந்து மிகவும் கவலை தோய்ந்த முகத்துடனேயே வந்திருந்தான். அவனைப் பார்த்துக் குழப்பமடைந்த சந்தியா "என்ன நடந்தது? ஏன் ஒரு மாதிரியாய் இருக்கிறாய்?" எனக் கேட்டபோது, "ஒன்றுமில்லை" என மழுப்பலான பதிலையே அளித்தானவன். ஆனாலும் சந்தியா விடவில்லை, "அப்பா ஏதும் பேசினாரா? அல்லது உனக்கு அங்கிருக்கப் பிடிக்கவில்லையா?" என அவள் துருவ ஆரம்பித்ததுமே, "அப்பாவுக்கும் எலினாவுக்கும் கொஞ்சக் காலமாக ஒரே சண்டைதான். அதனால ரெண்டு கிழமைக்கு முன்னர் அவா அப்பாவை விட்டுப் பிரிஞ்சு போயிட்டா, இப்ப நானும் அப்பாவுந்தான் தனிய இருக்கிறம்" என, யாருக்குமே சொல்லக்கூடாதென அப்பா சொல்லிவைத்த விடயத்தை அம்மாவிடம் சொல்லி முடித்தான் இளைய மகன்.

அதனைக் கேட்டதுமே "அப்படியெண்டால் நீ இங்க எங்களோடையே வந்திருக்கலாமே" என்ற தாய்க்கு "அப்பா அங்க தனிச்சுப்போயிடுவாரே" என்றானவன் ஏக்கத்துடன். சந்தியா அதற்குப் பதிலேதும் சொல்லாமல் சாப்பாடு போட்டுக்கொண்டுவந்து அவனுக்கு ஊட்டிவிட்டாள். சாப்பிட்டு முடிந்ததும்; ராகுலன் வெளியே வந்து நின்று கோர்ன் அடிக்க அம்மாவைக் கட்டியணைத்து முத்தமிட்டு விடைபெற்றுக்கொண்டவன் பரிதாபத்துக்குரிய முகத்துடன் காரில் ஏறிச்செல்ல, மகனை நினைத்து ஏக்கப்பெருமூச்சுவிட்டபடியே நின்றாளவள்.

○ ○ ○

**தூ**யவனுக்கு இரண்டாவது கொரோனாத் தடுப்பூசி போடுவதற்கான நாள். வெளியே வாடகைக் கார்வந்து காத்துநின்றது. அவசர அவசரமாக மகனை வெளிக்கிடுத்திக்கொண்டிருந்தாள் சந்தியா. வாடகைக் கார்க்காரர் வழமையாகவரும் ராஜன் என்ற தமிழர் என்பதனால் அவர் அவசரப்படவில்லை. வீட்டுக்கு அருகே

காரை நிறுத்திவிட்டு சக்கரநாற்காலியை மடித்துக் காரில் ஏற்றிய ராஜன் தாயின் கைப்பிடியில் மெல்லமெல்ல அடியெடுத்து வைத்தபடி நடந்துவந்த தூயவனை கைத்தாங்கலாகப் பிடித்து காரில் அமரவைத்தான். பின் கதவைத் திறந்துகொண்டு சந்தியா ஏறியமர்ந்ததுமே காரைக் கிளப்பிய ராஜனிடம் சந்தியா கேட்டாள் "எப்பிடி இருக்கினம் உங்கட பிள்ளைகள்?"

"ஓ... சுகமா இருக்கினம், என்னதான் இருந்தாலும் பிள்ளை களுக்குத் தாய் இருக்கிறதுபோல வராதுதானே" என்றார், இரண்டு வருடங்களுக்கு முன்னர் கொடிய புற்றுநோய்க்கு மனைவியைப் பறிகொடுத்திருந்த ராஜன்.

'தாய் இருக்கிறதுபோல வராதுதானே' என்ற வார்த்தைகள் சந்தியாவுக்கு இளைய மகனின் ஞாபகத்தையே வரவழைத்தது. அவனை நினைத்து எங்கியவள் மனதை மாற்ற யன்னலினூடே கண்களை வெளியே எறிந்தபடியிருந்தாள். ஊசி போடும்வரைக் காத்துநின்று மீண்டும் வீட்டில் கொண்டுவந்து இறக்கிவிட்டுப் புறப்படும்போது, "பிள்ளைகளுக்கு அம்மாவும், அப்பாவும் இருக்கிறதுதான் நல்லது" எனக் கூறித் தூயவனின் கன்னத்தைச் செல்லமாகத் வருடிவிட்டுச் சென்றார் ராஜன்.

மறுநாள் காலை அழைப்புமணி கேட்டுச் சந்தியா கதவைத் திறந்தபோது, கேக் பெட்டியும் பூங்கொத்துமாக நின்ற ராஜன், "தூயவனுக்குப் பிறந்தநாள் வாழ்த்துக்கள்" என்றார்.

"எப்படித் தெரியும் உங்களுக்கு?" ஆச்சரியத்துடன் கேட்டாள் சந்தியா.

"நேற்று ஊசி போடப் போகும்போது தூயவனின் டேற் ஒப் பேர்த்தைப் பார்த்துவிட்டேனே" எனப் புன்னகைத்தார் ராஜன்.

"ஓகோ, அப்படியா! ரொம்ப நன்றி, உள்ளே வாங்கோ ரீ குடிச்சிற்றுப் போகலாம்" எனச் சந்தியா அழைத்ததுமே, உள்ளே சென்று தூயவனின் கையால் கேக் வெட்டிச் சாப்பிட்டுத் தேனீரும் பருகிவிட்டுப் புறப்படும்போது ஒருகணம் வாசலில் நின்று சந்தியாவைத் திரும்பிப் பார்த்த ராஜன், "என்ர பிள்ளைகளுக்கு உங்களை மாதிரி ஒரு அம்மாவும், உங்கட பிள்ளைகளுக்கு என்னை மாதிரி ஒரு அப்பாவும் இருந்தால்

எவ்வளவு நல்லா இருக்கும், யோசிச்சுப்பாருங்கோ" எனக் கூறிவிட்டு விறுவிறுவென்று நடையைக்கட்டி அங்கிருந்து வெளியேறினார்.

எதிர்பார்த்திராத ராஜனின் வரவும், வார்த்தைகளும் சந்தியாவுக்குள் குழப்பங்களைக் குடிபுகுத்தியது. ராஜனின் மனநிலையைப் புரிந்துகொண்டாலும், தன் மகனுக்காக மட்டுமே வாழ்வது என்ற தன்னுடைய மனநிலையிலிருந்து மாறுவதற்கு அவள் தயாராகவில்லை. இனிமேல் வேறொரு வாடகைக் காரைத்தான் பயன்படுத்தவேண்டுமென மனதுக்குள் முடிவெடுத்துக்கொண்டு செயற்பட்டாள். ஆனாலும் ராஜன் விடுவதாயில்லை. காலை வணக்கம், மாலை வணக்கமென குறுந்தகவல்கள் அனுப்பி அலைபேசியில் சுகம் விசாரித்தபடியே இருந்தார்.

இன்று சனிக்கிழமை காலையிலிருந்தே சூரியனும், முகில்களும் ஒளிந்த்துப்பிடித்து விளையாடிக்கொண்டிருந்தன. மகனைப் பூங்காவுக்கு அழைத்துச் செல்வதா விடுவதா என இருமனதில் இருந்த சந்தியாவுக்குச் சென்ற வாரம் சந்தித்த வயோதிபத் தம்பதியருக்கு சனிக்கிழமை வருவதாக உறுதியளித்திருந்தது ஞாபகத்தில் வரவே மகனை அழைத்துக்கொண்டு புறப்பட்டாள். பூங்காவில் சனநடமாட்டம் குறைவாகவே இருந்தது. சொன்னது போலவே ஜோனின் தாயார் அதே இடத்தில் அமர்ந்திருந்தார். சற்றுத் தள்ளியிருந்த நீரோடையின் அருகே ஜோனின் தந்தை புறாக் கூட்டத்திற்கு பாண் துண்டுகளைப் பிய்த்துப் போட்டுக்கொண்டிருக்க, ஜோன் புறாக்களை வேடிக்கை பார்த்துக்கொண்டிருந்தார். சந்தியாவையும், தூயவனையும் கண்டதும் மகிழ்ச்சியுடன் வரவேற்ற ஜோனின் தாயார் தங்கள் தோட்டத்தில் விளைந்ததாகக் கூறி ஒரு கூடையில் கொண்டுவந்திருந்த ஜெர்ரிப் பழங்களை அவர்களிடம் கையளித்தார்.

தூயவனைக் கண்டதும் சந்தோஷத்துடன் எழுந்தோடி வந்த ஜோன் சக்கரநாற்காலியைத் தள்ளிக்கொண்டு புறாக்களின் பகுதிக்குச் சென்றான். புறாக்களைப் பார்த்த மகிழ்வில் பொத்திப் பிடித்த கைகளை முகத்துக்கு நேரே ஆட்டி "உவ்... உவ்..." எனக் குரலெழுப்பி ஆரவாரம் செய்தான் தூயவன்.

சந்தியாவும் ஜோனின் தாயாரும் பேசிக்கொண்டிருக்கையில், "எப்படிச் சுகமாக இருக்கிறீர்களா?" எனச் சந்தியாவைப் பார்த்துக் கேட்டவாறே வந்தார் ஜோனின் தந்தை.

"ம்... நல்லா இருக்கிறம். நீங்கள் எப்படி?" அவளும் பதிலுக்குக் கேட்டாள்.

"ஓ... எனக்கென்ன குறை காதல் மனைவி இருக்கும்போது" என்றவர் புன்முறுவலோடு வலது கையால் மனைவியை அணைத்துக்கொண்டு அமர அவரது மார்பில் சாய்ந்துகொண்ட மனைவியும் காதலுடன் அவரின் இடது கையைப் பற்றிக் கொண்டார்.

"ஆஹா... உங்களைப் பார்க்க எவ்வளவு சந்தோசமாக இருக்கிறது. எப்படி இந்த வயதிலும் இவ்வளவு ஒற்றுமையாகவும், சந்தோஷமாகவும் இருக்கின்றீர்கள்?" ஆச்சரியத்துடன் கேட்டாள் சந்தியா.

"அதுதான் சொன்னனே காதல் தான், வேறென்ன..." என்றபோது அண்ணாந்து பார்த்த மனைவியின் நெற்றியில் சூடாகவொரு முத்தத்தைப் பதித்தார் அவர்.

"நான் இப்ப மகனுடன் தனியாகத்தான் இருக்கிறன். மகனுக்கு ஆட்டிசம் என்று தெரிந்ததிலிருந்தே எனக்கும் கணவருக்குமிடையில் அடிக்கடி பிரச்சனைகள் ஏற்பட்டுப் பிரிந்துவிட்டோம். ஆனால் நீங்கள் எப்படி இவ்வளவு சந்தோசமாகவும் அன்னியோன்யமாகவும் இருக்கின்றீர்கள். இப்படியான ஒரு குழந்தையால் உங்களுக்குள் பிரச்சனைகள் ஏற்பட்டதில்லையா?" என மீண்டும் ஆச்சரியத்துடன் கேட்டாள்.

"இல்லையே, இப்படியான குழந்தையால் எங்களுக்குள் அன்பும், அன்னியோன்யமும் கூடியதே தவிரக் குறையவேயில்லை" என்ற ஜோனின் தாயார் கணவனின் அணைப்புக்குள் இருந்தவாறே மீண்டும் கணவனின் முகத்தை காதலுடன் அண்ணாந்து பார்த்தார்.

"அப்படியா! ஆனால் என் கணவரோ நான் இப்படியான பிள்ளையைப் பெத்துவிட்டேன் என்றும், இது எனது பரம்பரையிலிருந்துதான் வந்ததென்றும் என்மீது வெறுப்பைக்

காட்ட ஆரம்பித்துவிட்டார்” என்றவள் கலங்கிய கண்களைக் காட்டாது முகத்தைத் திருப்பிக்கொண்டாள்.

“அதெப்படி நீ மட்டுமா பெத்தாய்? அவரும் சேர்ந்துதானே...” என்ற ஜோனின் தந்தைக்குப் பதிலேதும் சொல்லாமல் தலையைக் குனிந்துகொண்ட சந்தியாவின் மனப்பாரத்தைத் தன் மனத்தால் அளந்துகொண்ட ஜோனின் தாயார் அந்த உரையாடலுக்கு முற்றுப்புள்ளி வைக்கும் நோக்குடன் “அங்கே பாருங்கள் அவர்களுக்கென்ன குறை எந்தக் கவலைகளும் இன்றி எங்களை விடவும் அவர்கள்தான் சந்தோஷமாக இருக்கிறார்கள்” என்றபடி எழுந்து பிள்ளைகளை நோக்கி நடந்தார்.

சட்டென வாடிப்போன சந்தியாவின் முகத்தைக் கவனித்த ஜோனின் தந்தை, “உண்மையில் எங்களுக்குள் வெறுப்புணர்ச்சிகள் இருக்கவில்லைத்தான். அவளுக்கு இப்படியான ஒரு குழந்தையைக் கொடுத்துவிட்டேனே என்று நான் அவளுக்காகப் பரிதாபப்பட்டேன். எனக்கு இப்படியான குழந்தையைத் தந்துவிட்டதாக அவள் எனக்காகப் பரிதாபப்பட்டாள். ஒருவர் மீது ஒருவர் கொண்ட அந்தப் பரிதாப உணர்ச்சிகள்தான் எங்களுக்குள் அளவுகடந்த காதலை வளர்த்துவிட்டது. ஆனால், நாங்கள் ஒருபோதுமே சுயபரிதாபம் கொண்டவர்களாக இருந்ததில்லை. அதுதான் ஆபத்தானது. உன் துயரங்களையெல்லாம் தாங்கிக்கொள்ள உன்னிடம் போதுமான பலம் இருக்கிறதென்று நம்பு, அதுவே உன்னைத் துயரங்களிலிருந்து மீட்டெடுக்கும்” என அவர் கூறிமுடித்துக் கொண்டபோது தூயவன் வயலினை வாசிக்கவும், ஜோன் பாடவும் ஆரம்பித்திருந்தார்கள். இடையிடையே பாடலை நிறுத்திவிட்டு ஜோன் சந்தியாவின் பக்கமாகத் தலையைச் சரித்து ஒருவிதமான பார்வை பார்க்க அதனைக் கவனிக்கும் ஜோனின் தந்தை பாடு... பாடு... எனச் சைகையில் காட்டுவதுமாக இருந்தார். பிள்ளைகளின் இசையையும், பாடலையும் ரசித்தபடி மூவரும் நிறைய விடயங்களைப் பேசிக்கொண்டார்கள். இரண்டாவது சந்திப்பிலேயே நீண்டகாலம் அறிமுகமானவர்கள் போல் அவர்களுக்குள் நட்புறவு மலர்ந்திருந்தது.

“இந்த நாட்டில் சிறப்புக் குழந்தைகளுக்கான சலுகைகள் அனைத்தும் உங்கள் மகனுக்குக் கிடைக்கிறதா?” எனக் கேட்ட

ஜோனின் தந்தை, ஏதாவது உதவிகள், ஆலோசனைகள் தேவையெனில் தங்களை அணுகும்படியாகக் கூறித் தமது தொலைபேசி இலக்கத்தை கொடுத்தபோது சட்டென எழுந்துவந்த ஜோன் கண்வெட்டாது சந்தியாவைப் பார்த்தவாறே அவளருகில் அமர்ந்துகொண்டான். அவனது கைகள் படபடத்து ஆடின, வார்த்தைகள் வராமலேயே உதடுகள் துடிதுடித்தன. அந்த உடல்மொழியைப் புரிந்துகொண்ட ஜோனின் தந்தை மனைவியைப் பார்த்து "சரி... சரி... இனியுமிங்க இருக்க ஏலாது நாங்கள் புறப்படுவோம்" என்றதுமே, அவர்கள் விடைபெற ஆயத்தமானார்கள். ஜோனின் நடவடிக்கையையும் பெற்றோரின் பரபரப்பையும் சந்தியாவினால் புரிந்துகொள்ள முடியவில்லை. ஒரே குழப்பமாகவே இருந்தது. இம்முறையும் தூயவனும் ஜோனும் பிரிய மனமின்றியே ஆளுக்கொரு பக்கமாகப் பிரிந்து சென்றனர்.

வீட்டுக்கு வந்த சந்தியா மகனைக் குளிர்ப்பாட்டி உணவூட்டிப் படுக்கவைத்துவிட்டுவந்து அலைபேசியை பார்த்தபோது நிர்மலா அக்காவிடமிருந்து இரண்டு அழைப்புகள் வந்திருந்தன. தமிழ்ச் சமூகத்திலிருந்து சந்தியா தள்ளி வந்துவிட்டபின்பும் நோர்வேக்கு வந்த காலத்திலிருந்தே குடும்ப நண்பர்களாகப் பழகிய நிர்மலா அக்கா மட்டுமே அவளால் தள்ளிவைக்க முடியாதவளாக இருந்தாள். தன் மகனின் இயல்பைப் புரிந்துகொண்டு நிர்மலா அக்கா அவன் மீது காட்டும் அந்த அளவுகடந்த அன்புதான் அதற்குக் காரணமானதாகக்கூட இருக்கலாம். உடனேயே நிர்மலா அக்காவுடன் தொடர்புகொண்டாள்.

"வணக்கம் அக்கா!"

"ஹலோ சந்தியா! நாளைக்கு வீட்டில நிற்பீங்களே? மகளின்ர கலியாணக் காட் கொண்டுவருவமெண்டு இருக்கிறம்."

"எதுக்கக்கா காட் கொண்டுவந்தெல்லாம் மினக்கெடுவான், போனில சொன்னாலே போதாதே."

"என்னயிருந்தாலும் சம்பிரதாயம் எண்டு ஒண்டிருக்கல்லே."

"ஏனக்கா நாங்கள் அப்படியே பழகினனாங்கள்."

“ஓமடியப்பா அதுவுஞ்சரிதான். அதிருக்கட்டும் உன்னோட இன்னொரு விஷயமும் கதைக்கவேணும் எண்டிருந்தனான், இவன் ரச்சி ராஜன் என்ர மனுஷனோட நல்ல பழக்கமெல்லே, அவன் என்னவெண்டால் தான் உன்னை லவ் பண்ணுறதாயும் கலியாணம் கட்டப்போவதாயும் என்ர மனுஷனிட்டச் சொன்னானாம், என்னடியப்பா எனக்குத் தெரியாமல் உங்க ஏதும் நடக்குதே?”

“ஐயோ அக்கா! இதென்ன பரிசுகேடாயிருக்கு” எனக் கையை உதறியவள் நடந்த சம்பவங்களை நிர்மலா அக்காவிடம் ஒப்புவித்தாள்.

“சரியடியப்பா, உன்ர காலமுமென்ன முடிஞ்சே போச்சுது? உனக்கும் வாழ்க்கை இருக்குத்தானே, எவ்வளவு காலத்துக்குத்தான் தனியயிருந்து காலத்தைக் கடத்தப்போற, எதுக்கும் வடிவா யோசிச்சு முடிவெடு” என்ற ஆலோசனையோடு முடித்துக்கொண்டாள் நிர்மலா அக்கா.

ஒருதலையாக நேசித்துவிட்டு அதனைக் காதலென்று சொல்லித்திரியும் ராஜனை நினைக்க அவளுக்குச் சிரிப்பு மட்டுமல்ல, கோபமும் வந்தது அதனால் அவனது குறுஞ்செய்தியில் வரும் நலம் விசாரிப்புகளுக்குப் பதிலளிப்பதைக்கூட அன்றோடு நிறுத்திக்கொண்டாள்.

○ ○ ○

மீண்டும் கொரோனாத் தொற்றாளர்களின் எண்ணிக்கை அதிகரித்ததைத் தொடர்ந்து பொது இடங்களில் மக்கள் நடமாட்டம் குறைந்திருந்தது. இந்நிலையில் மகனை வீட்டுக்குள் முடக்கி வைத்திருப்பதென்பது பெரும் பாடாகவிருந்தது சந்தியாவுக்கு. சனிக்கிழமையும் அதுவுமாய் என்ன செய்யலாம் என யோசித்துக்கொண்டிருந்தபோதே ஜோனின் தாயிடமிருந்து வந்த அலைபேசியானது அவளையும், மகனையும் அவர்களின் வீட்டிற்கு அழைத்திருந்ததையடுத்து வாடகைக் கார் ஒன்றில் அவர்களின் அந்தப் பிரமாண்டமான வீட்டின்முன் போய் இறங்கியதுமே அமோக வரவேற்புக் கிடைத்தது. தூயவனும் ஜோனும் ஆரவாரங்களினால் தங்களின் மனமகிழ்வை வெளிப்படுத்தினார்கள். வயலின் இசையும் பாட்டுமாய்

அவர்களின் கச்சேரி களைகட்டத் துவங்கியதுமே ஜோனின் தாயார் தங்களின் வீட்டைச் சந்தியாவுக்குச் சுற்றிக்காட்ட ஆரம்பித்தார். ஜோனின் தந்தையார் வீட்டிற்கு வெளியே நெருப்பெரித்து மதிய உணவுக்கான இறைச்சித் துண்டுகளை வாட்டி எடுத்துக்கொண்டிருந்தார்.

வெளி வளவையும் பூ மரங்களையும் சுற்றிப் பார்த்துக்கொண்டு வருகையில் ஓர் ஆப்பிள் மரத்தின் கீழ் கட்டியணைத்து உதட்டோடு உதடு ஒட்டியபடி நின்ற காதலர்களின் சிலை ஒன்றைக் கண்வெட்டாது பார்த்து நின்றாள் சந்தியா. அதனைக் கவனித்த ஜோனின் தாயார் "அதுசரி, உனக்காரும் காதலர்கள் இருக்கினமே?" எனக் கேட்டார் ஒரு நளினப் புன்னகையோடு.

சட்டெனப் பார்வையைத் திருப்பியவள் வெட்கப் புன்னகையுடன் "இல்லை, அப்படி ஒருவரும் இல்லை" என்றாள்.

"என்னது! இந்த இளமையும், அழகும் ஒருத்தன்ர கண்ணையும் உறுத்தவில்லையா?" எனக் கேட்டவர் அவளை ஆச்சரியத்துடன் பார்த்தார்.

"ஓ... ஒருத்தற்ர கண்ணை உறுத்திக்கொண்டுதான் இருக்குது, ஆனால் நான்தான் சம்மதிக்கயில்ல" என்றவள் ராக்சி ராஜனின் ஒருதலைக் காதற் கதையை அவரிடம் முழுமையாகச் சொல்லி முடித்தாள்.

"அட, பிறகெதுக்கு யோசிக்கிறீர்? இளமை இருக்கும்போதே வாழ்கையை அனுபவிச்சுப்போட வேணும், காலத்தைக் கை விட்டால் திரும்பவுமது கைக்கெட்டாது. கலியாணந்தான் கட்டவேணும் எண்டில்லைத்தானே விரும்புற காலம்வரைக்கும் ஒருத்தருக்கொருத்தர் துணையாச் சேர்ந்து வாழலாம் தானே" என ஆலோசனை வழங்கினார் ஜோனின் தாயார்.

அன்றைய பொழுது மிகவும் மகிழ்ச்சிகரமானதாக கழிந்து கொண்டிருந்தது. ஜோனோடு விளையாடிய தூயவன் வழமை போன்று இல்லாமல் சக்கரநாற்காலி இல்லாமலேயே நீண்ட நேரங்கள் நிதானமாகவும் வேகமாகவும் நடந்து திரிந்தான். அதனைப் பார்த்துக் களிப்புற்ற சந்தியாவுக்குள் உற்சாகமும், நம்பிக்கையும் அதிகரித்தது. விளையாடிக் களைப்படைந்திருந்த

தூயவன் மதிய உணவின் பின் அவர்களின் ஷோபாவிலேயே சுருண்டு படுத்துத் தூங்கிவிட்டான். பொழுதுபோகாத ஜோனின் சிந்தனை இப்போது சந்தியாவின் பக்கம் திரும்பியது. ஒருவிதமான குறுகுறு பார்வையுடன் சந்தியாவின் அருகே வந்தமர்ந்தவன் "க்கும்... க்கும்..." என முக்கி முனகியபடியே அவளது தோளோடு தோளை உரசிக்கொண்டான். அதனை அசௌகரியமாக உணராத சந்தியா கனிவானதொரு புன்னகையோடு அமர்ந்திருந்தாள்.

சட்டென அவன் கையொன்றைத் தன் காற்சட்டையின் உள்ளே நுழைக்க அதனைக் கவனித்த ஜோனின் தாயார் "பார் இவனும் தகப்பனைப் போலவே பெருங்காதலன் தான்" எனக் கண் சிமிட்டிச் சிரித்தார். அதனைக் கேட்டுப் புன்னகைத்தவாறே உடனேயே சுதாரித்துக்கொண்ட ஜோனின் தந்தை அருகிலிருந்த அறைக்குள் நுழைந்தார். திறந்து கிடந்த கதவினூடே கண்களை உள்ளே எறிந்த சந்தியா, பிளாஸ்ரிக் பை போன்று மேசையில் கிடந்த ஒன்றை அவர் எடுத்து காற்றடிக்கும் ஓர் இயந்திரத்துடன் பொருத்தி அதனை இயக்கியதுமே மொழு மொழுவென்ற அழகான பெண் போன்ற தோற்றமுடைய மெழுகுப் பொம்மை ஒன்று உருவானதைக் கண்ணுற்றாள். அதனைக் கட்டிலில் வைத்துவிட்டு வெளியே வந்த ஜோனின் தந்தை கண்களைச் சிமிட்டியபடியே "உள்ளே வா" எனக் கையைப்பிடித்து அழைத்துச் சென்று ஜோனை உள்ளே அனுப்பிக் கதவைச் சாத்திவிட்டு "கொஞ்ச நேரத்தில் இவனும் அமைதியாகத் தூங்கிவிடுவான். எல்லா உணர்ச்சிகளுக்குமே வடிகால் ஒன்று தேவைதான்" என்றபடி வந்தமர்ந்தார். அதனைப் புரிந்துகொண்ட சந்தியாவுக்கு மகனின் எதிர்காலத்தை நினைத்துப் பார்த்தபோது திக்கென்று இருந்தது.

○ ○ ○

**பொது** நிகழ்வுகளுக்குச் செல்வதைச் சந்தியா எப்போதோ குறைத்துவிட்டிருந்தாலும் நிர்மலா அக்காவின் மகளின் திருமணம் தவிர்க்கமுடியாததாக இருந்தது. கொரோனாவினால் கொண்டாட்டங்களில் நூறுபேர் அளவிலேயே தற்போது கூடலாம் என்ற நிலையில் சனங்களின் வருகை மட்டுப்படுத்தப் பட்டிருந்தது. அங்கே ஏற்கனவே தந்தையோடு வந்திருந்த இளைய மகன் எழுந்தோடிவந்து தாயைக் கட்டியணைத்து

முத்தமிட்டுக்கொண்டதோடு, தம்பியைப் பார்த்ததும் முகத்தில் ஆரவாரத்தைக் காட்டிய அண்ணனையும் ஆரத் தழுவிக் கொண்டான். அதனைக் கவனித்தவரே சங்கடத்துடன் சற்றுத் தூரத்தே அமர்ந்திருந்தான் ராகுலன். தாலிகட்டி முடிந்து பந்தியும் பரிமாறப்பட்டபின் மாலை நேரக் கேக் வெட்டுதலுக்கான தயார்ப்படுத்தல்கள் மண்டபத்தில் நடந்துகொண்டிருக்க, கரோக்கி இசையில் பாட்டுக் கச்சேரியும் ஒருபக்கம் நிகழ்ந்து கொண்டிருந்தது. வந்ததிலிருந்தே ராகுலனின் கண்கள் தங்களையே வட்டமிட்டுக்கொண்டிருப்பதாக உணர்ந்த சந்தியா "அப்பா தனியாக இருக்கிறார் நீ போய் அவரோடு இரு" எனக் கூறி இளைய மகனை அனுப்பிவைத்தவள் மகனைப் பார்க்கத் திரும்பிய போதெல்லாம் தொடர்ந்தும் ராகுலனின் பார்வை தன்மீதே படிந்திருப்பதை உணர்ந்தவள் சங்கடத்தில் நெளிந்தாள். அவனது அந்தப் பார்வை வித்தியாசமானதாகவும் இருந்தது. காதலித்துத் திரிந்த காலங்களில் அவளை அவன் பார்த்த பார்வையது. சட்டென முகத்தைத் திருப்பியவள் மீண்டும் வேதாளத்தை முருங்கையில் ஏறவிடக்கூடாது என்பதில் உறுதியாகவிருந்தாள்.

கேக் வெட்டி முடிந்ததும் மணமக்களுடன் படம் எடுப்பதற்காக எல்லோரும் வரிசையில் முண்டியடித்தார்கள். அப்போது எழுந்தோடிவந்த இளைய மகன் "போட்டோ எடுக்க அப்பா உங்களையும் வரட்டுமாம்" என்றான்.

சுருக்கென்று வந்த கோபத்தை மகனிடம் மறைத்துக்கொண்டு "இல்லை அண்ணா அந்த மேடையில் ஏறமாட்டான், நாங்கள் வரமுடியாது என்று சொல்" எனக்கூறி அவனை அனுப்பிவைத்தவளுக்கு அதற்குமேலும் அங்கிருப்பதற்கு மனம் இடங்கொடுக்கவில்லை. எழுந்து வீட்டிற்குப் போய்விடலாமென நினைத்தபோதே அவ்வளவு நேரமும் பொறுமையாகவிருந்த தூயவன் சட்டெனக் கையில் பிடித்திருந்த வயலினை இசைக்க ஆரம்பித்திருந்தான். எல்லோருடைய பார்வையும் அவனின் பக்கமாகத் திரும்பியது. அப்போது அவர்களை நோக்கி ஓடிவந்த நிர்மலா அக்கா கரோக்கி இசையில் பாடிக்கொண்டிருந்தவர்களின் ஒலிபெருக்கியில் தூயவனின் வயலின் இசையை இசைக்குமாறு அன்போடு கேட்டுக்கொள்ள, வயலின் ஆசிரியரிடம் பயற்சி எடுத்த ஏதாவதொரு பாடலை இசைக்கும்படி தூயவனுக்குப்

புரியும்படியாகக் கூறி அவனை நிர்மலா அக்காவுடன் அனுப்பி வைத்தாள்.

ஒலிபெருக்கியின் முன் போய் நின்ற தூயவன் உடலை ஒரு உலுப்பு உலுப்பிவிட்டு தலையைச் சாய்த்தபடி தாயைப் பார்த்தான். கீழ் உதடு கடித்த புன்னகையுடன் தாய் பெருவிரலைத் தூக்கிக் காட்டியதுமே தலையை நிமிர்த்திய யோசனையோடு அண்ணாந்து பார்த்தவன் அடுத்தகணமே 'குறையொன்றுமில்லை மறைமூர்த்தி கண்ணா குறையொன்றுமில்லைக் கண்ணா' என்ற பாடலை வாசிக்க ஆரம்பித்ததுமே சபை நிசப்தமானது. பாடல் முடிந்தபோது அமைதியில் உறைந்திருந்தவர்களின் கண்கள் கசிந்திருக்க, தாயின் இதயம் கனிந்திருந்தது. தொடர்ந்து இசைக்கும்படியாக எல்லோரும் கேட்டுக்கொள்ள உற்சாகத்துடன் பயிற்சி எடுத்திருந்த பாடல்கள் எல்லாவற்றையுமே இசைத்து முடித்துவிட்டு மீண்டும் அவன் தலையைச் சாய்த்துத் தாயைப் பார்த்தான். தாயும் பெருமையோடு மகனைப் பார்த்த கணத்தில் மண்டபம் கரகோசத்தால் நிறைந்தது. தூயவனைத் தாயிடம் அழைத்துவர நிர்மலா அக்கா செல்வதற்குள் பாய்ந்தோடிச் சென்ற ராகுலன் அவனை அணைத்தபடி கைத்தாங்கலாக அழைத்துவந்து சந்தியாவின் அருகில் இருத்தியதும் வேண்டுமென்றே யாரோவொரு பிறத்தியானுக்குக் கூறுவதுபோல் அவனின் முகத்தைக்கூட நிமிர்ந்து பார்க்காமலேயே "உதவிக்கு நன்றி" என்றாள். அந்த வார்த்தைகளால் முகத்தில் அறை வாங்கியவன் போல் சென்றமர்ந்தவன் மீண்டும் மீண்டும் அவளையொரு ஏக்கப் பார்வை பார்த்தபடியே இருந்தான்.

தூயவனின் திறமையைக் கண்ட பலரின் பாராட்டுதல்களால் அவளுடைய மனம் குளிர்ந்துபோனது. பாராட்டுதல்கள் எல்லாவற்றையுமே தனது முயற்சிக்கும், மகனின் உழைப்புக்கும் கிடைத்த பிரதிபலனாகவே எண்ணிப் பெருமைப்பட்டவாறே வீட்டை வந்தடைந்தபோது ரக்சி ராஜனின் குறுஞ்செய்திகள் அடுக்கடுக்காய் அவளின் அலைபேசியை வந்தடைந்தன. இப்போதெல்லாம் ரக்சி ராஜனின் குறுஞ்செய்திகளால் அவளின் அலைபேசி அடிக்கடி சத்தமிட்டவாறே இருக்கிறது. இப்போதவை வெறும் நலம் விசாரிப்புகளாய் அல்லாமல் பெரும் காதல் தொல்லைகளாக மாறியிருந்தன. அதுவேறு அவளுக்கு ஒருபக்கம் தலையிடியைக் கொடுத்தவண்ணமிருக்க,

இன்றைய ராகுலனின் பார்வையும், செயல்களும் அவளுக்குள் புதுக் குழப்பங்களைக் குடிபுகுத்தியது.

o o o

**கொ**ரோனாவின் இரண்டாம் அலை சூடு பிடித்திருந்த நிலையில் மீண்டும் முடக்கம் ஏற்பட்டு வீட்டுக்குள் அடைந்துகிடந்த தூயவன் கடந்த சில நாட்களாக "ஜோ... ஜோ..." என உச்சரித்தபடியே ஜோனின் நினைவிலேயே சுத்தித் திரிந்தான். அவனை நாளை சனிக்கிழமை ஜோனின் வீட்டிற்கு அழைத்துச் செல்லலாமா என்று யோசித்துக்கொண்டிருந்தபோதே ஜோனின் தாயிடமிருந்து வந்த அலைபேசியானது, ஜோனின் தந்தைக்கு கொரோனாத் தொற்று உறுதிசெய்யப்பட்ட நிலையில் கடந்த மூன்று நாட்களாக வீட்டில் தனிமைப்படுத்தப்பட்டு இருந்ததாகவும், இன்று அவருக்கு மூச்சுவிடக் கடினமாக இருந்தமையினால் அவசர உதவிக்கு அழைத்ததாகவும், இப்போது அவர் வைத்தியசாலையில் அனுமதிக்கப்பட்டு செயற்கைச் சுவாசம் செலுத்தப்பட்ட நிலையில் இருப்பதுமான கவலையான செய்தியைத் தெரிவித்தது.

ஞாயிற்றுக்கிழமை வருவதாகச் சொன்ன இளைய மகன் தாயும், அண்ணனும் வீட்டிலேயே இருப்பதை அறிந்து சனிக்கிழமையே வந்துவிட்டான். வந்தவன் எதையோ சொல்ல எத்தனித்தபடி தயக்கத்துடன் தன்பின்னால் அலைவதை உணர்ந்த சந்தியா மகனை இருத்திவைத்துக் கதை கேட்டபோது "நாங்கள் எல்லோரும் மீண்டும் ஒன்றாகச் சேர்ந்து வாழ்வதற்கு அப்பா ஆசைப்படுகிறார் உங்களுக்கும் விருப்பமா?" எனக் கண்களில் மின்னல் தெறிக்கக் கேட்டான்.

"இல்லையப்பு. அது சரிவராது, திரும்பவும் அவர் எங்களை விட்டிற்றுப் போகமாட்டார் எண்டதில எனக்கு நம்பிக்கையில்ல. உனக்குப் பதினெட்டு வயசாக நீ விரும்பினால் எங்களோடையே வந்திருக்கலாம்" என்றாளவள் உறுதியான குரலில். அதனைக் கேட்டவனின் முகத்தில் சந்தோஷம் தொலைந்துபோக அவனுக்குப் பிடித்தமான உணவு வகைகளைச் சமைத்துப் பரிமாறி அன்பைப் பொலிந்து மீண்டும் மகனின் முகத்தில் சந்தோஷத்தை வரவழைத்தாள்.

விடிந்ததும் ஜோனின் தாயை அலைபேசியில் அழைத்து ஜோனின் தந்தையின் நலத்தை விசாரித்தபோது அவரது சுவாசக்கோளாறு இன்னமும் சீராகவில்லையாம் என அறிந்த சந்தியாவின் மனத்தைக் கவலைகள் இறுக்கமாகக் கௌவிக்கொண்டன. யோசனையில் ஆழ்ந்திருக்கையில் குறுஞ்செய்தி அனுப்பிக் களைத்துப்போன ராக்சி ராஜன் அலைபேசி அழைப்பில் வந்தான். பதிலளிப்பதா விடுவதா என்ற குழப்பத்துடன் அலைபேசியைக் கையிலெடுத்தவள் அழைப்பை ஏற்றுக்கொண்டு "ஹலோ" என்றாள்.

"ஹலோ நான்தான் ராஜன் கதைக்கிறன். உங்களை ஒருக்கால் சந்திச்சுக் கதைக்கலாமா பிளீஸ்" தயங்கித் தயங்கியே கேட்டான்.

"சொறி கதைக்கிறதுக்கு ஒண்டுமில்ல, நீங்கள் நினைக்கிற தொண்டும் சரிவராது தயவுசெய்து என்னைத் தொந்தரவு செய்யாதிங்கோ பிளீஸ்" தொடர்பைத் துண்டித்துக்கொண்டாள். உறவுகளாலேயே ஒதுக்கப்பட்ட தன் மகனை இந்தச் சமூகத்தில் ஒருவனாய் மற்றவர்களும் மதிக்கும்படியாக உயர்த்தவேண்டும் என்ற கனவைத்தவிர வேறு எதையுமே இலட்சியமாகக் கொண்டிராதவள் மீண்டுமொரு திருமண வாழ்வு அதற்கு தடையாகிவிடுமோ என அஞ்சினாள். இலட்சியத்திற்காகத் தன் சுகங்களைக்கூட தியாகம் செய்யத் தயாராகியிருந்தாள். மகன் தூயவன் விடயத்தில் எந்தத் தாயுமே எண்ணாத ஓர் எண்ணம் அவள் அடிமனதிலிருந்தது. 'தான் வாழும் காலத்திலேயே தன் மகனின் வாழ்வு முடிந்துவிடவேண்டும்' என்பதுவே அதுவாகும். மற்றவர்கள் பார்வையில் அது கொடுமையான எண்ணமாகத் தோன்றலாம். ஆனால், அவள் இந்தச் சமூகத்தில் யதார்த்தபூர்வமான அனுபவ நிலையிலிருந்து எடுத்த வலி நிறைந்த முடிவு அது.

அன்று மகனை வயலின் வகுப்பில் விட்டுவிட்டு சந்தியா பேருந்துக்காகக் காத்து நின்றபோது பேருந்துத் தரிப்பிடத்தில் கார் ஒன்று வந்து சடன் பிரேக் போட்டு நின்றது. சாரதி இருக்கையில் அமர்ந்திருந்தவாரே மற்றைய முன் கதவைத் திறந்த ராகுலன் "பிளீஸ் கார்ல ஏறும்" என்றான்.

ஒருகணம் திகைத்தவள் மௌனமாக உறைந்துபோய் நிற்க, "உம்மோட மனம்விட்டுக் கதைக்க வேணும் தயவுசெய்து ஏறும்" கெஞ்சல் தொனியில் கேட்டான்.

"சொறி கதைக்கிறதுக்கு ஒண்டுமில்ல, நீங்கள் நினைக்கிறதொண்டும் சரிவராது தயவுசெய்து என்னைத் தொந்தரவு செய்யாதிங்க பிளீஸ்" ராக்சி ராஜனிடம் கூறிய அதே வார்த்தைகளைக் கூறியவள் சட்டெண்டு முகத்தைத் திருப்பிக்கொண்டாள்.

"சொல்லுறதைக் கேள், ஏலாத பிள்ளையை வைச்சுக்கொண்டு கடைசிவரையும் தனியக் காலந்தள்ளலாமெண்டு நினைக்காத" குரல் கொஞ்சம் உயர்ந்தது.

"ஓ... ஏலாத பிள்ளையெண்டு தானே விட்டிற்றுப் போனீங்கள், பிறகிப்ப அதே காரணத்தைச் சொல்லிக்கொண்டு திரும்பவும் வரப்போறியலே? என்னது ஏலாத பிள்ளையோ? அவனால ஏலக்கூடியது உங்களால ஏலுமே? மாற்றுத்திறன் எண்டால் என்னவெண்டு தெரியுமே உங்களுக்கு?" எனக் குமுறியவள் பதிலை எதிர்பாராமல் கதவை அடித்துச் சாத்தினாள். பின்னால் பேருந்தும் வந்து நிற்க, கார் கிளம்பிப் பறந்தது.

சிந்தனை வசப்பட்டவளாய் பேருந்துக்குள் இருந்தவளுக்கு மஜோஸ்ருவன் சந்தியை கண்டதும் ஜோனின் தந்தையின் நினைவுகள் வரவே சட்டென இறங்கி அடுத்த இருபத்தைந்தாம் இலக்கப் போருந்தைப் பிடித்துக்கொண்டுபோய் அவர்களின் வீட்டின் முன் போய் இறங்கினாள். வழமைக்கு மாறாக வீடிற்கு வெளியே சனநடமாட்டத்தை அவதானித்தவளின் மனதில் ஒருவித நடுக்கம் பரவியது. வாசலில் வைத்தே முகக் கவசத்தையும் கையுறையையும் கொடுத்தார் ஒருவர். உள்ளே சென்றவள் சோகமே உருவாக தலையைக் கவிழ்ந்தபடியிருந்த ஜோனின் தாயின் அருகே போயமர்ந்து அவரது நாடியைப்பிடித்து தலையை நிமிர்த்தினாள். அவளின் கைகளை இறுகப் பற்றிக் கொண்ட ஜோனின் தாயார் "அவர் எங்களையெல்லாம் விட்டிற்றுப் போயிற்றாரே" என்றார் பெருஞ்சோகம் அப்பிப் படிந்த முகத்துடன்.

சந்தியாவுக்கு ஓவென்று குழறி அழவேண்டும் போலிருந்தது. ஆனால் அங்கு நிலவிய நிசப்தம் அவளைத் தடுத்தாற்கொண்டாலும், கண்கள் தன்னிச்சையாக கண்ணீரைச் சொரிந்தபடியேயிருந்தன.

யாரோ ஒருவருடைய தோளில் சாய்ந்தபடி நிலத்தை வெறித்துப் பார்த்தவாறே இருந்தார் ஜோன். தோள் கொடுத்திருந்தவரின் கையொன்று ஜோனின் முதுகை வருடியபடியே இருந்தது. மரண வீடு என்றாலே குழறலும், கூக்குரலும், மாரடிப்புமாய்ப் பார்த்துப் பழகிப்போன சந்தியாவுக்கு இந்த அமைதியானது வாயையும் காதுகளையும் சீமெந்துச் சாந்துவைத்து அடைத்துவிட்டது போலவே பெரும் அந்தரமாகவிருந்தது. கண்களை மூடி பெருமூச்செறிந்தபடியே ஜோனின் தந்தையுடனான நினைவுகளில் கரைந்துகொண்டிருந்தவளுக்கு சில மணித்துளிகளின் பின் தூயவனின் வகுப்பு முடியும் நேரம் ஞாபகத்திற்கு வரவே, இறுதிச்சடங்கு நிகழ்வு எப்போது? எங்கே? போன்ற விபரங்களை அறிந்துகொண்டு அவர்களிடமிருந்து கண்ணீருடன் விடைபெற்றுக்கொண்டு புறப்பட்டாள்.

○ ○ ○

“என்னடியப்பா கூத்துகள் நடக்குதிங்க?” என்ற ஆராட்சிக் கேள்வியோடு அலைபேசியில் வந்த நிர்மலா அக்காவின் கேள்வியைப் புரிந்துகொள்ள முடியாதவளாய் “என்னக்கா சொல்லுறிங்க?” எதிர்க் கேள்வி கேட்டுத் தலையைச் சொறிந்து நின்றாள் சந்தியா.

“ராகுலன் கதைச்சவனடியப்பா, இவன் ராக்சி ராஜன்ர கதை ஏதோ அவன்ர காதுக்கும் போயிற்றுதுபோல அதுதான் அவன் நெருப்பெடுக்கிறான்.” என்றவள் நிறுத்தி எச்சிலை முழுங்கினாள்.

“ஓ... அதுக்கிப்ப என்னவாம்?” எந்தவித பதட்டமுமின்றி நின்று நிதானமாகக் கேட்டாள்.

“அடியாத்தி அவன் உன்னோட திரும்பவும் சேர்ந்து வாழப் போறானாமடி. அதுதானவன் இடையில வேறயாரும் வந்தால் வெட்டுவன் கொத்துவன் எண்டு நிக்கிறான்” என்றவளின் குரலில் மிரட்சி தொனித்தது.

“அக்கா, நான் விரும்பாமல் சம்மதிக்காமல் என்ர எந்த இடைக்குள்ளையும் யாரும் வரமுடியாது” என்றாள் ஓர் அசட்டுச் சிரிப்போடு.

“அது சரிதானடியப்பா, உன்ர வாழ்கையை நீ தான் முடிவுசெய்ய வேணும். ஆனால் எனக்கெண்டால் ராகுலன் ஏதோ மனந்திருந்தித்தான் வாறான் போலகிடக்குது. நீயுந்தான் எவ்வளவு காலத்துக்கொண்டு இப்பிடியே இருக்கப்போற, எங்கட சமூகத்தைப் பற்றித் தெரியுந்தானே ஒரு பொம்பிள தனிச்சிருக்கிறாள் எண்டால் கண்டவனும் கயிறு விட்டுப் பார்ப்பான். கயித்த நீ பிடிக்கயில்லையோ கடுப்பில கண்டபடி கதையைக் கட்டி விட்டிருவாங்கள். அதனாலதான் சொல்லுறன் கட்டாயம் ஆம்பிளைத் துணையொண்டு வேணுமடியப்பா நீயும் முரண்டுபிடிக்காமல் எதுக்கும் வடிவா யோசிச்சொரு முடிவையெடு” என்று முடித்துக்கொண்டாள் நிர்மலா அக்கா.

காலம் கடந்துகொண்டிருந்தது. ஜோனின் தந்தையைப் புதைத்து மூன்று மாதங்களான நிலையில் அடிக்கடி அவர்களின் வீட்டிற்குச் சென்று மனநிம்மதிக்கான ஆறுதல்களைக் கூறி வந்துகொண்டிருந்த சந்தியாவின் மனநிம்மதி ராகுலனாலும், ராக்சி ராஜானாலும் குலைந்துகொண்டிருந்தது. எங்கு சென்றாலும் அவர்களில் யாராவது ஒருவர் அவளைப் பின் தொடர்ந்த வண்ணமே இருந்தார்கள். ஒரு கட்டத்திற்குமேல் நிர்மலா அக்கா சொன்னதுபோல் இந்தச் சமூகத்தில் யாராவதொரு ஆண் துணை இல்லாமல் பெண்களால் தனித்து வாழமுடியாதா என்ற கேள்வியே மனதுக்குள் எழுந்தது.

ஜோனின் தாயோடு கதைத்தபோது “விட்டிற்றுப்போன ராகுலனை நம்ப முடியாது, ராக்சி ராஜன் தான் நல்ல தேர்வு” என்றார்.

நிர்மலா அக்காவோ “ராகுலன் மனந்திருந்திற்றான் திரும்பவும் அவனோட சேருறதுதான் நல்லது” என்றாள்.

அவள் நாய்படாப் பாடுபட்டுக்கொண்டிருக்க அவளது நாற்பதாவது பிறந்த தினமும் நெருங்கிக்கொண்டிருந்த நிலையில் “எதிர்வரும் புதன்கிழமை உங்கள் பிறந்த தினமன்று முருகன் கோவிலில் உங்களைச் சந்தித்து வாழ்த்த விரும்புவதோடு

முக்கியமான சில விசயங்களையும் மனம்விட்டுக் கதைக்க விரும்புகின்றேன். தயவுசெய்து மாலை ஆறு மணிக்கு கோவிலுக்கு வரவும். நான் நம்பிக்கையுடன் காத்திருப்பேன்" என ராக்சி ராஜனிடமிருந்து குறுஞ்செய்தி வந்தது. அதனைப் பார்த்துக்கொண்டிருக்கும்போதே இளைய மகனிடமிருந்து அலைபேசி அழைப்பு வந்தது.

"அம்மா, வாற புதன்கிழமை உங்கட பிறந்த நாளாமெண்டு அப்பா சொன்னவர். அண்டைக்கு மஜோஸ்ருவாவில இருக்கிற 'சைனா ரவுண்' ரெஸ்ரூரெண்டில பின்நேரம் ஆறு மணிக்கு உங்களைச் சந்திச்சு விஷ்பண்ண விரும்புறாராம், கட்டாயம் உங்களை வரட்டுமாம் எண்டு சொல்லச் சொன்னவர், ஆனபடியால் மறக்காமல் போங்கோ" என்று கூறியவன் அவளது பதிலைக் கேட்காமலேயே தொடர்பைத் துண்டித்துக்கொண்டான்.

புதன்கிழமை நெருங்க நெருங்க நிம்மதிக்கும் அவளுக்குமான நெருக்கம் குறைந்துகொண்டே போனது. கோவிலுக்குப் போவதா? ரெஸ்ரூரெண்டிற்குப் போவதா? என்ற குழப்பம் அவளிடம் இருக்கவில்லை. மூத்த மகனின் நலனைச் சாராமல் குழப்பமான எந்த முடிவையும் எடுத்துவிடுவேனோ என்பதில்தான் அவளது மனம் குழம்பிப்போயிருந்தது.

புதன்கிழமை காலை "ஹாப்பி பேர்த்டே ரூ யூ..." என வயலின் இசை கேட்டுக் கண் விழித்த சந்தியா முன் வயலினும் கையுமாக முகம் மலர்ந்து நின்றான் தூயவன். அவனைக் கட்டியணைத்து முத்தமிட்டவள் அவனின் ஞாபகசக்தியை எண்ணி மீண்டுமொருமுறை வியந்து நின்றாள்.

மாலை ஐந்து மணிக்கு மகனை வயலின் வகுப்பில் கொண்டு போய்ச் சேர்த்துவிட்டு படபடத்த இதயத்துடன் அவள் பேருந்திலேறி அமர்ந்தபோது "காத்திருப்பேன் மறக்கவேண்டாம்" என்று ராக்சி ராஜனிடமிருந்து குறுஞ்செய்தி வந்தது.

மஜோஸ்ருவன் சந்தியில் இறங்கி அடுத்த பேருந்தைப் பிடித்தபோது அலறிய அலைபேசியை எடுத்துக் காதோடு ஒற்றிக்கொண்டாள் "ஹாப்பி பேர்த்டே ரூ மம்மா" என்ற இளைய மகன் பப்பா ரெஸ்ரூரெண்டில் காத்திருக்கிறார் என்ற செய்தியையும் சொல்ல மறக்கவில்லை.

பேருந்தை விட்டு இறங்கி நடந்தவள் அலைபேசியை அணைத்துக் கைப்பைக்குள் வைத்துவிட்டு அந்தப் பிரமாண்டமான வீட்டின் அழைப்பு மணியை அழுத்தினாள். கதவைத்திறந்த ஜோனின் தாய் அவளை முகம் மலர வரவேற்றார். அவரோடு கதைத்துக்கொண்டிருக்கும்போதே "தூயன்... தூயன்..." என அவளையே வட்டமிட்டபடி நின்றார் ஜோன்.

"இன்று எனது பிறந்தநாள் தெரியுமா உங்களுக்கு?" எனக் கேட்டாள் சந்தியா.

"ஓகோ அப்படியா! வாழ்த்துக்கள்! தெரிந்திருந்தால் ஏதாவது பரிசுப் பொருள் வாங்கி வைத்திருந்திருப்பனே" என்ற ஜோனின் தாயார் அவளைக் கட்டியணைத்துக் கன்னத்தில் முத்தமிட்டுக்கொண்டார்.

"கவலை வேண்டாம், இன்று உங்கள் பரிசோடுதான் நான் வீட்டிற்குப் போகப்போகின்றேன் அதற்கு உங்கள் அனுமதி வேண்டும்" என்றவளை ஆச்சரியத்துடன் பார்த்தார்.

"உங்கள் மகனை எங்கள் வீடிற்குக் கூட்டிப்போகப் போகின்றேன் அனுமதி கிடைக்குமா?" கேட்டாள் அவள்.

"ஓ... அதுக்கென்ன, தாராளமாகக் கூட்டிப்போகலாம். தூயவனுக்கும் சந்தோசமாகத்தானே இருக்கும்" என்றபடியே அவர் மகனின் முகத்தைப் பார்த்தபோது ஜோனின் முகம் மகிழ்ச்சியில் பிரகாசமானது.

அவருக்கு நன்றியைக் கூறிவிட்டு உடனேயே ஜோனின் கையைப் பிடித்த சந்தியா "வாருங்கள் போவோம்" என்றவாறு கதவைத் திறந்துகொண்டு வெளியே இறங்க ஆயத்தமானாள்.

"ஒரு நிமிடம் நில்லுங்கள்" எனத் தடுத்தவாறே ஜோனின் அறைக்குள் நுழைந்த தாயார், போன வேகத்திலேயே திரும்பிவந்து சங்கடத்துடன் சந்தியாவிடம் ஒரு கைப்பையை நீட்டினார்.

சந்தியா அதனை வாங்கித் திறந்து பார்த்தபோது காற்றில்லாத அந்த மொழுகுப் பொம்மையும் காற்றடிக்கும் இயந்திரமும் அதற்குள் இருந்தன. வேண்டாவெறுப்பாகப் பார்த்தவள்,

அதனை கதவின் ஓரமாக கீழே வைத்துவிட்டு ஜோனின் கையை இறுகப் பற்றியபடியே ஒரு கம்பீர நடையை நடக்க ஆரம்பித்தாள். அவளைப் புரிந்துகொள்ள முடியாமல் புருவம் தூக்கிப் பார்த்தவாறே நின்றார் ஜோனின் தாய்.

⊙

# வினைவயல்

கலியாணப் புரோக்கர் மாணிக்கம்பிள்ளையின் வரவை எதிர்பார்த்துக் கேற்றையே பார்த்தபடியிருந்த மனோரதனின் சிந்தனையை அவனது தந்தையின் இருமல் சத்தம் குலைத்துப் போட்டது. இருந்த இடத்திலிருந்தே திரும்பிப் பார்த்தான். மூளையின் இரத்தக் குழாய்களில் ஏற்பட்ட கசிவினால் மூளைத் திசுக்கள் பாதிக்கப்பட்டு இடது பக்கக் கையும் காலும் செயலிழந்ததோடு வாயும் ஒரு பக்கமாக இழுத்து வார்த்தைகளும் பிசகி படுத்த படுக்கையாய் கிடந்தவர், செயலாற்று ஒன்றுக்கும் உதவாமல் வெறும் பாரமாகக் கிடந்த இடதுகையை வலதுகையால் தூக்கித் தன் நெஞ்சின்மேல் வைத்துக்கொண்டார்.

ஒரு கையில் செம்பையும் மறுகையில் கூனல் முதுகையும் பிடித்தபடிவந்த அவனது தாய் விசாலாட்சி, "என்ன? தண்ணி ஏதும் வேணுமே?" எனக் கேட்க, "ச்ச... ச்ச..." என வலது கையை விசிறி முகத்தில் சினத்தைக் காட்டினார் தந்தை.

காலையில் தந்தைக்குப் பம்பஸ் மாற்றிக் கழுவித் துடைத்து விட்டபோது அவரது கன்னத்தில் வழிந்த கண்ணீரையுந்தான் துடைத்துவிட்டான்.

அப்போதுதான், "நீ என்ராப்பு இந்த வேலையெல்லாம் செய்து கொண்டு, உங்க தெற்கால இருக்கிற எவனையாச்சும் இதுகளைச் செய்யிறதுக்குச் சம்பளத்துக்குப் பிடிக்கேலாதே?" என்ற தாயின் கேள்விக்கு அவன் பதிலேதும் சொல்லவில்லை.

“எங்கட காலத்தில எண்டால் எத்தின சனங்கள வேலைக்குப் பிடிக்கலாம். வீட்டுக்கொரு பெடி பெட்டை வேலைக்கு நிண்ட காலமது. இப்ப தோட்ட வேலைக்குக்கூட ஆக்களப் பிடிக்கேலாமல் கிடக்குதே” என்று புறுபுறுத்துக்கொண்டிருந்தார் தாய்.

வழமைபோல் காலையிலேயே வந்துவிட்ட முன்னாள் போராளியும் இன்னாள் இளம் விதவைத் தாயுமான சமையற்காரப் பெண்ணும் வீட்டைக் கூட்டித் துடைத்து துப்பரவாக்கிவிட்டு சமையல் வேலைகளில் இறங்கிவிட்டாள்.

‘மழைக்காலம் வாரதுக்கிடையில வீடு மேயவேணும்’ என்று சொல்லி அவள் வாறமாதச் சம்பளத்தோடு சேர்த்து மேலதிகமாக முப்பதாயிரம் ரூபாய் கடனாகக் கேட்டிருந்ததும் இப்போதவனது ஞாபகத்தில் வந்தது.

புரோக்கர் வந்ததும் வராததுமாக வாசலில் செருப்பைக் கழட்ட முன்னமே, “என்ன மாணிக்கம்பிள்ளை ஐயா இந்த இடமாவது சரி வந்துதே?” என்று ஆவலாய்க் கேட்டான்.

“என்னத்தத் தம்பி சொல்ல, வெளிநாட்டு மாப்பிள்ளைக்குத்தான் இங்க மதிப்பேயொழிய வெளிநாட்டால வந்த மாப்பிள்ளைக்கு இல்லயே. எல்லாப் பெட்டையலுமே இந்த நாட்டைவிட்டு ஓடத்தான் நிக்கிறாளவ” என்றபடியே கைப்பையைக் கிளறிய புரோக்கர் ஒரு புகைப்படத்தை எடுத்து நீட்டியவாறே “அது சரிவராது. இந்தா இதையொருக்காப் பார்” என்றார்.

வேண்டா வெறுப்பாக புகைப்படத்தை வாங்கியவன் ஏக்கத்தோடு சிறிதுநேரம் உற்றுப் பார்த்துவிட்டு “ஏன் ஐயா நீங்க கொண்டுவந்த படங்களில எதையாவது தட்டிக் கழிச்சிருக்கிறனே?” எனக் கேட்டவாறே புகைப்படத்தைத் திருப்பிக்கொடுத்தான்.

“ஓம் தம்பி அதெண்டால் உண்மைதான், உன்ர நல்ல மனசுக்கு ஏன்தான் இன்னும் ஒண்டுமாச் சரிவருகுதில்லையோ எனக்கெண்டால் தெரியயில்ல. முப்பத்திநாலு வயசுக் குறிப்புக்குப் பொம்பிளை தேடுறதொண்டும் லேசான வேலையுமில்லத்தான்” என்றவர், விசாலாட்சி அம்மாவின் தேநீரை எதிர்பார்த்தவாறே அமர்ந்துகொண்டார்.

"நல்ல செய்தியோடை வராத உனக்கெதுக்கு தேத்தண்ணி" என்பதுபோல் ஒரு பார்வை பார்த்தவாறே விசாலாட்சி அம்மா குசினிக்குள் நுழைந்தார்.

"என்ன கிரக பலனோ தெரியயில்லயடா தம்பி உன்னப்போட்டு இந்த ஆட்டு ஆட்டுது. அதுசரி, நல்லூர்க் கோயிலுக்குப் பின்னாலயிருக்கிற மடத்தில இந்தியாவிலயிருந்து சிரிப்புச் சாமியார் எண்டொரு சாமியார் வந்திருந்து அருள்வாக்குச் சொல்லுறாராம் கேள்விப்பட்டியே? எதுக்கும் நீயுமொருக்கால் போய் அந்தச் சாமியாரைப் பார்க்கிறது நல்லதப்பன். ஏதும் தோஷம் கீஷம் இருந்தால் பரிகாரம் செய்யலாமல்லே" என்றவாறே, விசாலாட்சி அம்மா கொண்டுவந்த தேநீரை அருந்திவிட்டுக் கிளம்பினார் புரோக்கர்.

கடல் போல வளவிருக்க, கப்பல் போல வீடிருக்க இந்த வீட்டுக்கொரு மருமகள் வருவாள் மகனும், மருமகளும் பேரப்பிள்ளைகளோட சந்தோசமா வாழுறதையும் பார்த்துப் போட்டு போயிரலாம் என்று எண்ணியிருந்த தாய் அவனை ஏக்கத்துடனும் ஏமாற்றத்துடனும் பார்த்து நிற்க சட்டென எழுந்தவன் கேற்றைத் திறந்துகொண்டு வெளியே இறங்கிக் கால் போன போக்கில் நடக்கத் தொடங்கினான்.

○ ○ ○

அவனது இருபதாவது வயதில் அவனைக் கனடாவுக்கு எடுக்கவென அங்கிருந்து அண்ணன் அனுப்பிய காசை கள்ள ஏஜென்சிக்காரனிடன் கட்டி ஏமாந்துபோய் கொழும்பில் அந்தரித்து நின்றபோது சந்தேகத்தின்பேரில் கைதாகி ஒரு வருடம் மோசமான சிங்களச் சிறைவாழ்வையும் அனுபவித்துவிட்டு விடுதலையாகி வந்தவன் வேறு வழியில்லாமல் மீண்டும் நோர்வேயிலிருந்து அக்கா அனுப்பிய காசைக் கட்டிக் கப்பலில் ஏறினான். இரண்டு வருடங்களாக கப்பலே கதி என்று கடலில் கிடந்தவனுக்கு நோர்வேக் கரையைக் கண்டதுமே நோர்வேயில் அகதியாகிவிடும் ஆசை வந்து தொலைத்தது.

அக்காவுடன் தொலைத்தொடர்பு கொண்டபோது அவளும் "குதியடா... குதியடா..." என்று குதித்தாள். அவனும் குதித்துவிட்டான். அக்காவும் அத்தானும் வந்து அவனை வீட்டுக்கு

அழைத்துச் சென்றார்கள். நோர்வேயின் அந்த இளவேனிற் காலத்தில் தன் வாழ்விலும் இனி வசந்தம் வந்துவிடும் என்றே நம்பினானவன்.

ஒஸ்லோவில் தரைதட்டிய கப்பல் கிளம்பும்வரை அக்கா வீட்டில் காத்திருந்துவிட்டு ஒரு நல்லநாள் பார்த்து தொய்யன் என்ற இடத்திலிருந்த காவல்நிலையத்திற்குச் சென்று இலங்கை அகதி எனக் கையைத் தூக்கினான். அங்கே சில முன்பதிவு நடைமுறைகளின் பின்னர் மீண்டும் விசாரணைக்கு வருமாறு திகதி நேரம் குறித்துக் கொடுத்து அவனை ஓர் அகதிகள் முகாமிற்கு அனுப்பி வைத்தனர்.

சில வாரங்களிலேயே விசாரணைக்கான குறித்த நாளும் வந்தது. “எங்கிருந்து வந்தாய்? எப்படி வந்தாய்? யார் உன்னை இங்கு கூட்டி வந்தார்கள்?” போன்ற அதிகாரிகளின் கடுமையான துருவல்களுக்கு தானும் சளைத்தவனில்லை என்பதுபோல் அக்காவும் அத்தானும் சொல்லிக்கொடுத்த பொய்களையெல்லாம் அள்ளி வீசிக்கொண்டேயிருந்தான். அவனுடைய ஒரே நோக்கம் எப்படியாவது நோர்வேயில் அகதி அந்தஸ்தைப் பெற்றுவிடவேண்டும் என்பதாகவே இருந்தது.

அவன் கூறிய எல்லாவற்றையுமே நிதானமாகக் கேட்டுப் பதிவு செய்துகொண்டிருந்த அதிகாரி அவனது பொய்கள் எல்லை மீறிப்போனவொரு கட்டத்தில் “சரி போதும். உனது கற்பனைக் கதைகளை இத்தோடு நிறுத்திவிட்டு இனியாவது உண்மைகளைச் சொல்” என்றபடி சட்டென இலாட்சியைத் திறந்து அவனுடைய கடவுச்சீட்டை எடுத்து மேசையில் போட்டான் ஓர் அதிகாரி. அதனைப் பார்த்ததுமே அவனுக்கு ஐந்தும் கெட்டு அறிவும் கெட்டுப்போனது.

கப்பல் புறப்படும்போது தன்னுடைய கடவுச்சீட்டை கப்பல்க் கப்டன் நோர்வே காவற்துறையிடம் ஒப்படைத்துவிட்டேதான் சென்றிருக்கிறான் என்ற விடயம் அப்போதுதான் அவனுக்குப் புரிந்தது. வேறு வழியின்றி அசடு வழிந்தபடியே மீண்டுமொரு புதுக் கதையைச் சொல்லி முடித்தான்.

வெறும் ஆறே மாதங்கள் தான் அந்தக் கதையும் நின்று பிடித்தது. ஏழாவது மாதத்தில் அவனுடைய அகதி அந்தஸ்துக் கோரிக்கை

நிராகரிக்கப்பட்டு அவனை நோர்வேயைவிட்டு வெளியேறுமாறு கடிதம் வந்தது.

“அடேய் தம்பி முகாமில இருந்தா பிடிச்சு அனுப்பிப்போடுவாங்கடா வீட்டவாடா ஒளிஞ்சு இருந்துகொண்டு லோயரைவைச்சு மேல்முறையீடு செய்யலாம்” என்றாள் அக்கா.

சரியென்று, சொல்லாமற் கொள்ளாமல் முகாமிலிருந்து களவாகப் புறப்பட்டுச் சென்றான். ஒஸ்லோவில் புருசெத் என்ற இடத்திலிருந்த அக்காவின் தொடர்மாடி வீடு அவனைக் காவற்துறையின் கண்களிற் காட்டாமல் மறைத்து வைத்திருந்தது. அக்கா அத்தானின் அறிவுறுத்தலின்படி அகதிப் பதிவு விசாரணையின்போது இங்கு அக்கா இருப்பதை மறைத்ததும் நல்லதாகிவிட்டது. மறைக்காமல் இருந்திருந்தால் அவன் அங்கு மறைந்துவாழ முடியாமல் மட்டுமல்ல அக்கா குடும்பத்தின் அந்த அந்தரித்த வாழ்வை அறிய முடியாமலும் போயிருக்கும்.

அத்தான் காலையும் மாலையுமென இரண்டு கழுவல் வேலைகள் செய்தார். கழுவல் வேலை என்பது மிகவும் கடினமானது. நிலங்கள், சுவர்கள், படிகள், குளியலறைகள், கக்கூசறைகள் தளபாடங்கள் என்று எல்லாவற்றையுமே கழுவித் துடைத்துச் சுத்தம் செய்யவேண்டும்.

அக்காவின் வேலையோ அதைவிட மோசமானது. சுயமாக இயங்க முடியாமல் தங்கள் தங்கள் வீடுகளில் முடங்கிக்கிடக்கும் முதியவர்களைப் பராமரிக்கும் வேலையது. அவர்களுக்கான பொருட்களை வாங்கி வருவது, சாப்பாடுகள் தயாரிப்பது, வீடு வாசல்களை துப்பரவாக்குவது முதற்கொண்டு பம்பஸ் மாற்றி கழுவித் துடைப்பது, குளிக்கவார்ப்பது வரை கடினமானது மட்டுமல்லாமல் மிகவும் அரியண்டமான வேலையது. அக்கா வேலைமுடிந்து வீட்டிற்குவந்தால் மூக்கிலிருந்து மலசல நாற்றமும், மனதிலிருந்து அந்தக் காட்சிகளும் விலகும்வரை சாப்பாட்டை நினைத்துக்கூடப் பார்க்காமல் பட்டினியோடு இருப்பாள்.

“நம்மட நாட்டில இருந்திருந்தா இப்பிடியான வேலைகளையாடா நாங்க செய்திருப்பம்?” எனக் கேட்ட அக்கா ஒருநாள் குரலுடைந்து அழுதபோது அவளைப் பார்க்க அவனுக்குப் பாவமாக இருந்தது.

உள்நாட்டில் இருந்த காலங்களில் அவனோ அக்காவோ வீட்டில் ஒரு வேலைகூடச் செய்ததில்லை. அவைகளைச் செய்வதற்கு வீட்டில் பல வேலைக்காரர்கள் இருந்தார்கள். அவர்களுக்குச் சம்பளம் கொடுப்பதற்கு அப்பா, அம்மாவின் பரம்பரைச் சொத்துக்கள் இருந்தன. அவர்கள் செல்லப் பிள்ளைகளாகவே வளர்ந்திருந்தார்கள். இந்த வெளிநாட்டு வாழ்வில் எல்லாமே தலைகீழாக மாறியிருந்தது.

சமையல் செய்வது, அக்காவின் பிள்ளைகளை பாடசாலைகளுக்கு கூட்டிச் செல்வது, கூட்டி வருவதென அவனும் அங்கு அக்காவிற்கு உதவியாக இருந்தான். தமிழ்ப் பள்ளிக்கென்று மருமக்களைக் கூட்டிச் சென்ற இடத்தில அங்கு தமிழ் படிப்பித்துக்கொண்டிருந்த நல்ல வடிவும், நல்ல விசாவும் உள்ள பெட்டை ஒருத்திக்குக் காதல் கணை எறிந்தான். குறி தவறவில்லை. அவளும் சுருண்டு வீழ்ந்தாள். அடியடா சக்கை எண்டானாம் கலியாணத்துக்குப் பொம்பிளையுமாச்சு, இருக்கிறதுக்கு விசாவுமாச்சு என்று அவன் சந்தோசத்தில் குதூகலித்திருந்தவேளையில் குறுக்கே பாய்ந்த அக்கா, "சாதி சனம் சரியில்லை" என்று சொல்லி அதையும் குழப்பிப்போட்டாள். இத்தனைக்கும் இங்கு செய்கிற தொழிலை வைத்துப் பார்த்தால் அந்தப் பெட்டையை விடவும் அக்கா தான் குறைந்த சாதி.

பிறகு கொஞ்சக் காலத்திலேயே அத்தானின் நண்பன் மூலமாக ஒரு பாகிஸ்தானியின் கேபப் கடையில் அவனுக்குமொரு வேலை கிடைத்தது. "எனக்குத்தான் நொஸ்க் தெரியாதே என்னெண்டு வேலைக்குப் போறது?" என்று அவன் கேட்டபோது, "அட கேபப் கடையில வேலை செய்யிறதுக்கு mild, medium, sterk எண்ட மூண்டு சொல் தெரிஞ்சாலே போதுமடா மச்சான்" என்ற அத்தான், mild என்றால் உறைப்பு இல்லாதது, medium என்றால் உறைப்புக் குறைந்தது, sterk என்றால் உறைப்புக் கூடியது என்ற விளக்கத்தையும் சொல்லிக்கொடுத்தார்.

கேபப் என்பது ஒருவகையான துருக்கி நாட்டு உணவு. வெக்கையைக் கக்கிக்கொண்டிருக்கும் மின்சார அடுப்புகளுக்கு நடுவே கம்பிகளில் குத்தப்பட்டு சுழன்றுகொண்டிருக்கும் இறைச்சி வகைகளைச் சீவிச் சீசி இன்னொரு வெப்பமான தட்டில் போட்டு இரண்டு கைகளிலும் இரும்புத் தகடுகளை

வைத்துக்கொண்டு கொத்துரொட்டி கொத்துவதுபோல் கொத்திச் சிறிய துண்டுகளாக்கியபின் 'பீத்தப்புரோ' என்ற ரொட்டி போன்ற ஒன்றை வாட்டி எடுத்து பின் அதனைக் கீறி உள்ளே சலாத் வகைகளையும் இறைச்சித் துண்டுகளையும் திணித்து மேலால் சவுஸ் அடித்துக் கொடுக்கவேண்டும் அந்த சவுசில் தான் mild, medium, sterk என மூன்று வகைகள் இருக்கும். கடையில் எந்த நேரமும் சனங்கள் வந்தபடியே இருக்கும். பம்பரமாக சுற்றிச் சுழன்றபடியே நிற்கவேண்டும். அதையவன் வேலையாக நினைக்கவில்லை ஏதோ முற்பிறவியில் செய்த பாவத்திற்குக் கிடைத்த தண்டனையாகவே நினைத்தான்.

ஒருநாள் mild கேபப் கேட்ட ஒரு நோர்வேஜியனுக்கு மாறிச் sterk சாவுசை அடித்துக் கொடுத்துவிட்டான். வாயில் வைத்ததுமே நாக்குச் சிவந்துபோன நோர்வேஜியன் கோபத்துடன் வந்து முதலாளியிடம் முறையிட்டதோடு இனி இந்தக் கடைப் பக்கமே வரமாட்டன் என்று சொல்லிவிட்டுப் போய்விட்டான். அதனால் கடுப்பான பாகிஸ்தானி, "லங்கருக்கு இந்த ரொய்லெட் கழுவுற வேலையைத் தவிர வேற ஒரு வேலையையும் ஒழுங்காச் செய்யத்தெரியாது" என்று சூடான வார்த்தைகளைக் கொட்டிவிட்டான். ஏற்கனவே சூட்டுக்குள் நின்றவனை வார்த்தைச் சூடும் வாட்டியதனால் வந்த கோபத்தில் வேலையைத் தூக்கி எறிந்துவிட்டு வீட்டிற்குச் சென்றுவிட்டான்.

வீட்டில் சும்மா இருந்துவிட முடியுமா என்ன? சில நாட்களிலேயே தமிழர் ஒருவரின் கழுவல்க் கொம்பனி ஒன்றில் அத்தான் மீண்டுமொரு வேலையை அவனுக்கு எடுத்துக்கொடுத்தார். மூன்று மாடிகளில் உள்ள அறுபது அலுவலக அறைகளையும், பன்னிரண்டு மலசல கூடங்களையும், படிகளையும், சந்திப்பு அறைகளையும் கழுவிச் சுத்தம் செய்யவேண்டும்.

"நோர்வேஜிய முதலாளிகளைச் சமாளித்துவிடலாம். ஆனால் தமிழ் முதலாளிகளைச் சமாளிக்கிறது சரியான கஸ்ரம்" என்று அத்தான் சொன்னதுபோலவே 'அங்க தூசு இருக்கு, இங்க கோப்பிக் கறை இருக்கு' என்று சொல்லிக்கொண்டு வந்து நின்று முட்டையில் மயிர் பிடுங்குவார் அந்தத் தமிழ் முதலாளி. அதிலும் விசா இல்லாதவன் என்று தெரிந்ததனால் கத்தை கத்தையா பிடுங்க ஆரம்பித்துவிட்டார். அவனது ஒரு

பிறந்தநாளும் அதுவுமாய் ரொய்லெட் கொமட்டை உரைஞ்சிக் கழுவிக்கொண்டு நின்றபோது அலைபேசித் தொடர்பில் வந்து வாழ்த்துச் சொன்ன தாய், "இண்டைக்குக் கோயிலுக்குப் போனியா மகனே?" என்று கேட்டா.

"ஓமம்மா, சிவலிங்கத்தை உரைஞ்சிக் கழுவிக்கொண்டு கோயிலுக்கதான் நிக்கிறன்" என்றவாறு தொடர்பைத் துண்டித்துக் கொண்டவனுக்கு அந்த நிலையிலும் சிரிப்பும் வந்தது. அன்று அந்தப் பாகிஸ்தானி சொன்னதும் உண்மையாகிப்போனது.

விசா இல்லாமல் ஒளிந்து இருந்துகொண்டு வேலை செய்வதென்பது இலகுவான காரியமில்லை. காவற்துறையினரின் கண்களில் சிக்காமல் வெளியே போய் வருவதே அவனுக்குப் பெரிய வேலையாக இருந்தது. பயத்தில் எந்த நேரமும் நெஞ்சு திக்குத் திக்கென்று அடித்தபடியே இருக்கும். காவற்துறையின் சீருடைகளையோ வாகனங்களையோ கண்டாலே அவனுக்கு நெஞ்சுத்தண்ணி வற்றித் தொண்டையே வறண்டுவிடும். பூனைக்கு உச்சிய எலி போலதான் அவனது வாழ்நாட்கள் அங்கு கழிந்துகொண்டிருந்தன. இப்படியாக இந்த ஒளித்துப் பிடித்து விளையாட்டில் பத்து வருடங்கள் பாழாப்போகுமெண்டு அப்போதவன் நினைத்துக்கூடப் பார்த்திருக்கவில்லை.

சென்ற வருடம் நோர்வேக் காவற்துறையினரால் மடக்கிப் பிடிக்கப்பட்டு இலங்கைக்குத் திருப்பி அனுப்பப்பட்டவன்தான் இப்போது இங்கு தனக்கான வருங்கால மனைவியை ஒரு புரோக்கர் மூலமாக மடக்கிப் பிடிப்பதற்குப் படாதபாடுகள் பட்டுக்கொண்டிருக்கின்றான்.

○ ○ ○

'**சா**ண் ஏற முழம் சறுக்குவதேதான் என் தலைவிதியா?' என்று நாடியில் கைவைத்து யோசித்துக்கொண்டிருந்தவனுக்கு புரோக்கர் சொன்ன சிரிப்புச் சாமியாரின் ஞாபகம் வந்தது.

தண்ணீரில் தத்தளித்துக்கொண்டிருப்பவன் சிறு துரும்பைக்கூட நம்பிக்கையுடன் கைப்பிடிப்பான் என்பது உண்மைதான். அவனது மோட்டார்ச் சைக்கிள் நல்லூர் கோவிலின் பின் வீதியிலுள்ள மடத்தின் முன்னால் வந்துநின்றது. விசாரித்தபோது

சாமியார் இப்போது கோவில் வீதியின் கோப்பாய் செல்லும் பக்கமாய் இடதுபக்க நான்காவது ஒழுங்கையிலுள்ள மூன்றாவது வீட்டில் இருப்பதாகச் சொன்னார்கள்.

அங்கு சென்றபோது சிறிதுமற்ற பெரிதுமற்ற ஒரு கல்வீட்டின் வாசலில் நடுத்தர வயதுத் தம்பதியர் நின்றனர். "சாமியார் இருக்கும் வீடு இதுதானா?" என்று அவன் கேட்டதுமே ஆணின் தலை 'இல்லை' என்பதுபோல் இரண்டு பக்கமும் ஆடியது. பெண்ணின் தலை 'ஓம்' என்பதுபோல் மேலும் கீழுமாக ஆடியது. அதனால் அவன் குழப்பத்துடன் நின்றபோது,

*"தீயவை புரிந்தா ரேனுங் குமரவேள் திருமுன் உற்றால்*
*தூயவ ராகி மேலைத் தொல்கதி யடைவர் என்கை*
*ஆயவும் வேண்டுங் கொல்லோ அடுசமர் இந்நாட் செய்த*
*மாயையின் மகனும் அன்றோ வரம்பிலா அருள்பெற் றுய்ந்தான்."*

என்ற வரிகள் கனத்தவொரு குரலில் பாடலாய் வந்து அவனது காதுகளில் வீழ்ந்தன. பாடல் வந்த திசையில் திரும்பினான். வீட்டின் வலது பக்கத்து வேப்பமரத்தின் கீழ் கிடுகுகளினால் மேயப்பட்டு, சாக்குப் பைகளினால் மறைப்புக் கட்டப்பட்டிருந்த ஒரு சிறிய குடிசையினுள் சம்மணம் கட்டிய தியான நிலையில் ஒரு பிச்சைக்காரனைப் போல் கந்தல் உடையுடன் காந்தப் பார்வை பார்த்தபடி விலா எலும்புகள் தெரியுமளவுக்கு மிகவும் மெலிந்த உடலுடன் சடாமுடியும், உதடுகளை மூடிய மீசையும், மார்புவரை நீண்ட வெள்ளைத் தாடியுமாய் ஒரு கிழவர் அமர்ந்திருந்தார். உதடுகளை அண்டிய பகுதியின் மீசையும், தாடியும் பழுப்பு நிறத்தில் இருந்தன. நெற்றியில் அப்பியிருந்த திருநீற்றைத் தவிர அவரைச் சாமியார் என்று சொல்வதற்குரிய எந்த ஆதாரங்களையும் அவரிடத்தில் காண முடியவில்லை. ஆச்சரியத்துடன் அவரைப் பார்த்தபடியே நின்றான்.

"அவர் தன்னைச் சாமியார் எண்டு சொல்லுறதில்லை. அதுதான்..." என்று இழுத்தார் அந்த வீட்டின் ஆண்.

"சாமியார் சாமியார் எண்டு சனங்களெல்லாம் மடத்துக்குத் தேடிவந்து தொல்லை கொடுக்குறதாலதான் அவர் இங்க வந்து இருக்கிறார்" என்றார் அவரின் மனைவி.

பாடுவதை நிறுத்திய சாமியார் அந்தக் காந்தக் கண்களாலேயே அவனை 'வா...' என அழைத்தார். உள்ளே நுழைந்தவன் கண்களைச் சுழலவிட்டான். குடிசை சந்தன வாசத்துடன் மிகவும் குளிர்ச்சியாகவிருந்தது. பச்சைத் தென்னம் ஓலைகளால் பின்னப்பட்ட கிடுகுகள் நிலத்தில் போடப்பட்டிருந்தன. துணிப் பைகளினாலான மூட்டை முடிச்சுகள் சிலவும் ஒரு மூலையில் அடுக்கி வைக்கப்பட்டிருந்தன. அவர் முன் பயபக்தியுடன் சம்மணமிட்டு அமர்ந்தான்.

*"ஓம் முருகக் கடவுளே சரணம்*
*ஓம் முருகக் கடவுளே சரணம்*
*ஓம் முருகக் கடவுளே சரணம்"*

எனக் கண்களை மூடியபடியே மூன்று முறை சொன்னவர் கண்களைத் திறந்து அவனைப் பார்த்தார். அந்தப் பார்வையே 'வந்த விடயம் என்ன?' எனக் கேட்டது.

"நிம்மதி இல்லைச் சுவாமி. முயற்சிகள் எல்லாமே தோல்வியாக இருக்கிறது" என்றான்.

குடிசை அதிரவொரு வெடிச் சிரிப்புச் சிரித்தவர், "நான் சுவாமியுமில்லைக் கடவுளுமில்லை. வெறும் வழிப்போக்கன். கடவுள் என்பவன் ஒருவனே அவனேதான் முருகக் கடவுள். மற்றவையெல்லாம் பொய், பித்தலாட்டம்" என்றார் அறுத்துறுத்த வார்த்தைகளால்.

"என்ன சுவாமி சொல்லுறீங்கள்?" ஆச்சரியத்துடன் கேட்டான்.

"ம், நம்ப மாட்டாய், இது மாயையை மட்டுமே நம்பும் உலகம்" என்றவர் தலையை ஆட்டியபடியே மீண்டுமொரு வெடிச்சிரிப்புச் சிரித்தார்.

"அப்ப முருகனின் தந்தை சிவன்?"

"உனக்கார் சொன்னது முருகனின் தந்தை சிவன் என்று?" நேராகக் கண்களைப் பார்த்தே கேட்டார்.

"இல்லையா சுவாமி?"

"சிவனை வழிபடும் வடநாட்டுக்காரனைக் கேட்டுப்பார் முருகனை யாரென்றே தெரியாது அவனுக்கு" என்றவாறு சத்தமிட்டுச் சிரித்தவர் மறுநொடியே சிரிப்பை அடக்க வாயைப் பொத்திய கையை விலத்திக்கொண்டு "சரி அதைவிடு நீயேன் என்னைத் தேடிவந்தாய்?" எனக் கறாரான குரலில் கேட்டார்.

"எந்தவொரு பாவமும் செய்தறியாத என்னிடம் பணம் இருக்கிறது, பொருள் இருக்கிறது. ஆனால் நிம்மதியும், சந்தோசமும் இல்லைச் சுவாமி. என் தலைவிதியை அறிய முடியுமா?" எனக் கையைக் கட்டிக்கொண்டு பவ்யமாகக் கேட்டான்.

"ஹா... ஹா..." மீண்டும் வெடித்துச் சிரித்துவிட்டு, "என்னிடம் பணமும் இல்லை, பொருளும் இல்லை. ஆனால் நிம்மதியும், சந்தோசமும் நிறையவே இருக்கிறது" என்றவாறே கைகளை விரித்து மேலே காட்டியவரின் ஒளி வீசும் கண்களையே பார்த்தபடி அவன் மௌனத்தில் உறைந்திருக்க அவரே தொடர்ந்தார்,

"அப்படியானால் அது உன் வினைப்பயன். வினைப்பயனே உன் தலைவிதியைத் தீர்மானிக்கிறது. நீ ஒரு பாவமும் அறியாதவனாக இருக்கலாம். ஆனால் உன் மூதாதையர்கள்? அவர்கள் செய்த பாவங்கள்கூட உன்னைத் துரத்தலாம் அல்லவா! பூர்விக சொத்துக்கள் எப்படி அடுத்தடுத்த தலைமுறைக்கு வருகிறதோ, அதேபோலதான் பூர்விக சாப பலன்களும் பின்தொடர்ந்து வரும். இதிலிருந்து யாருமே தப்பமுடியாது" என்றவர் சட்டெனத் தலையை நிமிர்த்தி இரண்டு கைகளாலும் தாடியை வருடியபடி "ஹி... ஹி..." எனச் சிரித்தார்.

"என் மூதாதையர்கள் செய்த பாவத்திற்கு நான் ஏன் சுவாமி தண்டனை அனுபவிக்கவேண்டும்?" சட்டெனக் கேட்டான்.

"உன் மூதாதையர்களின் பாவங்கள் உன்னைத் தொடாமல் இருக்க வேண்டுமானால், நீயும் அவர்களின் சொத்துக்களையும், அவர்களால் கிடைத்த சுகங்களையும் அனுபவிக்காமலும் இருக்கவேண்டும். அதை நீ அனுபவிக்கும்வரை, அவர்களின் பாவச் செயல்களுக்கு நீயுந்தான் பொறுப்பு என்பதை மறக்க வேண்டாம்"

“அப்பபடியானால் இது கர்மாவா சுவாமி இதற்கு என்னதான் பரிகாரம்?” என்று அவன் கேட்டதுமே மீண்டும் வெடித்துச் சிரித்தார்.

விதைப்புக் காலத்தில் எதை மண்ணில் போட்டோமோ அதுவேதான் அறுவடைக் காலத்தில் கைக்கு வரும். ஆகவே நீ தீயதைச் செய்யவில்லை என்றுவிட்டு சும்மா இருந்துவிடாதே, உன் மூதாதையர்கள் மட்டுமல்ல உன் இனத்தின் தலைவர்கள் செய்த பாவங்களில்கூட உனக்குப் பங்குவிழும். ஆகவே அவர்கள் செய்திருக்கக்கூடிய தீயசெயல்களுக்கெல்லாம் எதிர்மறையான நல்லசெயல்களைச் செய். அதுதான் பரிகாரம், அதுவேதான் உன்னைக் காக்கும்” என்றார் உறுதியான குரலில்.

இந்தியாவிலிருந்து வந்த சுவாமி என்றுதானே சொன்னார்கள். ஆனால் ஆள் நல்ல யாழ்ப்பாணத் தமிழில் கதைக்கிறாரே என்று எண்ணியவன் “நீங்கள் இந்தியாவா சுவாமி?” எனக் கேட்டான்.

“ம்..., அங்கிருந்துதான் வந்தேன் சுவடுகளைத் தேடி” என்றவர் ஒரு துணிப் பொட்டலத்தை எடுத்துப் பிரித்தவாறே “வழிப்போக்கனுக்கு ஏது நாடு. யாதும் ஊரே யாவரும் கேளிர்” என்று சிரித்தார்.

அந்தத் துணிப் பொட்டலத்தின் அருகே அழுக்கற்ற புதிய வெள்ளை வெட்டியும், சேர்ட்டும் பொலித்தீனால் கவர் செய்யப்பட்டு இருந்ததைக் கவனித்தவனிடன் “இதுதான் எனது பட்டுக் குஞ்சம். இந்த எலும்புக்கூட்டில் இதைச் சுற்றினால்தான் ஏரோப்பிளேனில் ஏறிப் பறக்க முடியுமாம்” என்றவர் அதனைப் பார்த்தும் ஓர் அசட்டுச் சிரிப்புச் சிரித்தார்.

அந்தப் பொட்டலத்திலிருந்து உருத்திராட்சம் போன்ற சிறு குண்டுமணிகளினால் ஆன ஒரு மாலையை எடுத்து அவனது கையில் கொடுத்து “இதைக் கழுத்தில் போடு. ஒவ்வொரு நாளும் ‘ஓம் முருகக் கடவுளே சரணம்’ என்று ஒன்பது முறை சொல்” என்றார்.

மாலையை வாங்கியவன் தன் சட்டைப்பையிலிருந்து சில நோட்டுக்களை எடுத்து தயக்கத்துடன் நீட்டியவாறே “இந்த மாலைக்கான...” என்று இழுத்தான்.

"ஆசை இல்லாதவனுக்கு காசை எதற்குக் காட்டுகிறாய்? போ எழுந்துபோ!" என்றார் எரிச்சலோடு. மிரண்டுபோனவன் மீண்டும் சட்டைப்பையில் காசை வைத்துக்கொண்டு எழுந்தபோது "தேவையில்லாதவனுக்கு கொடுக்காதே தேவையுள்ளவனுக்குக் கொடு அதுதான் தர்மம். அதுதான் தலை காக்கும்" என்றவரை கையெடுத்து வணங்கிவிட்டு மோட்டர்சைக்கிளை நோக்கி நடந்தான் மனோரதன்.

○ ○ ○

**கோ**டை வெய்யில் அனலைக் கக்கிக்கொண்டிருந்தது. சுவடுகள் தேடும் பயணத்தில் புழுதி பறக்கக் கொதித்துக்கொண்டிருந்த சுடுமணலை அளைந்தபடி தெருக்களை அளந்துகொண்டிருந்தன சிரிப்புச் சாமியாரின் வெறும் பாதங்கள். துணிப் பொட்டலம் ஒன்று இடது தோள்மூட்டில் தொங்கியது. சிறு ஒழுங்கையிலிருந்து கோவில் வீதிக்குவந்து பின் அங்கிருந்து சிவன் வீதியில் ஏறி பலாலி வீதியை ஊடறுத்து கே.கே.எஸ் வீதியிலுள்ள நாச்சிமார் கோவிலடியை வந்தடைந்தபோது வெற்று மேலுடம்பிலிருந்து வழிந்த வியர்வையில் ஊறிய கந்தல் வேட்டியும் கனமாகிப் போனது. தோளிற் தொங்கிய பொட்டலத்தின் முடிச்சுப்பகுதித் துணியினால் புழுதியும், வியர்வையும் கலந்து கசிந்துகொண்டிருந்த முகத்தைத் துடைத்துக்கொண்டார்.

வலதுகையை பின்பக்கமாக மடித்து இடது முழங்கையை பிடித்தபடி பார்ப்பவர்களுக்கு குப்பற விழுந்துவிடுவாரோ என்ற அச்சத்தைக் கொடுக்கக்கூடிய வகையில் முன் சரிந்த நிலையில் வயதுக்கு மிஞ்சிய வேகத்துடன் கே.கே.எஸ் வீதியை காங்கேசன்துறை பக்கமாக அளந்துகொண்டிருந்தவரது கால்கள் நிழலுக்கு ஒதுங்கிய இடம் கொக்குவில் பூநாறி மரத்தடி. அண்ணார்ந்து பார்த்தார். அவர் அடைந்திருந்த முதுமையை அந்த மரமும் அடைந்திருந்தது.

சுற்றுவட்டாரத்தில் அப்போது சின்னஞ்சிறு வீடுகளாக இருந்தவைகள் எல்லாமே இப்போது பெரும் மாளிகைகளாக காட்சியளித்தன. நிமிர்ந்துநின்று கானல்நீரை ஊடறுத்து தெருவைப் பார்த்தார். இந்த மரத்தடியைத் தாண்டினால் இன்னும் கனதூரமில்லை. ஆறாவதோ ஏழாவதோ ஒழுங்கையில் முருக்கங்கற்களால் கட்டப்பட்ட அந்தக் கோட்டைபோன்ற

பெரியவீடு வந்துவிடும் என்ற நினைப்பு அவரை முன்நோக்கி நகர்த்த கடந்தகால நினைவுகள் அவரைப் பின்நோக்கி நகர்த்திச் சென்றன.

○ ○ ○

இலங்கை 1948 இல் பிரிட்டிஷ் காலனியாதிக்கத்திடமிருந்து விடுதலை பெற்றபின் அதே ஆண்டில் கொண்டுவரப்பட்ட இலங்கைப் பிரஜா உரிமைச் சட்டமானது இலங்கையில் அப்போது இரண்டாவது பெரிய இனமாக இருந்த சுமார் பத்து லட்சம் மலையகத் தோட்டத் தொழிலாளர்களின் குடியுரிமையை ஒரேநாளில் பறித்தது. அதனால் இலங்கைப் பாராளுமன்றத்தில் மலையக மக்களைப் பிரதிநிதித்துவப்படுத்த எவருக்குமே இடமில்லாமற்போனது. ஜி.ஜி. பொன்னம்பலம் என்ற வடமாகாணத் தமிழரின் ஒரேயொரு வாக்கைப் பெரும்பான்மையாகப் பெற்றே அச்சட்டம் நிறைவேற்றப்பட்டது. அதன் மூலம் இந்திய வம்சாவளித் தமிழரின் குடியுரிமைப் பறிப்புக்கு வடமாகாணத் தமிழ்த் தலைவர் ஒருவர் காரணமாக இருந்த பாவச் செயலும் வரலாற்றுப் பதிவாகிப்போனது.

மலையகம் அன்று கலவரபூமி போல் காட்சியளித்தது. எந்த நேரமும் பிடித்து நாடுகடத்தப்படலாம் என்ற பயத்தில் பல்லாண்டு காலங்களாக இலட்சக்கணக்கான உயிர்களைப் பலிகொடுத்து அடிமைகளாக மாடுகளைப் போல் உழைத்து இலங்கைத் தேசத்தைச் செல்வங் கொழிக்கவைத்த அதே மக்கள் அத் தேசத்துக்குள்ளேயே நாடற்றவர்களாய் ஓடி ஒளிந்துகொண்டார்கள். பலர் வடக்குக் கிழக்கென பல பகுதிகளுக்கும் சிதறி ஓடினார்கள். அவர்கள் வளமாக்கிய தோட்டங்கள், பெருந்தோட்டத் துறையுடன் எந்தவித தொடர்புகளுமற்ற சிங்களக் கிராமவாசிகளுக்கு பகிர்ந்தளிக்கப்பட்டன.

அப்போதுதான் மலையகத்தில் பள்ளிக்கூட வாத்தியாராய் மட்டுமல்லாமல் யாழ்ப்பாணத்தைச் சேர்ந்த ஒரு பிள்ளை பிடிகாரனாகவும் இருந்துகொண்டு வறுமைப்பட்ட மலையகச் சிறுவர்களைப் பிடித்து யாழ்ப்பாணத்து வீடுகளுக்கு வேலைக்காரர்களாக அனுப்பிவைக்கும் வேலையையும் பார்த்துக்கொண்டிருந்த பேரம்பு வாத்தியாரின் கண்ணில்பட்டான் தோட்டத்து லயன்களில் அட்டைக்கடிகளோடு அடைபட்டுக்கிடந்த

பெருமாள்முடியன் என்ற அந்தப் பதின்மூன்று வயதுச் சிறுவன். ஏற்கனவே வாத்தியாரின் யாழ்பாணத்து வீட்டுவேலைக் கொடுமைகளிலிருந்து தப்பி ஓடிவிட்ட ஒரு மலையகச் சிறுவனுக்குப் பதிலாகவே அன்று அவன் கொக்குவிலுக்கு வந்துசேர்ந்தான். யாழ்ப்பாணத்துப் பணக்கார வீடுகளில் ஒரு மலையகச் சிறுவனோ அல்லது சிறுமியோ அடிமாட்டுச் சம்பளத்துக்கு அடித்தட்டு வேலைகளில் அமர்த்தப்பட்டிருந்த காலமது.

பேரம்பு வாத்தியாரின் மகன் சிவஞானத்திற்கும் பெருமாள் முடியனுக்கும் ஒரே வயது மட்டுமல்ல, ஒரே நாளில் பிறந்தவர்களுங்கூட. சிவஞானம் பள்ளிக்கூடத்திற்குப் போக பெருமாள்முடியன் சிவஞானத்தின் அழுக்குத்துணிகளை அடித்துத் துவைத்துக்கொண்டிருந்தான்.

பேரம்பு வாத்தியார் மட்டுமல்ல, அவரது மனைவியும் மிகவும் கண்டிப்பானவர். துணிகளில் அழுக்குப் போகவில்லை என்றால் அவனையே துவைத்துவிடுவார்கள். துணிகளைத் துவைப்பதே அவர்களுக்குக் கடினமானதாக இருந்ததேயொழிய அவனைத் துவைப்பதல்ல. எதிர்ப்புக் காட்டினால் பொலிஸில் பிடித்துக் கொடுத்து நாடு கடத்திவிடுவார்கள் என்ற பயத்தில் சிறுவன் எல்லாக் கொடுமைகளையும் சகித்துக்கொண்டான்.

சிவஞானமும் பெருமாள்முடியனும் ஒரே நாளில் பிறந்தவர்கள் ஆயினும் ஒருவன் செல்வந்த வீட்டின் செல்லக் குழந்தையாகவும் மற்றையவன் அந்த வீட்டின் அடிமை வேலைக்காரனாகவுமே இருந்தார்கள். சிவஞானத்தின் பதினைந்தாவது பிறந்தநாளில் அவனுக்குப் பரிசாகாக் கிடைத்த துணிகளில் ஒரு சோடியை பெருமாள்முடியனுக்கும் பிறந்தநாள் என்பதனால் பரிசாகக் கொடுத்துவிட்டான் சிவஞானம். அதனை அறிந்த பேரம்பு வாத்தியாரின் மனைவி, “விளக்குமாத்துக்கு எதுக்குப் பட்டுக் குஞ்சம்?” எனக் கேட்டு பெருமாள்முடியனிடமிருந்து அதனைப் பறித்துவிட்டு பாவித்த பழைய துணிகளை அவனிடன் கொடுத்தார். அன்றைக்குத்தான் பெருமாள்முடியன் முடிவெடுத்துக்கொண்டான் இனியும் இங்கு இருப்பதில்லை என்று.

அந்த முடிவுதான் அவனது பதினைந்தாவது வயதில் பேரம்பு வாத்தியாரின் மனைவி நல்லெண்ணெய் வாங்கிவரும்படி கொடுத்தனுப்பிய போத்தலை இதே பூநாறி மரத்தடியில் வீசி எறிந்துவிட்டு நல்லெண்ணெய்க் காசோடு அவனைக் காணாமற் போகவைத்தது.

○ ○ ○

சரியாகத் தெருவைக் கணித்து அந்த வீட்டின் முன் போய் நின்றார் சிரிப்புச் சாமியார். வீடு புதுப்பொலிவுடன் உருமாறியிருந்தது. பழைய நினைவுகள் மண்டைக்குள் சுழியோட ஒரு யாசகனைப் போல் கேற்றைப் பிடித்தபடியே வெறித்துப் பார்த்தவாறு நின்றார்.

"யாரது அங்க கேற்றடியில?" எனக் கேட்டது ஓர் இளம் பெண்ணின் குரல். குரலுக்கு உரியவளின் தோற்றத்துக்கும் வீட்டின் தோற்றத்துக்கும் சம்மந்தம் இருக்கவில்லை. அவளின் சேலைத் தலைப்பைப் பிடித்துத் தொங்கியபடியே ஐந்தாறு வயது மதிக்கத்தக்க சிறுவன் முன்னும் பின்னுமாக இழுபட்டான்.

"இது பேரம்பு வாத்தியாற்ற மகன் சிவஞானத்தின்ர வீடுதானே"

"ஓம், நீங்க யாரு? உள்ள வாங்க" என்றதுமே, உள்ளே நுழைந்த சாமியார் சுற்றும் முற்றும் பார்த்தபடி நேராகக் கிணற்றடிக்குச் சென்றார். வற்றிய ஆழ்கிணற்றின் அடியில் கொஞ்சம் தண்ணீரைக் கண்டவரின் ஆழ்மனதிலிருந்து நினைவுநீர் சுரந்தது. கைகள் வலிக்க வலிக்க அடிக்கிணற்றிலிருந்து வாளியால் நீரை இறைத்து சிவஞானத்தைக் குளிக்கவார்த்த நினைவுகளோடு கண்கள் சிவஞானத்தை தேடின.

"நீங்க யார்? வந்த விசயம் என்ன?"

"நானொரு வழிப்போக்கன். நீங்கள் சிவஞானத்திற்கு?"

"சொந்தமில்ல, இங்க வேலை செய்யிறன். இந்த வேலைதான் எனக்கும் மகனுக்கும் சோறு போடுது"

"அப்ப உன்ர வீட்டுக்காரன்?"

"அவர் ரெண்டாயிரத்தி ஓம்பதில மாவீரர் ஆகிற்றார்"

“சரி, சிவஞானம் இருக்கிறாரே?”

“அவருக்கு ஏலாது. உள்ளதான் படுத்திருக்கிறார்.”

“அவரிட்டச் சொல்லுங்கோ பெருமாள்முடியன் வந்திருக்கிறன் எண்டு” என்ற சாமியார் வாசலில் நின்றபடியே உள்ளே எட்டிப் பார்த்தார். பெருமாள்முடியன் என்ற பெயரைக் கேட்டதுமே திகைப்புடன் தலையைத் தூக்க முயற்சித்தார் சிவஞானம்.

“யாரோ பெருமாள்முடியனாம் உங்களைத் தெரியும் போல” என்றவாறே அவள் உள்ளே நுழைந்தபோது சிவஞானத்தின் முகத்தில் ஒரு பரசவத்தைப் பார்த்தாள். தலையை நிமிர்த்திக் கொண்டு அவரது உடல் எழத் துடித்தது.

உள்ளே நுழைந்த சாமியார் சிவஞானத்தின் முதுகில் கை கொடுத்து நிமிர்த்தி இருத்தினார். உடல் பதற சாமியாரை உற்று நோக்கிய சிவஞானத்தின் உதடுகள் எதையோ சொல்லித் துடித்தன. ஆனால் வார்த்தைகள் வெளிவரவேயில்லை. அதனைக் கவனித்தவாறே,

*“ஊரான் ஊரான் தோட்டத்திலே*
*ஒருத்தன் போட்டானாம் வெள்ளரிக்கா*
*ஒருத்தன் போட்டானாம் வெள்ளரிக்கா*
*காசுக்கு ரெண்டு விக்கச்சொல்லி*
*காயிதம் போட்டானாம் வெள்ளைக்காரன்*
*காயிதம் போட்டானாம் வெள்ளைக்காரன்”*

என்று சாமியார் இராகமிழுத்துப் பாட ஆரம்பித்ததுமே பழைய நினைவுகள் மனதுக்குள் அலைமோத வலது கையால் சாமியாரின் கையை பற்றிக்கொண்ட சிவஞானத்தின் கண்கள் கலங்கி நீர் முட்டிக்கொண்டன.

வெளியே மோட்டார் சைக்கிள் சத்தம் கேட்டது. மோட்டார் சைக்கிளை நிறுத்திவிட்டு தாயாருடன் உள்ளே நுழைந்த மனோரதன் சிரிப்புச் சாமியாரைக் கண்டு திகைத்துப்போய்க் கேட்டான் “சுவாமி நீங்கள் எப்படி இங்க?”

மனோரதனை மேலுங் கீழுமாகப் பார்த்த சாமியார் “ஓ... நீ இந்த வீட்டுப் பையனா?” எனக் கேட்டுவிட்டு ஒரு சிரிப்புச் சிரித்தார்.

அந்தச் சிரிப்பின் அர்த்தத்தை யாராலுமே புரிந்துகொள்ள முடியவில்லை.

"அதுதான் சொன்னேனே சுவடுகளைத் தேடி வந்தேனென்று" என்றவாறே தோளில் தொங்கிய பொட்டலத்தை அவிழ்த்த சாமியார் திருநீற்றை அள்ளி சிவஞானத்தின் நெற்றியில் பூசிவிட்டு 'ஓம் முருகக் கடவுளே சரணம்' என்றார்.

"அம்மா, நான் நல்லூரடிக்குப் பார்க்கப்போன சுவாமி இவர்தான்" என்றான் தாயைப் பார்த்த மனோரதன்.

"ஓ... அவரா இவர்?" எனப் பரபரத்த தாய், "சுவாமி எங்கட வீட்டில தேத்தண்ணி குடிப்பீங்களா?" தயக்கத்துடனும் பயபக்தியுடனும் கேட்க, அதற்கும் ஒரு வெடிச் சிரிப்பையே பதிலாகக் கொடுத்தார் சாமியார்.

"சுவாமி உங்களுக்கு எப்படி அப்பாவைத் தெரியும்?" கேட்டான் மனோரதன்.

"ஒரு காலத்தில் இந்த வீட்டைக் கூட்டிய விளக்குமாறுதான் நான்" என்று கூறிவிட்டு "ஹி... ஹி..." என மீண்டும் உடல் குலுங்கச் சிரித்தார்.

"என்ன சுவாமி சொல்லுறீங்க? புரியவில்லையே!"

"புரியவில்லையா? சரி புரிந்து என்ன செய்யப்போகிறாய். புரியாமலே இருக்கட்டும்" என்றவாறே தண்ணீர் சலசலத்த சத்தம் வந்த பக்கமாகத் திரும்பிப் பார்த்தார். குழாயடியில் பாத்திரங்களை அலசிக்கொண்டிருந்தாள் அந்தச் சமையற்காரப் பெண்.

"சுவாமி இந்த வருசமாவது எங்கட மகனுக்குக் கலியாணம் நடக்குமா?" மனோரதனின் தாய் சாமியாரைப் பார்த்துக் கேட்டார்.

சட்டெனத் தலையை நிமிர்த்தி மனோரதனின் கண்களை ஊடுருவிப் பார்த்த சாமியார், மெல்லத் தலையைத் திருப்பி தண்ணீர்க் குழாயடியில் குந்தியிருந்த சமையற்காரப் பெண்ணை

மீண்டும் பார்த்தபடி "மனமிருந்தால் எல்லாவற்றுக்கும் இடமுண்டு" என்றவாறே எழுந்து கேற்றை நோக்கி நடக்கலானார்.

"சுவாமி உங்களைக் கொண்டுபோய் விடவா?" கேட்டான் மனோரதன்.

"இல்லை, எனது பயணத்தை நான்தான் முடிக்கவேண்டும்" என்றவர், கேற்றைத் திறந்துகொண்டு தெருவில் இறங்கி வேகமாக நடக்க ஆரம்பித்தார். அவரது கால்கள் நூற்றித் தொண்ணூறு ஆண்டுகளுக்கு முன்னர் தலைமன்னார்க் கரையிலிருந்து மாத்தளை வரை பாதைகளற்ற அடர்ந்த காடுகளின் வழியே முட்களையும், புதர்களையும் தாண்டி போதிய உணவோ, தண்ணீரோ, மருந்துகளோ இன்றி கொசுக்கடிக்கும், தேள்கடிக்கும், பாம்புக்கடிக்கும், அட்டைக்கடிக்கும் மட்டுமல்லாமல் காலரா, மலேரியா, அம்மை போன்ற கொடிய நோய்களாலும், கொடிய விலங்குகளாலும் தாக்குப்பட்டு வாடிவதங்கி விழுந்து மடியமடிய கால்நடையாகவே அழைத்துச் செல்லப்பட்ட அவரது மூதாதையர்களின் சுவடுகளைத் தேடிக் காற்றில் அலைந்தன.

கண்கள் இமைக்காது அந்தக் கால்களைப் பார்த்தபடியே மனோரதன் நிற்க, வேலையை முடித்துவிட்டு வெளியே வந்த சமையற்காரப் பெண், "மழைக் காலம் வாரதுக்குள்ள கூரையை மேயவேணும். அந்தக் காசு விசயத்தை மறந்திடாதிங்க" என்று ஞாபகமூட்டினாள்.

நின்று நிதானமாக என்றுமில்லாதவாறு ஏற இறங்க அவளை ஒருவிதமான பார்வை பார்த்தவன், "ஒண்டுமே தேவையில்ல. இந்தப் பெரிய வீடு இருக்குது. இங்கயே இருக்கலாம். உங்களுக்கும் விருப்பமெண்டால் நாளைக்கே மகனையும் கூட்டிக்கொண்டு வந்திடுங்க" என்று கூறிவிட்டு விறுவிறுவென்று சென்று வீட்டிற்குள் புகுந்துகொண்டான்.

⊙

# மூன்றாம் விதி

"ஆண்டவனே எனக்கு மட்டும் ஏன் இப்படியெல்லாம் நடக்கிறது?" எனத் தனக்குள்ளேயே கேட்டு ஆண்டவனை நொந்தவாறு கவலை தோய்ந்த முகத்தை தொங்கப்போட்டபடியே ஒஸ்லோவின் புறநகர்ப் பகுதியில் அமைந்திருந்த மாளிகை போன்றதொரு வீட்டினுள்ளே பளபளப்பான படுக்கையறையில் உயர்த்தவும், தாழ்த்தவும், சரிக்கவுமென ரிமோட் கொன்ரோலில் இயங்கக்கூடிய மிகப் பெறுமதிவாய்ந்த ஸ்பிரிங் ஏயார் சொகுசு மெத்தையில் குந்தியிருந்து யோசித்துக் குழம்பினார் குமாரவேலர்.

இலங்கைத் தீவுக்குள்ளேயே இருந்த சின்னஞ் சிறியதொரு தீவின் பனங்காட்டு மூலையில் பனையோலைக் கூரையும், தென்னோலை தட்டிகளுமாயான மண் குடிசையினுள் மண்ணெண்ணெய் விளக்கணைத்த இருளோடு சாணிபோட்டு மொழுகிய மண் தரையில் விரித்த ஓலைப் பாயில் தந்தையும், தாயும் கலந்த கலவியில் தந்தையின் பல லட்சம் விந்தணுக்கள் தாயின் கருமுட்டைக்குள் நுழைய முற்பட்ட வேளையில் இயற்கையாகவே பெண்ணுறுப்பில் இருக்கக்கூடிய ஒருவிதமான விஷத்தன்மை வாய்ந்த அமிலத்தால் முக்கால்வாசி விந்தணுக்கள் அழிந்துபோக, மீதமிருந்த ஆரோக்கியமான விந்தணுக்கள் அத்தகைய விஷத்தன்மை வாய்ந்த அமிலத்தை எதிர்த்துப் போராடிக் கருமுட்டையை அடையும் பயணத்தைத் தொடர்ந்தவேளையில், மீண்டும் பெண்ணுறுப்பில் இருக்கக்கூடிய சளி போன்ற திரவம் விந்தணுக்களைத் தடுத்தபோது எதிர்ப்புத் திறனற்ற விந்தணுக்கள் அழிந்துபோக, மீதமிருந்த குறைந்த அளவிலான விந்தணுக்களும் பெலோப்பியன் குழாயினால்

தடுக்கப்பட அந்தத் தடையையும் மீறி ஒரேயொரு ஆரோக்கியமான விந்தணு மட்டும் வெற்றிகரமாகத் தாயின் கருமுட்டையினுள் நுழைந்து கருவுறுதலை தொடங்கியதன் விளைவாக ஆயிரத்தித் தொள்ளாயிரத்தி நற்பத்தொன்பதில் மானிடப் பிறப்பெய்து இப் பூமியில் வந்து விழுந்தவர்தான் இந்தக் குமாரவேலர்.

முப்பத்தேழு வருடங்களைக் கடத்திவிட்ட இந்த நோர்வே வாழ்வில் சின்னச்சின்ன சோதனைக் காலங்களைக் கடக்கின்ற போதெல்லாம் இப்படித்தான் ஆண்டவனைக் கூப்பிட்டு மனம் நொந்து குழம்பிப்போவார்.

மிக இளவயதிலேயே காதல் திருமணம் செய்துகொண்டு தன் கிராமத்திலேயே வாழ்ந்தவர், முப்பத்தேழாவது வயதில் மூன்று பிள்ளைகளையும், மனைவியையும் யாழில் விட்டுவிட்டு தன்னந்தனியே ஓர் அகதியாக நோர்வேயில் வந்திறங்கியபோதுங்கூட பிரிவுத் துயரையும், கடுங்குளிரையும் தாங்க முடியாமல் இப்படித்தான் ஆண்டவனைக் கூப்பிட்டு வைத்துக் குழம்பியழுதார்.

பிள்ளைகளுக்கு பதினெட்டு வயதாவதற்குள் ஸ்பொன்சர் விசாவை அனுப்பி இங்கு கூப்பிட்டுவிட வேண்டும் என்பதற்காக கடினமான வேலைகளைச் செய்து களைத்து விழுந்த போதெல்லாமும்கூட இப்படித்தான் குழம்பினார்.

பின்பு நோர்வே வந்த பிள்ளைகள் தான் ஆசைப்பட்ட மாதிரியே டாக்டராகவும் இஞ்சினியராகவும் வரவில்லையே என்றபோதும், ஊரிலிருந்து மாப்பிள்ளை எடுக்கவேண்டும் என்ற தனது விருப்பத்திற்கு மாறாக மூத்த மகள் பிடிவாதமாய் நின்றபோதும், இளைய மகள் பாதியிலேயே படிப்பை நிறுத்திக்கொண்டபோதும், கடைசியாக ஊரில் இருக்கும் தன் தங்கையின் மகளைக் கட்டுவதற்கு கடைசி மகன் மறுத்தபோதுமென எல்லா இக்கட்டான காலகட்டங்களிலும் இப்படித்தான் யோசித்துக் கவலையில் குழம்பினார்.

இப்படியான கவலைகளில் மூழ்கிப்போய் இருந்தவரை ஒருமுறை மாரடைப்புக்கூட தாக்கியது. அதிலிருந்து தப்பி மீண்டு வந்தபோதுங்கூட, "ஆண்டவனே எனக்கு மட்டும் ஏன் இப்படியெல்லாம் நடக்கிறது?" என்றுதான் கேட்டார்.

ஆனால், இப்போதவர் எழுபத்திநான்கு வயதில் சொகுசு மெத்தையில் குந்தியிருந்து அதே புராணத்தைப் பாடிக் குழம்பிக்கொண்டிருப்பது பேரப்பிள்ளைகளை நினைத்துத்தான். மூன்று பிள்ளைகளும் நல்ல வேலை, நல்ல வீடு வளவு, விலையுயர்ந்த கார், நினைத்த நேரம் நினைத்த நாட்டுக்குப் பயணமென்று எல்லா வசதிகளுடனும் எந்தவிதமான குறைகளும் இன்றிச் சந்தோசமாகத்தான் வாழ்ந்துகொண்டிருக்கின்றார்கள். குமாரவேலர் பிள்ளைகளிடம் எதிபார்த்து ஏமாந்துபோனதைக்கூட பேரப்பிள்ளைகள் நிவர்த்தி செய்தும்விட்டார்கள். மூத்த மகளின் மூத்தவள் டாக்டர் படிப்பை முடித்துவிட்டாள். இளைய மகளின் மூத்தவன் இஞ்சினியர் ஆகிவிட்டான். மற்றைய பேரப்பிள்ளைகளும் நல்ல படிப்புகள் படித்துக் கொண்டிருகின்றார்கள். ஆனாலும் பேரப்பிள்ளைகள் தமிழ்ப் பண்பாட்டையும், கலாசாரத்தையும் மதிக்கவில்லை, காக்கவில்லை என்ற ஏக்கமும், கவலையுந்தான் இப்போதைய அவருடைய யோசனைகளுக்கும், குழப்பங்களிற்கும் காரணிகளாயிருந்தன.

“என்னப்பா, கட்டிலை விட்டிறங்கி முகத்தைக் கழுவுங்கோவன் ரீ போட்டுத்தாறன்” என்றபடி வந்துநின்றார் அவரது மனைவி. அவவுக்கும் இத்தகைய கவலைகள் இருந்தாலும், இவரளவுக்கு இல்லைத்தான்.

“இவள் மூத்தவளின்ர விதுஷாவுக்கு என்னவாம் பிளான்? தாய், தகப்பனும் கலியாணத்தைக் கட்டிவைக்காமல் இப்படியே விடப்போகினமாமே?” மண்டைக்குள் நெளிந்துகொண்டிருந்த கேள்விப் புழுக்களில் ஒன்றைத் தூக்கி வெளியே போட்டார் குமாரவேலர்.

“இங்க பிறந்து வளர்ந்ததுகள் இங்கத்தைய வாழ்க்கையைத் தானேயப்பா வாழுங்கள். அதுக்குத் தாய், தகப்பன் தான் என்ன செய்யமுடியும்?”

“சரி, வெள்ளைக்காரனோட வாழச் சம்மதிச்சவை அதைக் கட்டியாவது வைக்கலாம் தானே. அத விட்டுப்போட்டு கண்டறியாத சம்பூரும், கத்தரிக்காயும்” என்றார் எரிச்சலுடன்.

“ஏனப்பா கல்யாணம் கட்டாமல் சேர்ந்து வாழுறது இங்க வழமைதானே, இதென்ன எங்கட நாடும் எங்கட காலமுமே?” எனப் புறுபுறுத்தபடியே தேநீர் போடப்போனார் மனைவி.

“எல்லாம் நான் செய்த மடத்தனந்தான். இந்த நாட்டுக்கு வந்தேயிருக்கக்கூடாது” எனத் தனக்குள்ளேயே சொல்லிக் கொண்டார் குமாரவேலர். அவருக்கு எல்லாமே தான் நினைத்ததுபோல் நேர்த்தியாக நடக்கவேண்டும். அவருடைய விருப்பத்திற்கேற்ப எதை நினைக்கிறாரோ அதுவேதான் அவருடைய அகராதியில் நேர்த்தியானது.

ஒரு பறவை சிறகு விரித்தால் எட்டக்கூடிய தூரத்தில் தன் குஞ்சுகளை வைத்திருப்பது போலவேதான் குமாரவேலரும் தன் பிள்ளைகளை அக்கம் பக்கமாகவே குடியமர்த்தி வைத்திருந்தார். மூன்று பிள்ளைகள், ஒன்பது பேரைப்பிள்ளைகள் என எல்லோரும் உணவுகளோடும், உணர்வுகளோடும் அடிக்கடி வந்து உறவாடிக்கொண்டுதான் இருக்கிறார்கள். குமாரவேலரையும் மனைவியையும் வெளியே கூட்டிச் சென்று அவர்களின் தேவைகளையெல்லாம் பூர்த்தி செய்வார்கள். கொண்டாட்ட நாட்களில் அவர்களின் வீடு மக்கள், மருமக்கள் பேரப்பிள்ளைகளால் நிறைந்திருக்கும். அப்போதெல்லாம் இந்த நாட்டில் தான் இல்லாத காலங்களிலும் தன் அடையாளங்களாய்த் திகழக்கூடிய தன் எதிர்காலச் சந்ததியே புடைசூழத்தான் இங்கே ராஜ வாழ்க்கை வாழ்ந்துகொண்டிருப்பதாகத் தனக்குள்ளேயே எண்ணிப் பெருமிதங்கொள்வார். இப் பெருமிதங்களையெல்லாம் தன் நண்பர்களிடத்தில் தம்பட்டமடித்துப் புளுகவும் அவர் தயங்கியதில்லை.

தேசியச் செயற்பாடுகளிலும் முன்நின்று இனப்பற்று, மொழிப் பற்று போன்றவற்றின் அடையாளமாகவும் தன்னைத் தமிழ்ச் சமூகத்துக்குள் நிலைநிறுத்திக்கொண்டார். ஈழவிடுதலைப் போராட்டச் செயற்பாடுகளிலும் புலி ஆதரவு நிலையெடுத்து வேலைகள் செய்ததோடு மட்டுமல்லாமல் பேரப்பிள்ளைகளுக்குத் தமிழையும், தமிழ்ப் பண்பாடுகளையும், கலாசாரத்தையும் புகுர்த்திவிடுவதற்கும் பெரும்பாடுகள் பட்டவருக்கு இப்போது தான் பட்டபாடுகள் எல்லாமே விழலுக்கு இறைத்த நீராகிவிட்டதாகவே தோன்றியது.

இரண்டாயிரத்தி ஒன்பதிற்குப் பிறகு “அதுகுமொரு நாடே? இனியங்க மனுஷர் போய் வாழமுடியுமே?” என்று கேட்டுக் கொண்டிருந்தவருக்கு இப்போது திடீரென்று அக் கரையே பச்சையாகவும் தெரிந்தது.

பல்லைத் தீட்டி முகத்தைக் கழுவிவிட்டு வந்து ஷோபாவில் அமர்ந்தவருக்கு தேநீர் வரவில்லை. சமையலறையிலிருந்து மனைவியின் தொலைபேசி உரையாடல் சத்தமே வந்தது. பொறுமை இழந்தவராய் எழுந்து உள்ளே போனவரைக் கண்டதுமே, “சரி... சரி... பிறகு கதைக்கிறன் வை” என்ற மனைவி பதட்டத்துடன் உரையாடலை நிறுத்திக்கொண்டார்.

“என்னது...? ஆரு போனில...?”

“அவள்... சின்னவள் எடுத்தவள்.”

“என்னவாம்...?”

“ஒண்டுமில்லச் சும்மாதான் எடுத்தவள்” என்றவாறே தேநீர்க் குவளைகளைத் தூக்கிக்கொண்டு ஹாலுக்குள் வந்த மனைவியின் பின்னாலேயே வந்தார்.

“என்ன, ஒரு மாதிரியா இருக்கிற? என்னவாம் சின்னவள்...?” மனைவியின் முகத்தைப்பார்த்தே மனத்தைப் புரிந்துகொண்டவர் விடுவதாயில்லை.

இவருக்கு ஏதோ புரிந்துவிட்டது இனிப் பிடுங்கி எடுக்காமல் விடமாட்டார் என்பதைப் புரிந்துகொண்ட மனைவி, “சின்னவளின்ர மூத்தவனும் லவ் பண்ணுறானாமப்பா” என்றார்.

“அவனுமென்ன வெள்ளைக்காரியையாமே...?” சட்டெனக் கேட்டார்.

“இல்லத் தமிழ்தான்” என்றார் மனைவி.

“யாராம் பெட்டை?” என்ற அவரது கேள்விக்கு மனைவி பதில் சொல்லச் சிரமப்பட்டதைக் கவனித்தவரின் முகத்தில் குழப்ப ரேகைகள் படர்ந்தன.

தலையைச் சொறிந்தவாறே "அதுதானப்பா அவள் உங்களோட கதைக்கப் பயப்பிடுறாள், அவன் பெடியன் புவனேந்திரன்ர பெட்டையையாமெல்லே லவ் பண்ணுறானாம்" என்றார்.

"என்னது! புவனேந்திரத்தின்ர பெட்டையோ? என்ன நீ சொல்லுற?" என உடல் பதறத் திகைத்தவரின் கையிலிருந்த குவளையிலிருந்து பாதித் தேநீர் வெளியே சிந்திப்போக, உடல் தளர்ந்து ஷோபாவில் சாய்ந்தவரின் நினைகளும் சிந்திப் பின்னோக்கி வழிந்தன.

○ ○ ○

குமாரவேலர் நோர்வே வந்த காலத்தில் அகதி முகாமில் அறிமுகமானவர் தான் புவனேந்திரன். அறிமுகமான அன்றிலிருந்தே கீரிக்கும் பாம்புக்குமான இடைவெளியே இருவருக்குமிருந்தது. அதற்கான காரணம், புவனேந்திரன் புலி அல்லாத மாற்று இயக்கத்திலிருந்து வந்தவராகவும் குமாரவேலர் புலி இயக்க ஆதரவாளராகவும் இருந்ததைத் தவிர வேறு எதுவித தனிப்பட்ட பிரச்சனைகளும் இருக்கவில்லை. புலிகளால் பாதிக்கப்பட்டு வந்த புவனேந்திரனின் புலிகள் மீதான விமர்சனங்களை குமாரவேலரால் தாங்கிக்கொள்ளவே முடிவதில்லை. அதனால் அடிக்கடி இருவருக்குமிடையில் கடுமையான வாக்குவாதங்கள் நிகழும். புவனேந்திரனின் தர்க்கரீதியான கேள்விகளுக்குப் பதிலளிக்க முடியாமல் திணறிய பொழுதுகளில்கூட குமாரவேலர் ஆண்டவனைக் கூப்பிட்டுவைத்துக் குமுறியதுமுண்டு.

பின்னர் தொண்ணூறுகளின் முற்பகுதியில் ஐரோப்பாவில் வெளிவந்த சஞ்சிகை ஒன்றில் புவனேந்திரன் ஒரு கட்டுரையை எழுதியிருந்தார். அக் கட்டுரையின் மையக்கருவானது. ஈழப் போராட்டத்தின் முடிவில். புலித் தலைமை மக்களையும் அழிவுக்குற்படுத்திவிட்டு தானும் சரணடைந்து அழிந்துபோகும் என்பதாகவே இருந்தது. சர்ச்சைக்குள்ளான அந்தச் சம்பவமே இருவருக்குமான பகைமையை உச்சநிலைக்குக் கொண்டு சென்றதோடு, தேசியவாதிகள் என்று சொல்லிக்கொள்பவர்களால் மாற்றுக் கருத்தாளர்களுக்குத் தாராளமாக அள்ளி வழங்கப்படும் துரோகிப் பட்டத்தையும் குமாரவேலரால் புவனேந்திரனுக்குத் தாராள மனதோடு வழங்கவும் வைத்தது. அன்றிலிருந்து

இன்றுவரை கீரியின் பக்கம் பாம்பும், பாம்பின் பக்கம் கீரியும் தலை காட்டுவதேயில்லை. அப்படியிருக்க இப்போது உறவு முறையில் ஒரு துரோகி தனது குடும்பத்திற்குள் நுழைவதை குமாரவேலரால் ஜீரணிக்கவே முடியவில்லை.

“சரி... சரி... இதில இருந்து யோசிச்சு பிறசரை ஏத்தாமல், இண்டைக்கு நல்ல வெய்யிலாயிருக்குது வெளியபோய் ஒரு நடை நடந்திட்டு வாங்க” என்றபடி எழுந்துபோனார் மனைவி.

பென்ஷன் எடுத்தபின் அவருடைய பொழுதுபோக்கு பெரும்பாலும் நடைதான். பொழுதும் போனது மட்டுமல்லாது நல்ல ஆரோக்கியமும் கிடைத்தது. கோடைகாலத்தில் பக்கத்திலிருக்கும் பூங்காவைச் சுற்றி ஒரு நடை போட்டுவிட்டு ஆறஅமர புற்தரைகளில் இருந்து புதினம் பார்ப்பதும், குளிர்காலத்தில் பக்கத்திலிருக்கும் சொப்பிங் சென்ரருக்குச் சென்று அங்கு போடப்பட்டிருக்கும் ஷோபாக்களில் இருந்து போறவாறவர்களைப் புதினம் பார்ப்பதுமாகவே அவருடைய பொழுதுகள் கழிந்துகொண்டிருக்கின்றன.

ஏற்கனவே பேத்தியின் விடயத்தைப் பற்றி யோசித்துக் கொண்டிருந்தவரை இப்போது பேரனின் விடயமும் யோசிக்க வைத்ததில் அவருடைய மனம் எதிலுமே ஈடுபாடற்றுக் குழம்பிக் கிடந்தது. இண்டைக்கு இவற்ற புறுபுறுப்பைத் தாங்க முடியாது. ஆண்டவனைக் கூப்பிட்டுவைச்சு அறுக்கப்போறார். என்பதைப் புரிந்துகொண்ட மனைவி, குமாரவேலரை வெளியே தள்ளிக் கதவைப் பூட்டிவிடுவதிலேயே குறியாக இருந்து சாதித்தும்விட்டார்.

மனம் போன போக்கில் யோசித்தபடியே கால் போன போக்கில் நடந்து களைத்தவர் வீட்டை வந்தடைந்தபோது மூத்த மகள் வீட்டிலிருந்தாள். தங்கச்சியின் வீட்டுப் பிரச்சனைக்குச் சமாதானம் சொல்லி தங்களிடம் சம்மதம் வாங்கவே அக்காள்க்காரி வந்திருக்கின்றாள் என்பதை குமாரவேலர் புரிந்துகொண்டார். இப்படித்தான் அக்காளின் மகள் வெள்ளைக்காரனைக் காதலிச்ச பிரச்சனை கிளம்பியபோதும் தங்கச்சிக்காரி அக்காவிற்காக சமாதான தூதுவராக வந்திருந்ததும் ஞாபகத்தில் வந்தது.

மனைவியையும், மகளையும் ஏறெடுத்தும் பாராமல் நேராகச் சமையலறைக்குள் சென்றவர் புகைந்துகொண்டிருந்த நெஞ்சாங்குழிக்குள் குளிர் நீரை ஊற்றித் தணித்தார்.

"அப்பா வாங்கோ, இதில வந்து இருங்கோ. விஷயம் கேள்விப்பட்டீங்க தானே. அதுதான் தங்கச்சி வந்து கதைக்கப் பயத்தில என்னை அனுப்பினவள். பெடியன் அவளைத்தான் கட்டுவன் எண்டு பிடிவாதமா நிக்கிறானாம். அவளும் பாவம் என்னதான் செய்யிறது" என்றாள் மகள் தயங்கியவாறே.

"ஓகோ... அப்ப எனக்குப் பரம எதிரியான அந்தத் துரோகிக்குச் சம்மந்தி ஆகிறதெண்டு அக்காவும், தங்கச்சியும் முடிவெடுத்திட்டீங்கபோல?" வார்த்தைகளில் கோபம் தொனித்தது.

"என்னப்பா செய்யிறது. இது சரிவராதெண்டு ரெண்டு வருசமா பெடியனோட சண்டை பிடிச்சுப் பார்த்துப்போட்டுத்தான் இப்பயவள் எலாக்கடைசியில ஒரு முடிவுக்கு வந்திருக்கிறாள்" என்ற மகளை ஏற இறங்க ஒரு கொதிப்பார்வை பார்த்தார் குமாரவேலர்.

"அப்பா உங்கட மனநிலையும் எங்களுக்கு விளங்காமலில்ல, ஆனால் உங்கட எங்கட காலம் மாதிரி இல்லையே இப்பத்தையக் காலம். அதுதான் ஒண்டும் செய்யயேலாமல் கிடக்குது. புவனேந்திரத்தாற்ர தகப்பனும் இந்தா அந்தாவெண்டு படுக்கையில கிடக்குதாம் அதனாலதான் ஏதும் நடந்தாலுமெண்டு அவசரப்பட்டு வாற மாதமே சின்னதாக் கலியாணத்தை முடிக்கலாமெண்டு யோசிக்கினமாம்" என்றாள்.

"ஓகோ... அப்ப முடிவெடுத்துப்போட்டுத்தான் இங்க வந்திருக்கிறீங்க, சரி... சரி... என்னவெண்டான உங்கட இஸ்ரத்துக்குச் செய்யுங்கோ, ஆனாலொண்டு என்னை மட்டும் கல்யாணம் கத்தரிக்காயெண்டு கூப்பிட்டுப்போடாதீங்க" என்றவாறே சட்டெனக் கைகளை விசிறி எழுந்த குமாரவேலர் அறைக்குள் நுழைந்து கதவை அடித்துச் சாத்திக்கொண்டார்.

○ ○ ○

அதிகாலையிலேயே தொலைபேசி மணி ஒலித்தது. குமாரவேலர் எழும்பி எடுக்கப் பஞ்சிப்பட்டவராய் படுக்கையிலேயே கிடந்தார். ஓடிப்போய் ரிசீவரை எடுத்த அவரது மனைவி சில நிமிடங்களிலேயே பரபரத்தபடி மீண்டும் அறைக்குள் ஓடிவந்து, "அப்பா உங்கட அண்ணாவுக்குக் கடுமையாக்கி வாட்டில வைச்சிருக்கினமாம். மாதவன் தான் இப்ப போன் எடுத்துச் சித்தப்பாவுக்குச் சொல்லச்சொல்லிச் சொன்னவன்" என்றார்.

சட்டென எழுந்து மெத்தையில் குந்திய குமாரவேலர், "உடன மகனுக்குப் போனடிச்சு கொழும்புக்கு ரிக்கற்ரை போடச்சொல்லு. நான் கட்டாயம் போகவேணும் எங்களை வளர்த்து ஆளாக்கின மனுசன்ர முகத்தை கடைசியா ஒருக்காப் பாத்திரவேணும்" எனப் பரபரத்தார்.

அதற்கடுத்த நாளே கொழும்பு கட்டுநாயக்க விமான நிலையத்தில் வந்திறங்கிய குமாரவேலரை அழைத்துப்போக அண்ணனின் மகன் மாதவன் யாழிலிருந்து வான் பிடித்துக்கொண்டு கொழும்புவரை வந்திருந்தான்.

வானில் ஏறியதுமே "ஏன் சித்தப்பா இந்தமுறை இப்படியொரு நாடகம் போட்டுக்கொண்டு கிளம்பியிருக்கிறீங்க?" கேட்டான் மாதவன்.

"அதப் பிறகு சொல்லுறன். அண்ணர் எப்பிடி இருக்கிறார்?"

"அப்பாவுக்கென்ன குறை, அவர் பொல்லுக்கட்டையாட்டம் இருக்கிறார். நீங்கள்தான் அவரைக் கொண்டுபோய் வாட்டில போட்டுவிட்டியள். இப்ப நோர்வேயிலயிருந்து அக்காமாரெல்லாம் பெரியப்பாவுக்கு எப்பிடி? பெரியப்பாவுக்கு எப்பிடி? எண்டு ஒரே போனடிச்சபடி" என்றான்.

"சரி... சரி... கொஞ்ச நாளைக்கு அப்பர் ஆஸ்பத்திரியில எண்ட பொய்யையே அவளவைக்கு சொல்லிக்கொள்ளடாப்பா. நாங்கள் போட்ட நாடகமொண்டும் ஒருத்தருக்கும் தெரியவேண்டாம்" என்றவாறே வான் ஓட்டிக்கொண்டிருந்த சாரதியை கடைக் கண்ணால் பார்த்தார் குமாரவேலர்.

"ஏன் சித்தப்பா?"

“அட, அங்கத்தையக் கூத்துகள் ஒண்டும் எனக்கிப்ப சரிப்பட்டு வருகுதில்லையடா தம்பி, அதுதான் ரெண்டு மூண்டு மாசத்துக்கு இங்க நிண்டிற்றுப் போகலாமெண்டு வந்தனான்” என்றவர் மீண்டும் சாரதியைப் பார்த்தார். நல்ல உயரமும், மெலிந்த உடலுமாக அறுபது வயது மதிக்கத்தக்க சாரதி நரைத்த தாடியை விரல்களால் கிளறியபடியே குமாரவேலரைப் பார்த்து ஒரு கனிவான புன்னகையை உதிர்த்துவிட்டு வானை ஓட்டுவதிலேயே மிகுந்த கவனமாக இருந்தார்.

ஒரு சிங்களப் பிரதேசத்தில் இரவுச் சாப்பாட்டை முடித்துக்கொண்டு வான் மீண்டும் கிளம்பியபோது, “சித்தப்பா எனக்கு நித்திரை வருகுது நீங்கள் முன்னால வந்து சுப்பு அண்ணையோட கதைச்சுக்கொண்டு இருங்கோ, நான் பின்னால நீட்டி நிமிர்ந்து படுக்கப்போறன்” என்றான் மாதவன்.

முன் சீற்றில் ஏறி அமர்ந்துகொண்ட குமாரவேலர் சாரதியைப் பார்த்துக் கேட்டார், “சுப்புவே உங்கட பேர்?”

“ஓம், அது பாதிதான். முழுப்பேர் சுப்பிரமணியம்.”

“வான் உங்கடையே?”

“இல்ல, ஆட்டோதான் என்ர தொழில். இது தெரிஞ்ச பெடியன் ஒருத்தன்ர வான். அவனுக்கு இங்கால இடங்கள் தெரியாது. கொழும்பு ஓட்டங்கள் வந்தால் நான்தான் ஓடிக்குடுக்குறனான்” என்றவாறே ஒரு பீடியைக் கையிலெடுத்த சுப்பு, அதனைக் காட்டி “உங்களுக்கேதும் பிரச்சனை இல்லையே?” எனக் கேட்டார்.

“சீச்சீ... நீ பத்து” என்றவாறே தனது பயணப் பையைத் திறந்து சில குளிசைகளைக் கையிலெடுத்தவர், “நீரும் ஏதும் குளிசைகள் பாவிக்கிறனீரே?” எனக் கேட்டார்.

பீடிக்குள் இருந்த புகையை உறுஞ்சி இழுத்தபடியே ‘இல்லை’ என்பதுபோல் தலையசைத்தார் சுப்பு.

“குடுத்து வைச்சனீர், என்னைப் பாரும் சுகருக்கு ஒண்டு. குலஸ்ரோலுக்கு ஒண்டு பிறசருக்கு ஒண்டெண்டு எத்தினை போடவேண்டிக்கிடக்கு” என்றவர், “ஏன்தான் இன்னும்

என்னைப்போட்டு ஆண்டவன் சோதிக்கிறானோ தெரியாது" என்ற அவரது தாரக மந்திரத்தையும் உச்சரிக்க மறக்கவில்லை.

அப்போது குமாரவேலரை ஏற இறங்க ஒரு பார்வை பார்த்த சுப்புவிடம் "அப்ப நீங்களும் எங்கட ஊர்க்காரரே?" எனக் கேட்டார்.

"இல்லை அண்ணே, சொந்த ஊர் பலாலி. இப்ப உங்கட அண்ண வீட்டுக்குப் பக்கத்திலதான் இருக்கிறம்."

"அட, அப்ப நீரும் புலம்பெயர்ந்த ஆள்த்தான். உள் நாட்டுக்கையே."

"ம்... பெரிய வீடு வளவுகள், தோட்டந்தொரவுகள் எண்டு நல்ல வசதியாத்தான் வாழ்ந்தனாங்கள். எங்கட இடங்களையெல்லாம் ஆமி பிடிச்சதோட எல்லாத்தையும் விட்டுப்போட்டு ஊரூராய் அலைஞ்சு வன்னிவரைக்கும் போய்வந்த எங்களுக்கிப்ப உங்கட ஊர்தான் தஞ்சம்."

"குடும்பத்தோடையே?" சாரதி நித்திரையானாலும் என்ற பயத்தில் குமாரவேலர் கதை கொடுக்க ஆரம்பித்திருந்தார்.

"ஓ... எல்லாம் இருந்ததுதான் ஒரு காலத்தில. இப்பவொரு மருமகளோடையும் ரெண்டு பேரப் பிள்ளைகளோடையுந்தான் இருக்கிறன்."

"அப்ப மனிசி, பிள்ளைகள்?"

"எல்லாம் விட்டிற்றுப் போயிற்றுதுகள்."

"அடடே அப்பிடியே! எனக்குந்தான் எல்லாம் இருந்தும் நானுமிப்ப விட்டிற்றுத்தான் வந்திருக்கிறன் கோபத்தில."

"எனக்குந்தான் அண்ணை கோபம், விட்டிற்றுப் போயிற்றுதுகள் எண்டதில."

"சரி... சரி... விடு, கோபம் அடங்கத் திரும்பி வருவினம். நானும் என்ர கோபம் அடங்கத் திரும்பிப் போகத்தானே போறன்" என்று குமாரவேலர் சொன்னபோது, இருண்டுகிடந்த வானத்தை அண்ணார்ந்து பார்த்தபடியே யன்னற் கண்ணாடியைக் கீழிறக்கி

உலர்ந்த காற்றை உள்ளிழுத்து நீண்டதொரு பெருமூச்சை விட்டார் சுப்பு.

"ச்ச... இங்கயுள்ள சனங்கள் நினைக்கிறமாதிரி வெளிநாட்டு வாழ்க்கையொண்டும் சொர்க்கமில்லைத் தம்பி, அங்கயும் போராடித்தான் வாழவேணும்."

"அங்க போராடினால் வாழலாமல்லே." என்ற சுப்பு மீண்டுமொருமுறை பெருமூச்செறிந்தார். அந்த வார்த்தைகளின் கனதியைப் புரிந்துகொள்ளாத குமாரவேலர் ஆண்டவன் தன்னையே சோதிப்பதாக வழிநெடுகத் தன் சுயபுராணத்தையே பாடிக்கொண்டு வந்தார். அவருடைய கவலைகளையும் அதற்கான காரணிகளையும் அறிந்துகொண்ட சுப்புவின் மனம் குமாரவேலருடைய குணவியல்புகளை எடைபோட்டனவேயன்றி அவருக்காக எள்ளளவும் இரங்கவில்லை.

யாழ்ப்பாணத்தை வந்தடைந்தபோது எல்லோர் வீட்டுச் சேவல்களும் செட்டைகளை அடித்துக் கூவ ஆரம்பித்திருந்தன. சுப்பு வானைவிட்டு இறங்கும்போதுதான் அவரது இடது காலின் முழங்காலுக்குக் கீழான பகுதி பிளாஸ்ரிக்கினால் ஆனதாக இருந்ததைக் கண்ட குமாரவேலர், "காலுக்கு என்ன தம்பி நடந்தது! கண்ணிவெடியே?" என்று பரிதாபப் பார்வையோடு கேட்டார்.

"இல்லையண்ணே இது செல் அடியில போனது."

"அட! இந்தக் காலோட வாகனத்தை ஓட்டச் சிரமமாய் இல்லையே?"

"இந்தக் காலைப் பற்றி எனக்கு நினைப்புவாறதே தெருநாய்கள் என்னைக் கலைக்கிறபோது மட்டுந்தானண்ணே."

"ஏன்! உனக்கிந்தக் காலை இழந்ததைப் பற்றிக் கவலையே இல்லையா?"

"இதென்ன பெரிசே? இதைவிட முக்கியமானதையெல்லாம் இழந்தாச்சண்ணே" என்றபடியே சுப்பு பெட்டிகளை இறக்கிவைத்துவிட்டுப் புறப்படும்போது, "தம்பி எனக்கு அடிக்கடி ஆட்டோ தேவைப்படும் உம்மட போன் நம்பரைத்

தந்திட்டுப்போம்” என்று கேட்டு வாங்கிக்கொண்டார் குமாரவேலர்.

○ ○ ○

இண்டைக்கு நவம்பர் இருபத்தாறல்லே அப்பவொரு கொண்டாட்டம் கொண்டாடத்தான் வேணும். என்ற எண்ணத்துடன் டியூட்டிபிறியில் வாங்கிவந்த ஷிவாஸ்ரேகள் போத்தலைத் திறந்து பாற் போச்சியினுள் பாலை வார்க்கும் ஒரு தாயின் பக்குவத்துடன் கட்டைக் கிளாஸ் ஒன்றினுள் விஸ்கியை வார்த்துக்கொண்டிருந்தபோது வாட்சப்பில் வந்த மனைவி, “எப்பிடியப்பா, அண்ணைக்கு இப்ப சுகமே? கலியாணத்துக்கு இன்னும் ரெண்டு கிழமைதான் கிடக்குது, அதுக்கிடையில வந்திருவீங்கதானே?” என்று கேட்டார்.

“இல்ல, அண்ணையின்ர நிலைமை சொல்ல முடியாமலிருக்குது. கலியாணத்துக்கு முன்னம் என்ன நடக்குமோ ஏது நடக்குமோ தெரியாது நீங்கள் ஒண்டுக்கும் என்னை எதிர்பார்காதீங்க” எனக் குமாரவேலர் பேச்சை நிறுத்திக்கொண்டபோது, அடி வளவுப் பனையிலிருந்து சின்னான் இறக்கிவைத்துவிட்டுப்போன ஒரு முட்டி தனிப்பனைக் கள்ளை மண்டிவிட்டு பட்டப்பகலிலேயே கால் கைகளை உதறியெறிந்து குறட்டைவிட்டபடி மல்லாக்கப் படுத்திருந்தார் அண்ணர்.

மனைவி பிள்ளைகளை நினைத்தபடியே ஒரு பெக்கை உள்ளே இறக்கிய குமாரவேலர், “என்னை யாரெண்டு நினைச்சியள்” என்று மனதுக்குள் கறுவியபடியே மீசையை முறுக்கிவிட்டுக்கொண்டார். உள்ளே போன இரண்டாவது பெக் கொத்துரொட்டி கேட்டது. உடனேயே அலைபேசியை எடுத்தவர் சுப்புவுடன் தொடர்புகொண்ட சில நிமிடங்களிலேயே கொத்துரொட்டிப் பார்சல்களும் கோலாப் போத்திலுமாய் வந்து நின்றது சுப்புவின் ஆட்டோ.

சுப்புவைக் கண்டதும் எழுந்துபோய் இன்னுமொரு கட்டைக் கிளாசை எடுத்துவந்த குமாரவேலர், “வாடா தம்பி வா... இந்தா எடு” என்றபடி விஸ்கிப் போத்தலைக் காட்டினார்.

"இல்லையண்ணே, ஆட்டோவில வந்தனான். குடிச்சும் கனகாலமாச்சு வேண்டாம்" என்று நெளிந்தார் சுப்பு.

"அட இருண்டிப்போச்சல்லே, இனியெங்க ஓட்டம் வரப்போகுது. வா... வா... வந்து அடி" என்று அடம்பிடித்தார் குமாரவேலர்.

அவரது அன்புத் தொல்லையை அவமதிக்கவும் மனமின்றி அரைமனதோடு குந்திய சுப்புவின் முன்னால் அரைக் கிளாஸ் விஸ்கியை வார்த்துவைத்தார் குமாரவேலர்.

"மாதவன் தம்பி இல்லையே?" கேட்டார் சுப்பு.

"அவனெங்க வீட்டில நிக்கிறான். அதோட நாளைக்கு மாவீரர் தினமல்லே அதுதான் கோப்பாய் மாவீரர் துயிலுமில்லத்தச் சோடிக்கவெண்டு பெடியளோட போயிற்றான். அண்ணர் இருக்கும்வரைக்குத்தான் இவற்ற ஆட்டமிங்க. அதுக்குப்பிறகு கனடாவில உள்ள சகோதரங்கள் இவரை அங்க எடுத்துப் போடுங்கள். சரி... சரி கதையை விட்டுப்போட்டு நீ அடி" எனக் கிளாசைக் கையில் எடுத்துக்கொடுத்தார்.

வாங்கிய கிளாசிலிருந்து ஒரு மிடறு விஸ்கியைப் பருகிய சுப்பு பீடியை எடுத்து வாயில் வைத்துத் தீயை மூட்டியபோது சட்டென எழுந்து உள்ளே சென்ற குமாரவேலர் இரண்டு கொத்துரொட்டிப் பார்சல்களுடன் வந்தார்.

"இந்தா... இது உன்ர வீடு மாதிரி வெக்கப்படாமல் சாப்பிடு" என்றவாறே ஒன்றைச் சுப்புவின் முன் வைத்துவிட்டு மற்றையதைப் பிரித்து தன் முன்னால் வைத்துக்கொண்டார்.

"ஐயோ... எனக்கு வேண்டாமண்ணே. நீங்க சாப்பிடுங்க." மீண்டும் நெளிந்தார்.

"அடேயப்பா உனக்கும் சேர்த்துத்தானே நாலு கொத்துக்குச் சொன்னனான்" என்றவாறே கொத்துரொட்டியை அள்ளி வாயில் திணித்த குமாரவேலர், "ச்சே என்னயிருந்தாலும் வெளிநாடுகளில எங்கட ஆக்கள் போடுற கொத்தை அடிக்க ஏலாது. இங்கயென்ன வெறும் எலும்பைத்தானே போட்டுக் கொத்தியிருக்கிறாங்கள்" என்றார்.

கொத்துரொட்டிப் பார்சலை ஆவலுடன் பிரித்த சுப்பு அதே வேகத்தில் அதனை மூடியும் வைத்துவிட்டு கண்களையும் இறுக மூடிக்கொண்டு விஸ்கியை எடுத்துப் பருகினார்.

"ஏன் மூடிவைக்கிற எடுத்துச் சாப்பிடன்."

"இல்லையண்ணே, எனக்குப் பேரப்பிள்ளைகளின்ர ஞாபகம் வந்திற்றுது. இனியிது என்ர வயித்துக்க இறங்காது. அதுகளுக்குக் கொண்டேக் குடுத்திற்று வரட்டே?" கேட்டவாறே தட்டுத்தடுமாறி எழுந்தார் சுப்பு.

"அட, இருந்து சாப்பிடு. அங்கயும் ரெண்டு கிடக்குது அண்ணர் எழும்பியினிச் சாப்பிடுவாரோ தெரியாது. மாதவனும் வெளிய சாப்பிட்டுப்போட்டு வந்தாலும் வருவான். அதில ஒண்டைப் போகைக்க கொண்டுபோகலாம் இரு."

"இல்லையண்ணே, பிறகு நான் போறதுக்கிடையில அதுகள் படுத்தாலும் படுத்திருங்கள் நான் கொண்டேக் குடுத்திற்று வாறன்" என்றவாறே ஆட்டோவை நோக்கிப்போனவர், அதன் சீற்றின் பின் பக்கத்திலிருந்து நீளமான கம்பு ஒன்றை எடுத்து இடது பக்கத்துப் பிளாஸ்ரிக் காலுக்கு இணையாக ஊன்றிக்கொண்டார்.

"அப்பயென்ன நடந்தே போகப்போற?"

"ஓமண்ணே, தண்ணியப் போட்டால் நான் ஆட்டோவை எடுக்கமாட்டன். நடக்கக் கூடாதது ஏதும் நடந்துபோச்செண்டால் என்ர பேரப்பிள்ளைகளை யார் பார்க்கிறது? அதுகளை ஆளாக்குற வரைக்கும் நானும் ஆஸ்பத்திரிப் பக்கம் போயிரக்கூடாது. என்ர ஆட்டோவும் கராச்சிப் பக்கம் போயிரக்கூடாது. நாலாவது ஒழுங்கைதானே, இந்தா வாறன்" என்றவாறே தெருவில் இறங்கி நடக்கலானார்.

தெரு நாய்களின் குரைப்பைக் கேட்டதும் முற்றத்தில் கிடந்த வீட்டு நாயும் சண்டித்தனத்தைக் காட்டியதில் திடுக்கிட்டுக் கண் விழித்த அண்ணர் தலையைத் தூக்கி "இவன் பெடியன் இன்னும் வரயில்லையே?" என்று கேட்டார்.

நவமகன் | 157

“இல்லையண்ணே, அவன் வாறநேரம் வரட்டும். கொத்துரொட்டி இருக்கு எடுத்துச் சாப்பிடுங்கோ.”

“சாச்ச... அதெல்லாம் இரவில செமிக்காது. மத்தியானத்தான் இடியப்பமும் சொதியும் கிடக்குது அதுபோதும் எனக்கு” என்றவர் மீண்டும் புரண்டு படுத்தார்.

தூரத்தில் கேட்ட தெருநாய்களின் சத்தம் மெல்ல மெல்ல அதிகமாகி வீட்டின் கேற்றுவரை நெருங்கிக்கொண்டிருந்தது. “அடீக்... அடீக்...” எனக் கம்பை விசுக்கி விசுக்கி நாய்களை விரட்டியபடியே காலை இழுத்து இழுத்து உள்ளே வந்தார் சுப்பு.

வந்து குந்திய சுப்பு விஸ்கிக் கிளாசை எடுத்து அண்ணாந்து கவிழ்த்து ஊற்றியபோது கடல் போல் காட்சியளித்த நட்சத்திரங்களற்ற வானம் நந்திக்கடலையே அவருக்கு ஞாபகப்படுத்தியது. தலை கிறுகிறுக்க பிடரியில் கைவைத்தபடியே கண்களை இறுக மூடிக்கொண்டார்.

“என்ன யோசிச்சுக்கொண்டு இருக்கிறீர்? இந்தா அடியும்” என்ற குமாரவேலர் சுப்புவின் கிளாசை விஸ்கியால் நிறைத்துவிட்டவாறே தனது சோகப் புலம்பல்களை ஆரம்பித்திருந்தார். கதைகளைச் சொன்னபடியும் கேட்டபடியுமாய் முக்காற் போத்தல் விஸ்கியை காலி செய்திருந்தார்கள்.

வார்த்தைகளைக் கொட்ட நினைப்பவர்களுக்கு காதுகள் கிடைப்பது அரிது. கிடைத்த சந்தர்ப்பத்தைக் குமாரவேலர் சரியாகப் பயன்படுத்திக்கொண்டார். மனித மனங்களை வாசிக்க நினைப்பவர்களுக்கு திறந்த மனங்கள் கிடைப்பதும் அரிது. சுப்புவும் சுவாரஸ்யமாக வாசித்துக்கொண்டிருந்தார்.

“அதுசரி, செய்தி அறிஞ்சியே? நாளைக்குத் தலைவற்ற மகளல்லோ வெளியவந்து உரையாற்றப்போறாவாம்” என்று குஷியான மனநிலையோடு குமாரவேலர் கேட்டதுமே, சட்டெனச் சுப்புவின் முகம் மாறிப்போனது. மீசை முடியைப் பிடித்து வேட்டைப் பற்களால் கடித்துத் துப்பியபடியே கவிழ்ந்த தலையை இடமும் வலமுமாக ஆட்டிக்கொண்டார்.

“அட நீயிதை நம்பயில்லப் போலயிருக்கு? வவுனியாவில முன்னாள் போராளிகள் பிரஸ்மீட்டிங் வைச்சே சொல்லிப்போட்டாங்கள்.

நீயென்ன?" சுப்புவின் கவிழ்ந்த தலையை போதையேறிச் சிவந்த கண்களால் உற்றுப் பார்த்தபடியே கேட்டார் குமாரவேலர்.

"அண்ணே கனவுலகத்தில வாழுறவங்களுக்கு நிஜவுலகம் தெரியாது. நிஜவுலகத்தில வாழுறவங்களுக்கு கனவுலகத்தைப் பற்றிக் கவலையில்ல."

"அட தம்பி! நீயெந்த உலகத்திலயடா இருக்கிற? நெடுமாறன், காசி ஆனந்தன் ஆக்கள் சொன்னதொண்டும் உனக்குத் தெரியாதே? இருந்துபார், தலைவர் வரத்தான்போறார் அடுத்தகட்டப் போராட்டம் வெடிக்கத்தான்போகுது" என வெடித்துச் சொன்னார் குமாரவேலர்.

"அடுத்தகட்டப் போராட்டம் வெடிக்கத்தான்போகுது" என்ற வார்த்தைகளைக் கேட்டதுமே மண்டைக்குள் ஆயிரம் தொன் வெடிமருந்துகள் வெடித்துச் சிதறியதுபோல் உணர்ச்சிகளால் உந்தப்பட்டு எழுந்த சுப்பு "போராட்டமும் --ண்டையும்" என்றபடி பொத்திப் பிடித்திருந்த விஸ்கிக் கிளாசை ஓங்கித் தரையில் அடித்துவிட்டு காலை இழுத்து இழுத்துத் தள்ளாடியபடியே கேற்றைத் திறந்துகொண்டு வெளியேறிப்போனார்.

'சலீர்' என்ற சத்தங்கேட்டுத் திடுக்கிட்டு எழுந்த அண்ணர், "என்னடா நடந்தது?" என்று குமாரவேலரைப் பார்த்துக் கேட்டார்.

"ஒண்டுமில்லயண்ண, அவனுக்கு நல்லா ஏறிட்டுது. தலைவர் வருவார் அடுத்தகட்டப் போராட்டம் வெடிக்கும் எண்டு சொன்னதுக்கு இப்பிடிச் செய்துபோட்டுப் போறான். வரட்டும், நாளைக்கு இருக்கு அவருக்கு" எனப் பற்களை நறுமியபடி தலையை மேலுங் கீழுமாக ஆட்டினார் குமாரவேலர்.

"அடேய் உனக்கென்ன பைத்தியமே! யாரோட என்னத்தைக் கதைக்கிறதெண்டு தெரியாதே? மனிசி பிள்ளையள், பேரப் பிள்ளையள், மருமக்களெண்டு குடும்பத்தில பத்துப்பேரை இந்தப் போராட்டத்துக்குப் பலி கொடுத்துப்போட்டு நிக்கிற மனுசனிட்டப்போய் திரும்பவும் போராட்டம் கீராட்டமெண்டு விசர்க்கதை கதைச்சு உங்கட வெளிநாட்டுக் கொழுப்பைக்

காட்டினால் அவனுக்குக் கொதி வராதே?" சினத்தோடு கேட்டார் அண்ணர்.

"என்னண்ண சொல்லுற! உண்மையாவே?"

"ஓமடா, கடைசிச் சண்டை வரைக்கும் வன்னிக்கதான் இருந்ததுகள். முள்ளிவாய்க்காலை நோக்கி இடம்பெயர்ந்து போகைக்க ரைக்டர் பெட்டிக்க விழுந்த செல் குடும்பத்தோட எல்லாற்ற உயிரையும் கொண்டுபோயிற்றுது. ரைக்டரை ஓட்டிக்கொண்டிருந்த சுப்பு மட்டுந்தான் காயங்களோட தப்பியிருக்கிறான். ரெண்டாவது மகன் இயக்கத்தில இருந்ததால முதல்நாளே குடும்பத்தைக் கூட்டிக்கொண்டு முள்ளிவாய்க்காலுக்க போயிற்றான். ஆனாலும் அவனுமங்க வீரச்சாவுதான். இப்ப இவன் சுப்பு காயங்களோட தப்பி வந்த ரெண்டாவது மருமகளுக்காகவும் பேரப்பிள்ளைகளுக்காகவுந்தானே ஒத்தக் காலோட உயிரைப் பிடிச்சுக்கொண்டு நிக்கிறான். இது தெரியாமல் நீதான் ஏதோ வெளிநாட்டுக்குப் போனதால உன்ர எதிகாலச் சந்ததி கலாசாரத்தையும், பண்பாட்டையும் இழந்துபோச்செண்டு சோகப்பாட்டுப் பாடிக்கொண்டு திரியிற. ஆனால், இவனிங்க வெளிநாட்டுக்குப் போகாததாலதான் தன்ர சந்ததியையே இழந்துபோய் நிக்கிறான் தெரியுமே? உனக்கொண்டு சொல்லட்டே 'எல்லாச் செயலுக்குமே ஒரு எதிர்த் தாக்கம் இருக்கத்தான் செய்யும்.' இது விளங்காட்டி இப்படித்தான் உன்னைமாதிரி நிம்மதியான வாழ்க்கையைக்கூட நிம்மதி இல்லாமற்தான் வாழவேண்டிவரும்" என ஆக்ரோஷமாக நீட்டி முழங்கி முடித்துக்கொண்டார் அண்ணர்.

சுப்புவின் சோகக் கதையை அறிந்த குமாரவேலர் தன்னுடையதே சோகமெனச் சொல்லி சுப்புவிடம் புலப்பியதை நினைத்து வெட்கப்பட்டார். தனது எதிர்காலச் சந்ததியின் நிம்மதியான பாதுகாப்பான வாழ்வை ஒருகணம் நினைத்துப் பார்த்தவர், வாழ்வில் முதல் முறையாக "ஆண்டவனே உனக்கு நன்றியப்பா" என மனதுக்குள் சொன்னபடியே நெகிழ்ந்துபோன இதயத்துடன் கட்டிலிற்போய் விழுந்தார்.

பூசையறையில் அண்ணர் மணியடித்துத் தேவாரம் பாடிய சத்தம் கேட்டுக் கண்விழித்த குமாரவேலர் அலைபேசியை எடுத்து நேரத்தைப் பார்த்து நோர்வே நேரத்தைக் கணித்துக்கொண்டார்.

அங்கு சாமம் என்பதை புரிந்துகொண்டவர் எழும்ப மனமின்றிப் படுத்திருந்தார்.

கேற்றை இடித்துத் திறந்துகொண்டுவரும் மாட்டைப்போல மோட்டார்ச் சைக்கிளொன்று முற்றத்தில் வந்து நின்றது. "யாரடா அது?" என்று கேட்டபடியே அண்ணர் இறங்கி முற்றத்துக்குப் போனார்.

"ஐயா நான் மாதவன்ர ப்ரென்ட். கோப்பாய் மாவீரர் துயிலும் இல்லத்தில வைச்சு மாதவனை ஆமி பிடிச்சுக்கொண்டு போயிற்றுது" என்றான் கலவரமான முகத்துடன்.

"என்னடா தம்பி சொல்லுற! ஏனடாப்பு பிடிச்சுக்கொண்டு போனவங்கள்?" பதட்டத்துடன் கேட்டார்.

"மாதவன் தலைவற்ற படம் போட்ட ரீசேர்ட்டை போட்டிருந்ததால பிடிச்சுக்கொண்டு போயிட்டாங்கள். அவனை வெளிய எடுக்கிற அலுவலைப் பார்க்கச் சொல்லத்தான் வந்தனான்" என்று கூறிவிட்டு வந்தவன் மோட்டார்ச் சைக்கிளைக் கிளப்பிக்கொண்டு பறந்தான். எல்லாவற்றையும் காதில் வாங்கியபடியே உள்ளே படுத்திருந்த குமாரவேலர் எழுந்து வெளியே வந்தார்.

"என்னண்ண செய்யிறது இப்ப?" கேட்டுவிட்டு பேயறைந்தது போல் நின்றார்.

"அவனைக் கொழும்புக்குக் கிழும்புக்கு கொண்டுபோறதுக் கிடையில வெளிய எடுக்கவேணும்" என்றவாறே அவசரத்துடன் உள்ளே சென்ற அண்ணர் அலைபேசியை எடுத்து, "தம்பி, நான் மாதவன்ர அப்பா கதைக்கிறன் அவசரமா நானொருக்கால் 'ரீகல்' தியேட்டருக்குப் போகவேணும் ஆட்டோ வருமா?" எனக் கேட்டார். அதனையும் காதில் வாங்கிய குமாரவேலருக்கு ஒரே ஆச்சரியமாக இருந்தது.

'தலைவரின் மகள் வரப்போறார்' என்று பிரஸ்மீட்டிங் வைத்துச் சொன்னவர்களை ஒன்றுமே செய்யாத இராணுவம் ஒரு ரீசேர்ட்டை போட்டதற்காக கைது செய்திருக்கும் அரசியலை நினைக்கக் குமாரவேலருக்கு குழப்பமாகவும் இருந்தது.

சற்றுநேரத்தில் வந்த ஆட்டோவில் ஏறிப் பறந்தார் அண்ணர். அக்கணமே நேரத்தைக்கூடக் கணக்கிலெடுக்காமல் அலைபேசியைக் கையிலெடுத்த குமாரவேலர் மகனுக்கு அழைப்பெடுத்து, "தம்பி கலியாணத்துக்கு ஒரு கிழமைக்கு முன்னமே நான் அங்க நிக்கிறமாதிரி உடனடியா ரிக்கற்றைப்போட்டு அனுப்பிவிடு" என்று கூறிவிட்டு அலைபேசியோடு மனதையும் அமைதிப்படுத்திக்கொண்டார்.

◉

# காதலா சாதலா

இலண்டன் மாநகரில் மிகவும் பிரபலமான அந்த ஐ.ரி நிறுவனத்தின் அடித்தளத்தில் அமைந்திருந்த சிற்றுண்டியகத்தினுள் மதிய உணவைச் சுவைத்தபடியே அலைபேசித் திரையில் முகநூலை மேய்ந்துகொண்டிருந்த அட்ஷரா, ஒருகணம் துணுக்குற்றாள். 'முன்னாள் காதலனால் இளம்பெண் சுட்டுக்கொலை' என்ற செய்தித் தலைப்பை மீண்டும் வாசித்தபோது நெஞ்சு பதறியது. கவலை மட்டுமன்றி ஒருவித பயமும் அவளை ஆட்கொண்டது. அதற்குமேல் உணவில் ஒரு பருக்கைகூட அவளின் தொண்டைக் குழியில் இறங்கவில்லை. சட்டென எழுந்து லிப்டைப் பிடித்துக்கொண்டு ஐந்தாம் மாடியிலுள்ள தனது அலுவலக அறைக்குள் நுழைந்தவள், நோர்வேயிலிருந்து அந்தச் செய்தியைப் பகிர்ந்திருந்த முகநூல் நண்பி ஷர்மியுடன் மெசன்சரில் தொடர்புகொண்டாள்.

"ஓம் அட்ஷரா. அந்தப் பிள்ளையை எனக்கு நல்லாத் தெரியும். ரெண்டு மாதப் பழக்கத்திலேயே அவன்ர குண இயல்புகள் அவளுக்குப் பிடிக்கயில்ல. அதனால பிரேக்கப் பண்ணியிருக்கிறாள். ஆனால், அவனோ விடுறதாயில்லாமல் அவளின்ர காரை உடைச்சு அதுக்குள்ள ஜி.பி.எஸ் டிராக்கரை மறைச்சு வைச்சு வேவுபார்த்து அவள் போறவாற இடமெல்லாம் முன்னும், பின்னுமாய் அலைஞ்சு திரிஞ்சு கரைச்சல் கொடுத்திருக்கிறான். ஏலாக் கடைசியில அவள் பொலிஸ்சுக்கு அறிவிச்சபோதுதான். ஜி.பி.எஸ் டிராக்கர் பிடிபட்டு அவனுக்கு மூண்டு மாதம் சிறையும் கிடைச்சது. சிறையால வந்தும் அவன் சும்மா இருக்கயில்ல. வாட்சப், வைப்பர் எண்டு

எல்லாத்திலையும் அவளின்ர படங்களைப் போட்டு கண்டபடி கூடாமல் எழுதிக்கொண்டு திரிஞ்சவன், நேற்றுத் திடீரெண்டு அவளைப் பாலோவ் பண்ணிக் கடத்திக்கொண்டுபோய் காருக்குள்ளயே வைச்சுச் சுட்டுக் கொண்டுபோட்டான்" எனப் பெருஞ்சோகத்துடன் முடித்துக்கொண்டாள் ஷர்மி.

அதனைக் கேட்ட அட்ஷராவுக்கு தலை கிறுகிறுத்து மயக்கமே வந்துவிடும்போல் இருந்தது. மேசையிலிருந்த தண்ணீர்ப் போத்தலை எடுத்து வறண்டுபோன தொண்டையில் வார்த்துக் கொண்டாள். வேலையிற் சிதறிய கவனம் வேறு திசைகளில் வெட்டி ஓடியது. கடந்தகாலக் கசப்பான சம்பவங்கள் எல்லாமே கண் முன்னே வந்து அவளை நிலைகுலையச் செய்தது. யன்னல் திரையை விலத்தி வெளியே எட்டிப் பார்த்தாள். அவள் ஆசைப்பட்டு வாங்கிய அவுடிக் கார் வேலைத்தளத் தரிப்பிடத்தில் அழகாய் நின்றது. அதனுள்ளும் ஜி.பி.எஸ். டிராக்கர் இருக்குமோ? நினைக்கவே நெஞ்சு படபடத்தது. இல்லையென்றால் எப்படி மிதுனால் எல்லா இடங்களிலும் என்னைப் பின்தொடர முடிகிறது? இந்த விடையத்தை அம்மா, அப்பாவிடம் கூறலாமா? அல்லது பொலிஸ்சில் முறைப்பாடு செய்யலாமா? மனம் கேள்விகளைக் கேட்டுக்கொண்டதேயன்றி, மூளை விடைகளைக் கூறவில்லை.

ஆறு மாதங்களுக்கு முன் ஒரு பிறந்தநாள் கொண்டாட்டத்தில் சந்தித்து பின் இன்ஸ்ராகிராம் வழிவந்து காதலாகிக் கசிந்துருகிக் கடற்கரை, பூங்கா, ரெஸ்டாரன்ட் என வழமையான எல்லா இடங்களையும் வலம்வந்த வெறும் மூன்று மாதக் காதல்தான் அவர்களுடையதும். மிதுனுக்கு ஏற்கனவே ஒரு காதல் தோல்வியடைந்திருந்த விடையத்தை அவன் அட்ஷராவிடம் மறைத்ததை அவள் அறிந்து கொண்டதிலிருந்து முற்றிய வாய்த் தர்க்கமே இந்தக் காதலையும் தோல்வியில் கொண்டுவந்து நிறுத்தியிருந்தது. வீட்டில் கலியாணப்பேச்சை எடுத்தபோதெல்லாம் சாக்குப்போக்குச் சொல்லிக் காலத்தைக் கடத்திக்கொண்டிருந்தவள், இந்த வருடப்பிறப்போடு குடும்பத்தினருக்கு தன் காதலைத் தெரியப்படுத்தி காதலனையும் அறிமுகப்படுத்தி வைக்கலாம் என்று எண்ணியிருந்தாள். அந்த எண்ணங்களெல்லாமே வெறும் எண்ணங்களாகவே போயின.

ஹார்மோன் கிளர்ச்சிகளையெல்லாம் தாண்டி, மெச்சூரிட்டி நிலையை அடைந்த இருபத்தெட்டு வயதில் எடுத்த எனது சுயமுடிவில் என்ன தவறு இருக்க முடியும்? காதல் உறவென்பதே இருவர் சேர்ந்ததுதானே? இருவரில் ஒருவருக்கு உடன்பாடு இல்லையெனில் அதனை எப்படித் தொடரமுடியும்? இந்த ஆண்கள் எதிர்ப்பாலினத்தவரின் உணர்வுகளை மதிக்கமாட்டார்களா? காதலை நிராகரித்தால் கொலைதான் செய்வார்களா? ஒரு பெண்ணின் விருப்பம் இல்லாமல் அவளைப் பின்தொடர்வதோ, காதலிக்குமாறு கட்டாயப்படுத்துவதோ மூர்க்கத்தனமான பழமைவாத ஆண் மையச் சிந்தனையின் நீட்சியல்லவா? இந்த நாகரிக வளர்ச்சியடைந்த நாடுகளில் பிறந்து வளர்ந்தவர்களுக்குக்கூடவா இது புரியவில்லை? மனத்துள் கேள்விகளை அடுக்கிக்கொண்டே இருந்தவளின் வெறுப்புணர்வுகள் எல்லாமே ஒட்டுமொத்த ஆண் வர்க்கத்தின் மீதே படிந்துபோனது.

மிதுனின் காதலை அவள் நிராகரித்த கணத்திலேயே அவனுடனான எல்லாவிதமான தொடர்புகளையும் துண்டித்துவிட்டிருந்தாள். தொடர்பறுந்து போனவன் நூலறுந்த பட்டம்போல் அலைந்து திரிந்து இறுதியாக அவளுடைய நண்பி நர்மதாவினூடாக முயற்சித்துங்கூட நல்ல பயன் கிடைக்கவில்லை.

ஒரு நாள் அவளது வேலைத்தளக் கார்த் தரிப்பிடத்தில் அவளுக்காகக் காத்திருந்தவன் அவளுடன் கதைக்க முற்பட்டபோது, “இனிமேல் உனக்கும் எனக்கும் எந்தத் தொடர்புமில்லை. என்னைச் சந்திக்க வரவேண்டாம்” என முகத்திலடித்தாற்போல் கூறிவிட்டுக் கிளம்பிவிட்டாள்.

அடுத்த கட்டமாக அவன் தன்னுடைய அலுவலகத்திற்குள் வரக்கூடும் என நினைத்தவள் வேலைத்தள வாசலில் உள்ள காவலாளியிடம் அவனது புகைப்படத்தைக் கொடுத்து, இந்த நபர் தன்னைச் சந்திக்க வந்தால் அனுமதி மறுக்குமாறு கோரியிருந்தாள். அவள் நினைத்தது போலவே இன்னொரு நாள் அவன் அங்குவந்து அனுமதி மறுக்கப்பட்டுத் திரும்பியிருந்தான்.

இப்போது காதல் முறிவடைந்து இரண்டு மாதங்களின் பின்பும் அவள் செல்லுமிடங்கள் எங்கினும் அவளைப் பின்தொடர்ந்த வண்ணமே இருப்பது அவளைச் சினங்கொள்ள

வைத்தது. நேற்றுங்கூட நூல்நிலையத்திலிருந்து வீடுவரை அவளைப் பின்தொடர்ந்த அவனது கார் திடீரென்று மாயமாய் மறைந்துபோனது. நேற்றைவரை துணிச்சலோடு இருந்தவளை இன்றைய இந்த முகநூல் பதிவு பெரும் பூதமாய் மிரட்டியது.

சென்ற சமர் விடுமுறையில் கடற்கரைக்குக் குளிக்கப்போனபோது அவளைப் பிகினி உடையில் வைத்து மிதுன் விதம்விதமாகப் பிடித்த போட்டோக்கள் எல்லாம் அவனது போனில் இருந்ததை எண்ணிப்பார்த்தாள். என்மீதுள்ள கோபத்தில் போட்டோக்களை சமூக வளைத்தளங்களில் பதிவேற்றிக் கேவலமாக எழுதிவிடுவானோ? நினைத்தபோதே மனம் பதறியது.

ஜி.பி.எஸ் டிராக்கர் எப்படி இருக்கும்? மனத்தில் கேள்வி எழவே கூகுளில் தேடினாள். கொஞ்சம் பெரிய சைஸ் சட்டைப் பொத்தானின் வடிவில் இலகுவாக எங்கும் மறைத்து வைக்கக்கூடியதாகவே அது இருந்ததனையும், அதன் செயற்பாட்டினையும் அறிந்துகொண்டாள். வேலை முடிந்து புறப்பட்டவளுக்கு காரை நெருங்கவே பயமாக இருந்தது. ஆசைப்பட்டு வாங்கிய காரை வெறுப்போடு பார்த்தாள். இதற்குள் எங்கு ஜி.பி.எஸ் டிராக்கர் ஒளிந்திருக்கக்கூடும். மிரட்சியுடன் கண்கள் காரை மேய்ந்தன. சந்தேகப்படும்படியாக எதுவுமே அகப்படவில்லை.

காரை நிறுத்திவிட்டு வீட்டுக் கதவைத் திறந்தபோது பேரிரைச்சல் கேட்டுத் திரும்பிப் பார்த்தாள். மிதுனுடைய நீலநிற பி.எம்.டபிள்யூ கார் காற்றைக் கிழித்துக்கொண்டு தெருவைக் கடந்து சென்றது. திக் பிரமை பிடித்தவள்போல் வீட்டுக்குள் நுழைந்தவளின் மனம் எதிலுமே ஈடுபடவில்லை. இந்த விடையம் குறித்து தனியே இருந்து யோசித்து மனத்தைக் குழப்பாமல் கூடிய விரைவில் நர்மதாவுடன் கதைத்து ஒரு நல்ல முடிவு எடுக்கவேண்டுமென மனதுக்குள் எண்ணிக்கொண்டாள்.

•

அவளுடைய மனப்பயத்திற்கு இரவுத்தூக்கமும் இரையாகிப் போனது. அரிதாய்த் தூங்கிய இரவுகளிலும் மிதுனே கைத்துப்பாக்கியுடன் கனவில் வந்து கலையாடினான். அத்தகையவொரு கனவுடன் துடித்தெழுந்த இரவொன்றில் உள்ளங்கையால் நெற்றியைத் துடைத்தவளுக்கு, அது இரத்தமல்ல வியர்வையெனத் தெரிந்தபோதுதான் மனப் பதற்றம்

அடங்கியது. இப்படியேவிடமுடியாது. விட்டால், அவனல்ல எனதிந்த மரண பயமே என்னைக் கொஞ்சம் கொஞ்சமாகக் கொன்றுவிடும். இதற்கொரு முடிவுகட்டியே ஆகவேண்டுமென முடிவெடுத்தவளுக்கு திடீரென ஓர் எண்ணம் தோன்றியது. உடனேயே தந்தையிடம் சென்று கேட்டாள், “அப்பா கொஞ்ச நாளைக்கு நீங்கள் என்ர காரையும், நான் உங்கட காரையும் மாற்றிப் பாவிப்பமே?”

“ஏனம்மா உனக்கு என்ர பழைய கார்ல ஆசை வந்தது?” கேட்டார் எதுவுமே அறியாத தந்தை.

“பழசா இருந்தாலும் அது மெர்சிடஸ் பென்ஸ் எல்லே, அவுட்டோமற் கார் ஓடி அலுத்துப்போச்சப்பா. அதுதான் கொஞ்ச நாளைக்கு கியர்போட்டு ஓட ஆசையாயிருக்கு” எனக் கூறிச் சமாளித்தாள். ‘உண்மையாக இருத்தல் என்பது கடவுளாக இருத்தலுக்குச் சமமானது’ என்று அடிக்கடி சொல்லி வளர்த்த அப்பாவிடமே பொய் சொல்ல நேர்ந்ததில் அவளது மனம் குற்ற உணர்ச்சியில் திளைத்தது. அப்பாவினுடைய இந்த மந்திரச் சொற்களை முடிந்தவரையில் பின்பற்றியதனால் தானோ என்னவோ என்னால் மிதுனுடைய அந்த ஒற்றைப் பொய்யை மன்னிக்கமுடியாமற் போனது? என்றும் மனதுக்குள் யோசித்தாள்.

அன்று மாலையே தந்தையின் காரில் நர்மதாவின் வீட்டிற்குக் கிளம்பியவள், குடியிருப்புப் பகுதியின் சிறிய தெருவைக் கடந்து பிரதான வீதிக்கு திருப்புவதற்காக சிகப்பு மின்விளக்கில் காத்திருந்திருக்கையில் எதேற்சையாக கண்ணாடியினூடே பின் பக்கம் பார்த்தபோது நீலநிற பி.எம்.டபிள்யூவைக் கண்டு கதி கலங்கிப்போனாள். அடுத்த கணமே பதட்டமடையக் கூடாதென மனதுக்குள் முடிவெடுத்துக்கொண்டவள், பச்சை விளக்கு எரிந்ததும் சட்டெனக் காரைக் கிளப்பி பிரதான வீதிக்கு ஏற்றாமல் வலப்பக்கம் இருந்த சிறிய தெருவுக்கு இறக்கி மின்னல் வேகத்தில் மீண்டும் தனது வீட்டையே வந்தடைந்தாள்.

நெஞ்சு படபடவென அடித்துக்கொள்ள, ஒரே குழப்பமாக விருந்தது. காரை மாற்றிய பிறகும் பின்தொடர்கிறான் என்றால் எப்படி? அப்போ ஜி.பி.எஸ் டிராக்கர் காருக்குள் இல்லையா? விறுவிறுவென்று வீட்டிற்குள் நுழைந்தவள் தனது கைப்பையினுள் இருந்தவைகள் எல்லாவற்றையுமே

கவிழ்த்துக்கொட்டிப் பரிசோதித்தாள். எதுவுமே அகப்படவில்லை. மேலங்கிகள், சப்பாத்துகளெனத் தனது அன்றாட பாவனையிலிருக்கும் பொருட்கள் அனைத்தையுமே பரிசோதித்தாள். சந்தேகப்படும்படியாக எதுவுமே இல்லை. அப்படியானால் எப்படி? தலையிற் கை வைத்தபடியே குந்தியவளுக்கு பயித்தியமே பிடித்துவிடும்போல் இருந்தது.

இப்படியே பயந்து பயந்து வாழ முடியாது. என்றைக்கோ ஒரு நாள் அவனை எதிர்கொண்டுதானே ஆகவேண்டும். அதற்குமுன் தற்காப்புக்கு என்ன செய்யலாம்? யோசித்தவளின் மூளையில் சட்டென்றொரு பொறி தட்டியது. 'பெப்பர் ஸ்பிரே' இதுதான் சரியான சாமான். அவன் துப்பாக்கியையோ, கத்தியையோ தூக்குவதற்கு முன் நான் அவனது கண்களைக் குறிவைத்து அடித்தால் சரி, சுருண்டு விழுந்துவிடுவான். ஆனால், பெப்பர் ஸ்பிரேக்கு எங்கே போவது? கேள்வி எழுந்தபோதே விடையாய் மலிக்கா ஞாபகத்தில் வந்தாள். மலிக்கா அவளுடன் வேலை செய்யும் மொராக்கோ நாட்டைச்சேர்ந்த துணிச்சலான பெண்மணி. எதற்கும் அஞ்சாதவள். எந்தச் சாமத்திலும் தன்னந்தனியாகத் திரிபவள். "உனக்குப் பயமே இல்லையா?" என அட்ஷரா ஒரு நாள் அவளிடம் கேட்டபோது, "இது இருக்கும்போது எனக்கென்ன பயம்" எனக் கைப் பையிலிருந்த பெப்பர் ஸ்பிரேயை எடுத்துக்காட்டி, "உனக்கும் வேணுமா? இதனை எளிதாக வாங்கிவிட முடியாது. வேண்டுமென்றால் சொல் ஒழுங்கு செய்கிறேன்" எனக் கூறியிருந்தாள் மலிக்கா அன்று.

அடுத்த நாளே விடயத்தை மலிக்காவின் காதிற் போட, அதற்கடுத்த நாளே பொருள் அட்ஷராவின் கைக்குள் வந்தது. அதனைக் கைப் பைக்குள் பத்திரப்படுத்திக்கொண்டு வீட்டிற்குச் சென்றவள், ஆபத்தான நேரத்தில் அதனை அவசரமாக எப்படி எடுக்கவேண்டும். எதிராளியின் கண்களைக் குறிவைத்து எப்படி அடிக்கவேண்டுமென நிலைக் கண்ணாடியின் முன் நின்று ஒத்திகையும் பார்த்துவிட்டுக் காரைக் கிளப்பியவள் நேராக நர்மதாவின் வீட்டுக்கே சென்றாள்.

அவளை வரவேற்று உபசரித்து உரையாடி அவளுடைய சிக்கல்களையும், நோர்வேச் சம்பவத்தை அறிந்ததிலிருந்து அவள் எவ்வளவுக்கு உளவியல் ரீதியாகப் பாதிக்கப்பட்டிருக்கிறாள்

என்பதையும் புரிந்துகொண்டபின், "இந்தத் தமிழ் ஆண்களே இப்படித்தாண்டி" எனச் சினந்தாள் பிரிட்டிஷ் வெள்ளைக்காரனைப் பிரியமானவனாகக் கொண்டிருந்த நர்மதா.

"ஓம் நர்மி, ஆண்-பெண் பாகுபாடில்லாமல் பிள்ளைகளை வளர்க்கிறது, பெண்களைச் சமமாக நடத்துறது. பெண்களின்ர முடிவுகளை மதிக்கிறது, பெண் பிள்ளைகளின்ர சுதந்திரத்தை அனுமதிக்கிறது, ஆண் மையவாதச் சொல்லாடல்களைத் தவிர்க்கிறது போன்ற எதுவுமே எங்கட குடும்ப அமைப்புகளுக்க கடைப்பிடிக்கப்படுறதில்லையே பிறகென்னெண்டு?" ஆதங்கத்துடன் கேட்டாள் அட்ஷரா.

"ஓம் அட்ஷரா நீ சொல்லுறதும் சரிதான். அறநெறிகளைப் பற்றியோ சக மனிதர்களின் மீதான மாண்பைப் பற்றியோ துளியும் கவலையில்லாம பிள்ளைகள் வளருவார்களாயிருந்தால் அதைக் குடும்பமும் சமூகமும் கவனித்து, அவர்களது நடவடிக்கைகளைச் சீர்ப்படுத்தப் பார்க்கவேணும். குற்றச் செயலில் ஈடுபடும்போது அதைத் தவறெண்டு சுட்டிக் காட்டவேணும், வன்முறையோ வெறுப்போ எத்தனை ஆபத்தானதெண்டதை அவர்களுக்குப் புரியவைக்கவேணும். தோல்விகளை ஏற்றுக்கொள்ளுற மனநிலையையும் பிள்ளைகளிடம் வளர்த்துவிடவேணும். ஆனால், எங்கட சமூகத்தில படிக்கிறதும், படிப்பிக்கிறதும் உத்தியோகத்திற்காக மட்டுந்தானே. சரி... அதுகளை விடு, நீ இப்ப என்ன முடிவு எடுக்கப்போற? எனக்கெண்டால் இதை பொலிஸ் மூலமாக் கையாளுறதுதான் நல்லதெண்டு படுகுது."

"ஏன் நர்மி, பொலிசுக்குப் போனவள்தானே அங்க கொல்லப் பட்டிருக்கிறாள். பொலிஸ் இங்க காதல் பிரச்சனைகளையெல்லாம் பெருசாப் பார்க்காது. கொலைகளைத்தான் பெருசுபடுத்தும். அதுக்கு முதல் இந்தக் கண்காணிக்கிறது, பின்தொடருறது எல்லாத்தையும் நிறுத்தச்சொல்லி நீ ஒருக்கால் அவனோட கதைச்சுப் பார்த்தாலென்ன?"

"ஓ... ஒரு பிரச்சனையுமில்ல. நான் வேணுமெண்டால் கதைச்சுப் பார்க்கிறன். அதுவரைக்கும் நீ கவனமாயிரு" எனக் கூறி வழியனுப்பிவைத்தாள் நர்மதா.

○ ○ ○

கடுங்குளிர் காலம். பகற் பொழுதே இருண்டு கிடந்தது. ஒளி பாய்ச்சி இருளைக் கிழித்தபடி உறுமிக்கொண்டு வந்த நீலநிற பி.எம்.டபிள்யூ அட்ஷராவின் வேலைத்தளத் தரிப்பிடத்தில் உறுமலை நிறுத்திக்கொண்டது. உள்ளே இருந்தபடியே கட்டடத்தின் நுழைவாயிலை நோட்டமிட்டவாறு நேரத்தைப் பார்த்தான் மிதுன். அட்ஷராவின் வேலை முடிவதற்கு இன்னும் சில நிமிடங்களே இருந்தன. நுழைவாயில் காவலாளி அவனது அறையிலிருந்து வெளியேறி அங்குமிங்குமாய் நடந்தவாறே சிகரெட்டைப் பற்றவைத்தபோதுதான் மிதுன் கவனித்தான். அவன் வழமையான காவலாளி அல்ல. சட்டென்று காரைவிட்டு இறங்கியவன் குளிர் அங்கியின் சிப்பை இழுத்துக் கழுத்துவரை மூடினான். காரின் பின் கதவைத் திறந்து தோற்பையை எடுத்து பூணூல் போல் தோளில் குறுக்காக மாட்டிக்கொண்டான். குளிர்காற்றை உள்ளிழுத்துப் பெருமூச்சை வெளியேற்றியவாறே உள்ளேயிருந்த பதட்டத்தை வெளிப்படுத்தாது நேராகக் காவலாளியை நோக்கிச் சென்றவன், “ஐந்தாம் மாடியில் வேலைபார்க்கும் அட்ஷராவுடன் ஒர் அப்பாயின்மென்ட்” என்றான். அவனுடைய அடையாள அட்டையை வாங்கிப் பதிவு செய்துவிட்டு உள்ளே செல்ல அனுமதித்தான் காவலாளி.

பெரிய மண்டபத்தினுள் இடது பக்கம் சிற்றுண்டியகம். வலது பக்கம் வரிசையாகப் பல கழிப்பறைகள். நடுவே மேலே செல்வதற்கான லிப்ட். லிப்ட்டிற்கும் கழிப்பறைகளுக்குமிடையில் காணப்பட்ட இருக்கைகளில் ஒன்றில் அமர்ந்துகொண்டான். லிப்ட் அடிக்கடி இரண்டாம் மாடிக்கும், மூன்றாம் மாடிக்கும் போவதும் வருவதுமாயிருக்க பலர் அங்கிருந்து வெளியேறிக்கொண்டிருந்தனர். மீண்டும் கடிகாரத்தைப் பார்த்தான். அவள் இறங்குவதற்கு இன்னும் இரண்டொரு நிமிடங்களே இருந்தன. அவை திக்... திக்... நிமிடங்களாகக் கரைந்துகொண்டிருந்தபோது லிப்ட் திடீரென்று மேல்நோக்கிச் சென்றது. ஒவ்வொரு மாடியின் இலக்கங்களையும் கவனித்தவாறே இருந்தான். ஐந்தாம் மாடியுடன் நின்றுபோன லிப்ட் மீண்டும் அதே வேகத்தில் கீழ்நோக்கி இறங்க, அவனது மூளையும் அதே வேகத்திற்குத் திட்டங்களைத் தீட்டியது. சட்டென்று எழுந்தவன் லிப்டின் அருகேயிருந்த கழிப்பறைக் கதவைத் திறந்து வைத்தபடி லிப்டின் வலது பக்கத்தில் மறைவாக நின்றுகொண்டான். ‘க்லிங்’

என்ற ஓசையுடன் லிப்ட் கதவுகள் திறந்ததுமே, அட்ஷராவுக்கு முன்னமே வெளியே வந்த 'மிஸ் டியோர்' சென்ட் வாசனை, அது அவள்தான் என்பதை உறுதிப்படுத்தியது. கைகளை வீசியவாறே வெளியே வந்தவளின் பின்னால் வேறுயாரும் வந்துவிடுவார்களோ என்ற சந்தேகத்தில் அவள் இரண்டடி நடக்கும்வரை பொறுமை காத்தவன், அவளின் பின்னால் யாருமில்லை என்பதை உறுதிப்படுத்தியதும், சட்டெனப் பாய்ந்து அவளின் கையைப் பிடித்திழுத்து கழிப்பறையின் உள்ளே தள்ளிய வேகத்திலேயே கதவை மூடி லாக்பண்ணிக்கொண்டான். திகைத்துப்போனவளின் மூளை ஒருகணம் ஸ்தம்பித்துப்போனது. செய்வதறியாது அவனைத் திகைப்புடன் பார்த்தவாறே நின்றாள். அவளின் இதயத்துடிப்புச் சத்தம் அவளது காதுகளுக்கே கேட்டது. அவனோ நிதானமாக அவளது கண்களைப் பார்த்தவாறே தன் குளிரங்கியின் சிப்பை கீழிறக்கிக் கையை உள்ளே விட்டான். அக்கணத்தே சட்டென்று உசாரானவள் தோற்பையுள் கையை நுழைத்து பெப்பர் ஸ்பிரேயைப் பற்றிக்கொண்டாள்.

அவன் குளிரங்கியிலிருந்து கையை வெளியே எடுக்க, அவளது கையும் தோற்பையிலிருந்து மெல்ல வெளியே வந்தது. அவன் சட்டென உள்ளேயிருந்தெடுத்த மொபைல் போனை ஆன்பண்ணி அவளின் முன்னே நீட்டினான். ஒருகணம் நிதானித்துப் பார்த்தவள் மெல்ல பெப்பர் ஸ்பிரேயின் பிடியைத் தளர்த்திக்கொண்டாள்.

"இந்தாரும், இதிலிருக்கும் உம்மட போட்டோக்கள், வீடியோக்கள் எல்லாத்தையும் உம்மட கையாலயே அழித்துவிடும்" என்றான்.

திகைப்பும், ஆச்சரியமும் கலந்த கலவையாய் நின்றவள் போனை வாங்கித் தன் போட்டோக்களையும், வீடியோக்களையும் அழித்துவிட்டுப் போனை அவனிடம் நீட்டினாள்.

"இல்லை, எல்லாமே ரீசென்ட்லி டெலிட்டெட்டிற்குள் இருக்கும், அதையும் அழித்துவிடும்" என்றான்.

அவள் அதனையும் செய்து முடித்தபின், போனை வாங்கியவன் தன் தோற்பையிலிருந்து அவள் தனக்களித்த வாழ்த்து மடல்கள், அன்பளிப்புப் பொருட்கள், புகைப்படங்கள் போன்றவற்றையும் எடுத்து அவளிடம் நீட்டி, "இந்தாரும் இவைகளையும் நீரே அழித்துவிடும்" என்றான்.

அவற்றைக் கையில் வாங்கியவாறே கேட்டாள், "ஓ... அப்ப இதுக்குத்தான் என்னைப் பின்தொடர்ந்தனீரே?"

"ஓம், நான் என்ர பழைய வீட்டிலயிருந்து எழும்ப வேண்டியதாப்போச்சு, அவசரத்துக்கு வீடு கிடைக்கயில்ல. அதனால இப்ப ரெண்டு மாதமா உம்மட வீட்டுக்கு முன்னால உள்ள அந்த உயரமான பில்டிங்கில இருக்கிற என்ர நண்பன் ஒருவனோடதான் தற்காலிகமா தங்கியிருந்தனான். ஆனாலிப்ப என்ர வேலையிடத்துக்குப் பக்கத்திலையே வீடு கிடைச்சிற்று. நாளைக்கே நான் இங்கயிருந்து போயிருவன். அதுதான் உம்மட வேலையிடம் வரையும் வரவேண்டியதாப்போச்சு மன்னிச்சிரும்."

"ஓ... சொறி, நான் நினைச்சன் என்னைப் பழிவாங்கத்தான் திரிகிறீராக்கும் எண்டு" எனத் தலையைக் கவிழ்ந்தாள்.

"சேச்சே... அந்தளவுக்கு நானொண்டும் முட்டாளில்ல, நீரென்னை நிராகரித்துவிடுவீரோ எண்ட பயத்திலதான் நானொரு உண்மையை மறைச்சனான். ஆனாலிப்ப அதை மறைச்சதாலையே நீரென்னை நிராகரித்துவிட்டீர். பரவாயில்லை. இதனால எனக்குள் எந்தவிதமான தாழ்வுச்சிக்கலோ, பழிவாங்கும் எண்ணமோ எதுவுமே கிடையாது. என்ர காதலை நிராகரிப்பதற்கான முழு உரிமையும் உமக்குண்டு. அதை நான் மறுக்கயில்ல. உம்மட நிலையை உணர்ந்துகொள்ளுர பக்குவமும், உம்மட முடிவை ஏற்றுக்கொள்ளுற நிதானமும் என்னிடமிருக்கு. எந்தவொரு உறவிலும் பிரிவெண்டது இழப்புத்தான், இதையும் கடந்துவிடக்கூடிய மனமுதிர்ச்சியும், தன்னம்பிக்கையும் என்னிடம் மட்டுமில்ல, உம்மிடமும் இருக்குதெண்டதை நான் நம்புறன். முடிஞ்சா ரெண்டுபேரும் நண்பர்களா இருப்பம். இல்லாவிட்டாலும் பரவாயில்ல, நல்ல மனிதர்களாகவாவது இருப்பம். பை... பை..." கூறிவிட்டு, அவளுடைய பதிலைக்கூட எதிர்பார்க்காமல் கதவைத் திறந்துகொண்டு வெளியேறி விறுவிறுவென்று நடையைக்கட்டியவனை விழிகள் விரியப் பார்த்தபடியே நின்றாள் அட்ஷரா.

◉

## விஷமுறிவு

புழுக்கள் நிறைந்த இடங்களில் குந்தும் பறவையைப்போல் புதினங்கள் நிறைந்த இடங்களில் குந்துபவன் என்பதாலோ என்னவோ எனக்கு இந்தச் சர்வர் வேலை மிகவும் பிடித்திருந்தது.

தினமும் ஒரே முகங்களைப் பார்த்துச் சலிப்படையத்தேவையில்லை. ஒவ்வொரு நாளும் புதிதுபுதிதாய் முகங்கள். புதிதுபுதிதாய் புதினங்கள், அனுபவங்களென எனக்கு இன்னொரு உலகத்தைக் காட்டியதும் இந்த உணவகம்தான்.

வன்மம், கோபம் போன்ற விசத்தன்மைகொண்ட உணர்ச்சிகள் என்னை நான்கு சுவர்களுக்குள் தள்ளிவிட்டிருந்த கொடுமையான காலத்திலிருந்து வெளியேறியபின்னுங்கூட சோர்வான உணர்வுகள் என்னை அரித்துக்கொண்டிருந்த தருணங்களிலிருந்து மீளுவதற்காக அனுகூலமான இன்ப உணர்வுகளுக்குள் என்னை நான் திணிக்க முடிவெடுத்தபோதுதான் எனக்கிந்த வேலை கிடைத்தது.

கடினமானதாய் இல்லை. நீற்றாக உடுத்தி, நறுமணங்களையும் பூசிக்கொண்டு விருந்தினர்களை வலையவருவதே வேலை. எந்தச் சூழ்நிலையிலும் உதட்டில் ஒட்டிவைத்திருக்கும் நடிப்புப் புன்னகை மட்டும் உதிர்ந்துவிடாமல் பார்த்துக்கொள்ள வேண்டும். ஆரம்பத்தில் இந்தச் சிடுமூஞ்சிக்கு அது கொஞ்சம் பாரமானதாகத்தான் இருந்தது. பின்னர் கொஞ்சம் கொஞ்சமாகப் பழக்கப்படுத்திவிட்டேன். இப்போது எனக்குள் நிறைய மாற்றங்களை உணர்கின்றேன். சில விருந்தினர்கள் கடுங்கோபங்களைக் காட்டிய தருணங்களிற்கூட பதிலுக்கு நான்

கனிவான புன்னகையையே காட்டிக்கொண்டிருக்கின்றேன். காலம் எனக்கிதனை நன்கு கற்றுத்தந்திருக்கிறது.

ஒஸ்லோவில் பெரும்புள்ளிகள் வாழும் 'மஜோஸ்ருவா' என்ற இடத்திலேயேதான் உணவகம் அமைந்திருக்கிறது. உணவகத்தின் முதலாளியே பிரதான சமையற்காரனாகவும் இருப்பதனால் தரத்திற்கும், சுவைக்கும் இங்கே குறையிருக்கவில்லை. அதனால் எந்த நேரமும் இந்த வட இந்திய உணவகம் விருந்தினர்களால் நிறைந்திருந்தது. சீக்கியரான முதலாளிக்கு என்னை மிகவும் பிடித்துப்போனது. அதற்கு முக்கியமான இரண்டு காரணங்கள் இருந்தன. ஒன்று, எனது கடுமையான உழைப்பு. மற்றையது, தாங்கள் கொலைசெய்த இந்திராக் காந்தியின் மகனைக் கொலைசெய்த இனத்தைச் சேர்ந்தவனாக நானிருந்தது.

முதலில் நான் அங்கு கோப்பைகள் கழுவுபவனாகத்தான் உள் நுழைந்தேன். உள்ளங்கை ரேகைகளே கழுவுண்டுபோகும் அளவிற்கு முதல் மூன்று மாதங்களையும் கழுவிக் கழுவியே கழித்தேன். அதன்பின் உணவகத்தை விருந்தினர்கள் நிறைத்திருந்த ஒரு நாளில், அங்கு சர்வராக வேலை செய்த ஈரானி ஒருவனுக்கு திடீரென்று காய்ச்சல் அடித்ததனால் எனக்கும் அடித்தது அதிஷ்டம். அந்த ஈரானியின் கறுப்புக் காற்சட்டையையும், வெள்ளைச் மேற்சட்டையையும் அணிவித்து கழுத்தில் கறுப்புப் பட்டியையும் மாட்டிவிட்டு, "போ... போய் மெனுவைக் கொடுத்து ஆடர்களை எடுத்துவா" என்று என்னைக் களத்தில் இறக்கிவிட்டார் முதலாளி. திறமையைக் காட்டி பதவியில் முன்னேறக் கிடைத்த சந்தர்ப்பத்தை நானும் சரியாகப் பயன்படுத்திக்கொண்டேன்.

அன்று தொடங்கிய சர்வர் வேலையை இன்றுவரை நான் யாரிடமும் கைமாற்றியதில்லை. முதலாளியும் அதனை விரும்பவில்லை. கடந்த மூன்று வருடங்களைத் தனிமையில் கழித்த எனக்கு விதம்விதமான மனிதர்களைச் சந்திக்கவும், உரையாடவும் சம்பளத்தோடு கிடைத்த இச் சந்தர்ப்பம் வரப்பிரசாதம் தான். இப்போது நான் மகிழ்ச்சியாக உணர்கின்றேன். மகிழ்ச்சியற்று இருக்க விரும்புபவர்களுக்குச் சுலபமான வழியையும் கண்டுபிடித்துவிட்டேன். அது தனிமையில் இருப்பதுதான்.

இப்போது எனக்கு வீட்டுக்குப் போவதே பிடிப்பதில்லை. தனிமைக் கறையான் என் மூளையை அரித்துப் புத்தெழுப்பப் பார்க்கிறது. இருபத்துநான்கு மணிநேரமும் திறந்திருக்கக்கூடிய உணவகமாக இருந்திருந்தால் குறைந்தது பதினாறு மணி நேரமாவது இங்கு வேலையில் இருந்திருக்கலாமே என்றும் நான் எண்ணியதுண்டு. இங்கு வரும் விருந்தினர்கள் என்னையும் இந்தியர் என்றே நம்பினார்கள். முதலாளியும் என்னை இந்தியராக அடையாளப்படுத்துவதையே விரும்பினார். என் தலையில் சீக்கியத் தலைப்பாகை தான் இல்லையே தவிர, தாடியும் மீசையும் தாராளமாக நீண்டிருந்தது.

பலர் உணவகங்களுக்கு உண்பதற்கு மட்டுமல்ல, உரையாடவுந்தான் வருகிறார்கள் என்பதை நான் அனுபவ ரீதியாகப் புரிந்துகொண்டமையினால் எப்போதும் எனது வாயையும், காதுகளையும் எல்லோருக்காகவும் திறந்தே வைத்திருந்தேன். அதனாலேயோ என்னவோ இங்குவரும் விருந்தினர்களுக்கும் என்னை மிகவும் பிடித்துப்போகிறது. அவர்கள் அள்ளியள்ளித்தந்த அன்பினால் என் மனமும், ரிப்ஸினால் என் வங்கிக் கணக்கும் நிறைந்துகொண்டிருக்கின்றன.

உணவகத்தில் பல சுவாரஸ்யமான சம்பவங்களும் நிகழ்ந்திருக்கின்றன. கள்ள மட்டை அடித்துச் சாப்பிடவந்து சண்டித்தனம் காட்டியவர்களைப் போலீசிடம் மாட்டி விட்டிருக்கின்றேன். மூக்கு முட்டக் குடித்துச் சாப்பிட்டுவிட்டு பல்கனியால் குதித்து களவாக ஓடியவனைக் கலைத்துப் பிடித்து மூக்குடைத்தும் இருக்கின்றேன்.

அவை மட்டுமல்லாமல் “பசிக்கிறது. ஆனால் காசில்லை” என்று வந்தவர்களின் வயிற்றையும் எனக்குக் கிடைத்த ரிப்ஸினால் நிறைத்து அனுப்பியிருக்கின்றேன்.

அப்படியொரு நாள் இந்தப் பகுதியில் அழுக்கு உடைகளுடன் சுற்றித் திரியும் மனநலம் பாதிக்கப்பட்ட ஒரு முதியவர் திடீரென உள்நுழைந்து “பசிக்கிறது” என்றார். துர்நாற்றம் வீசியபோதும், அவரை விரட்ட மனமின்றி இருத்திவைத்து உணவளித்தேன். சாப்பிட்டுவிட்டு கையில் வைத்திருந்த ஒரு கந்தல் பையை விரித்துக்காட்டி “காசை எடு” என்றார். பை நிறையக் கட்டுக்

கட்டாக இருந்தவைகள் அத்தனையும் பாவனையில் இல்லாத பழைய நோட்டுக்கள்.

“வேண்டாம், பையை எடுத்துக்கொண்டு கிளம்புங்கள்” என்றேன். முதலாளி பார்த்துவிடுவதற்குள் அவரை அனுப்பிவிடவேண்டும் என்ற அவசரத்துடன்.

“அட, உனக்கும் என்ர காசு வேண்டாமா?” என்ற சலிப்பான கேள்வியுடனேயே எழுந்துபோனார்.

இந்தச் சுற்றுவட்டாரத்திலுள்ள காதலர்களை மட்டுமல்ல, கள்ளக் காதலர்களைக்கூட எனக்கு நன்கு தெரிந்திருந்தது. அப்படித்தான் ஒரு நாள் தனது நண்பனின் மனைவியைத் தள்ளிக்கொண்டு வந்த தமிழர் ஒருவர் என்னையும் தமிழனென அடையாளங்கண்டுகொண்டு தலைதெறிக்க ஓடியதையும் கண்டு வயிறு வலிக்கச் சிரித்திருக்கிறேன். அதன்பின்னர் இப்போதவர்கள் ஊரறியத் தைரியமாக ஜோடிபோட்டு வந்துபோவது வேறுகதை.

ஜோடி சேருபவர்கள் மட்டுமல்ல, ஜோடி பிரிபவர்களுங்கூட உணவகங்களைத்தான் தேர்ந்தெடுக்கின்றார்கள் என்ற உண்மையையும் இங்குதான் தெரிந்துகொண்டேன். சேர வருபவர்களையும் பிரிய வருபவர்களையும் அவர்களது முகங்களே காட்டிக் கொடுத்துவிடும். அப்படியானவர்கள் ஒதுக்குப்புறமான இடங்களையே தெரிவு செய்வார்கள். கதைத்துச் சேர வருபவர்கள் ஒரு காதற் திரைப்படத்தில் கூடக் காணக் கிடைக்காத கிளுகிளுப்பான கண்கொள்ளாக் காட்சிகளை இலவசமாகவே காட்டிவிட்டு ரிப்சையும் அள்ளித் தந்துவிட்டே போவார்கள். ஆனால், கதைத்துப் பிரிய வருபவர்கள் அப்படியல்ல. அவர்களின் இரகசிய வார்த்தைகளும் பயம், தோல்வி, வெறுப்பு, இயலாமை போன்ற உணர்ச்சிகரமான முகபாவங்களும் பல சந்தர்ப்பங்களில் என் மனத்தில் பெரும் பாரத்தை ஏற்றிவிடுபவையாகவே இருந்திருக்கின்றன. அவர்கள் உணவிற் கவனம் செலுத்தியதேயில்லை. சிலர் பெற்றுக்கொண்ட உணவைத் தொட்டுக்கூடப் பார்த்திருக்கமாட்டார்கள். அப்படியானவர்களிடம் ரிப்சை எல்லாம் எதிர்பார்க்க முடியாது. இப்படியானவர்கள் ஏன் இங்கு வருகிறார்கள்? பிரச்சனைகளை வீட்டிலிருந்தே பேசித் தீர்த்திருக்கலாமே என்றுதான் நான்

நினைத்ததுண்டு அந்திரியாசும், சிஸிலும் பேசிப் பிரிந்துபோன அன்றைய நாள் வரையும்.

○ ○ ○

இந்த உணவகத்திற்தான் அந்திரியாசும் சிஸிலும் எனக்கு விருந்தினர்களாக அறிமுகமானார்கள். அவர்களும் என்னை இந்தியர் என்றே நம்பினார்கள். பழகுவதற்கு மிகவும் இனிமையானவர்கள். நான் தயாரிக்கும் ஐரிஸ் கபேயின் சுவையில் ஒஸ்லோவில் எங்குமே கிடைப்பதில்லை என்பார்கள். முதலாளியின் கைப் பக்குவத்திலான சிக்கன் டிக்கா பட்டர் மசாலாவும், எனது கைப் பக்குவத்திலான ஐரிஸ் கபேயுமே குறைந்தது மாதத்தில் இரண்டு தடவைகளாவது அவர்களை இங்கே இழுத்துவந்தன.

அந்திரியாசும் சிஸிலும் கைகளை மட்டுமல்ல, உதடுகளையும் அடிக்கடி கோர்த்துக்கொள்வார்கள். நான் பெறாமை கொண்டதும் அவர்களின் அந்தக் காதல் மீதுதான். அந்திரியாசுக்கு என்னுடைய வயதுதான். சிஸிலுக்கு இரண்டு வயது குறைவாக இருக்கலாம். எல்லாவிதத்திலும் நல்ல பொருத்தமான ஜோடி என்றேதான் எண்ணியிருந்தேன். என் கண் பட்டதனாலோ என்னவோ கைகளைக் கோர்க்காமலே வந்த ஒரு நாளில் உதடுகளையும் கோர்க்காமல் உணர்ச்சிபூர்வமாக உரையாடிக்கொண்டிருந்தார்கள்.

உணர்வுகளைப் பரிமாறிக்கொடிருந்தவர்களுக்கு உணவுகளைப் பரிமாறிவிட்டு, “இன்றைய நாளும் இனிய நாளாகட்டும்” என்றேன். இருவரும் ஒரே நேரத்தில் நன்றியைக் கூறிக் கொண்டாலும், இனிய நாளாவதற்கான எதுவிதமான அறிகுறிகளும் அவர்கள் முகங்களில் தென்படவில்லை.

மேசையில் உணவுகள் சூடாறிக்கொண்டிருக்க, அவர்களின் உணர்வுகள் சூடேறிக்கொண்டிருந்தன. மது அன்று மட்டுப் படுத்தப்பட்டிருந்தது. பேசினார்கள் பேசினார்கள் சாப்பிட்டு முடிந்தும் பல மணிநேரமாகப் பேசிக்கொண்டேயிருந்தார்கள். பயம், தோல்வி, வெறுப்பு, இயலாமை போன்ற உணர்ச்சிகள் அனைத்தும் அவர்களின் முகங்களில் பிரதிபலித்துக்கொண்டே இருந்தன. ஆனாலும், யாருமே கத்திக் கூச்சலிடவில்லை. கையைத் தூக்கவில்லை. காலைத் தூக்கவில்லை. அமைதியாகப் பேசி

முடித்துவிட்டுப் புறப்படும்போது உணவுக்கான கட்டணத்தைப் பிரித்து அவரவர் செலுத்தியபோதுதான் அவர்களுக்கிடையிலான பிரிவும் உறுதி செய்யப்பட்டுவிட்டதை நான் புரிந்துகொண்டேன்.

இப்படிச் சுமூகமாகப் பேசித் தீர்த்திருக்கக்கூடிய எள்ளளவு சிறியதொரு பிரச்சனைதானே மூன்று வருடங்களுக்கு முன் எனக்கும் மாலதிக்கும் இடையில் இருந்தது. எங்களைக் கோபக் குதிரைகளில் ஏற்றி வாலையும் முறுக்கிவிட்டது எது? எங்களைக் கவனிக்க அக்கம்பக்கத்தில் யாருமே இல்லை என்ற தைரியம்தானே! நானும் கத்த பதிலுக்கு அவளும் கத்த, காட்டுத் தீயைப் போல் எனக்குள் மூண்ட கோபந்தானே என்னைக் கத்தியைத் தூக்கவைத்தது. அன்று நாங்கள் வீட்டில் இல்லாமல், இப்படியொரு உணவகத்திலிருந்து பேசியிருந்தால் இன்று மாலதி தன் சிறுநீரகங்களில் ஒன்றை இழந்திருக்கமாட்டாளே. நானும் மூன்று வருட சிறை வாழ்வை அனுபவித்திருக்கமாட்டேனே" நினைத்தபோதே இதயம் பாறாங்கல்லாய்க் கனத்தது.

○ ○ ○

அந்திரியாசும் சிஸிலும் பிரிந்துபோன விடயத்தை முதலாளியிடம் நான் கூறியபோது, மிகுந்த சந்தோசத்துடன் "நல்லது. இரண்டு விருந்தினர்கள் இனி நான்கு விருந்தினர்கள் ஆகிவிடுவார்கள்" என்றார் முதலாளிகளுக்கே உரித்தான பண்புடன்.

அதன்பின் அந்திரியாசுக்கும் என்னைப் போலவே தனித்த வாழ்வுதான். அதனால் அடிக்கடி உணவகம் வர ஆரம்பித்திருந்தான். அவனது வருகை எனக்கும் மகிழ்வானதாய் இருந்தது.

நான்காவது பியரைக் குடித்து முடித்திருந்த ஒரு பொழுதில், "ஆசியப் பெண்கள் எங்கள் நாட்டுப் பெண்களைப்போல் அல்ல. அவர்கள் மிகவும் இனிமையானவர்கள். இனி நான் ஓர் ஆசியப் பெண்ணைத்தான் தேடிப் பிடிக்கப்போகின்றேன்" என்றான் அந்திரியாஸ்.

சில மாதங்களின் பின்னர் முதலாளி சொன்னது போலவே இரண்டு விருந்தினர்கள் மூன்றாகிப்போன சம்பவமும் நிகழ்ந்தது. சிஸில் ஒரு புது ஆணுடன் வந்திருந்தாள். "இவர் என் காதலர்" எனக் கூடவே வந்திருந்த அந்த மொட்டைத்தலை நெடுவலை

எனக்கு அறிமுகமும் செய்துவைத்தாள். அந்திரியாசின் இடத்தைப் பிடித்திருந்த அவனை எனக்குப் பிடிக்கவேயில்லை. நடிப்புக்காக ஒட்டிவைத்திருக்கும் அந்த உதட்டுப் புன்னகையின் உதவியுடன் வேண்டா வெறுப்பாக கை குலுக்கிக்கொண்டேன்.

அவர்கள் உணவருந்திக்கொண்டிருக்கையில் எதிர்பாராதவிதமாக அன்று அந்திரியாசும் உள்நுழைந்திருந்தது எனக்கு மிகவும் சங்கடமாகிப்போனது. அவர்கள் இருந்த பக்கமில்லாமல் மறு பக்கத்தில் அவனை இருத்தி முதலாவது பியரை பரிமாறியபோது, "என்ன ஒரு மாதிரியாக இருக்கிறாய்?" எனக் கேட்டான். சிஸில் புதிய காதலனுடன் மறுபக்கத்தில் இருந்து உணவருந்தும் விடயத்தைத் தயக்கத்துடன் கூறினேன்.

"ஓ... அப்படியா!" என நெற்றி சுருங்கப் புருவமுயர்த்திக் கேட்டவன், மறுகணமே விலை உயர்ந்த வைன் போத்தல் ஒன்றைத் தெரிவு செய்து, "இதனை என்னுடைய பரிசாக அவர்களுக்குப் பரிமாறிவிடு" என்றான்.

அவர்கள் இங்கிருப்பதை அறிந்தவுடனேயே எழுந்து சென்றுவிடுவானோ என்றெண்ணிப் பயந்த எனக்கு அவனது செயல் பெருத்த ஆச்சரியத்தையே தந்தது. கொண்டு சென்ற வைன் போத்தலை சிஸிலின் மேசையில் வைத்துவிட்டு, "இது உங்களுக்கான அந்திரியாசின் பரிசு. அவர் மறுபக்கத்தில் இருக்கின்றார்" என்றேன்.

"ஓ... அப்படியா!" என அந்திரியாசிடம் பார்த்த அதே வியப்பை முகத்தில் காட்டியவள், "அவனது உணவு இன்னும் தயாராகவில்லையெனில் அவனை இங்கு வரச்சொல்ல முடியுமா?" எனக் கேட்டாள்.

"ஓம், நிச்சயமாக" என்றபடி நான் திரும்பியபோதே, அந்திரியாஸ் அவர்களது மேசையை நோக்கி வந்துகொண்டிருந்தான். சட்டென எழுந்த சிஸில் அவனுக்கு கை கொடுத்து வரவேற்று வைன் போத்தலுக்கு நன்றி கூறிவிட்டு, தனது காதலனை அந்திரியாசுக்கு அறிமுகப்படுத்தினாள். அவர்களும் கைகளைக் குலுக்கிக்கொண்டு அமர்ந்து உரையாட ஆரம்பித்தார்கள்.

சிறிது நேரத்திலேயே அந்திரியாசின் உணவு தயாராகிவிட்டதை நான் அறிவித்தபோது, "அதனை இங்கேயே கொண்டுவந்து பரிமாற முடியுமா?" எனக் கேட்டாள் சிஸில்.

"இல்லை... இல்லை... நீங்கள் உங்கள் உரையாடலைத் தொடருங்கள். நான் அங்கிருந்தே உணவருந்துகிறேன்" என்ற அந்திரியாஸ் நாகரிகத்தோடு விலகிவந்து தனக்கான இடத்தில் அமர்ந்துகொண்டான். இவர்களுடைய இந்தப் பண்பு ஆச்சரியத்தை மட்டுமல்ல, எனக்குள் குற்ற உணர்ச்சியை கிளர்ந்தெழச் செய்ததோடு, அதனால் ஏற்படக்கூடிய தாழ்வுச் சிக்கலுக்குள்ளும் என்னைத் தள்ளிவிட்டிருந்தது.

○ ○ ○

**அ**வ்வப்போது எனக்குள் ஏற்பட்ட ஒவ்வொரு தீய உணர்வும் மிக மோசமான தீய பிரதிபலன்களையே தந்திருக்கின்றன. பல சந்தர்ப்பங்களில் என்னை அறியாமலேயே என் மனத்தை நானே விஷத்தன்மைகளால் நிறைத்து வைத்திருந்திருக்கின்றேன். உடலில் விஷம் பரவினால் விஷமுறிவு மருந்துகளை பயன்படுத்துவது போல, மனதில் பரவிய தீய எண்ணங்கள் என்ற விஷத்தை, நல் எண்ணங்கள் என்ற விஷமுறிவு மருந்தினால் குணப்படுத்தியிருக்கலாம். ஆனால், நான் அதனைச் செய்யத் தவறியிருக்கின்றேன். நான் கோபாவேசம் கொண்டபோது என் நாவிலிருந்து வெளியேறிய வார்த்தைகள் எத்தனை தரக்குறைவானதாய் இருந்திருக்கின்றன என்பதை எண்ணிப் பார்த்து இப்போது நான் வெட்கப்படுகின்றேன். ஆனால் காலம் நீண்ட தூரத்தைக் கடந்துவிட்டிருக்கிறது. காட்டாறு போல் வாய்வழி பாய்ச்சிய வார்த்தைகள் எத்தகைய விஷத்தன்மை வாய்ந்தவையாக இருந்திருக்கின்றன என்பதை எல்லாவற்றையும் இழந்தபின்னர்தான் காலம் எனக்குப் புரியவைத்திருக்கிறது. அகங்காரத்தில் முறுக்கேறியிருந்த என்னைச் சுழற்றியடித்துக் களைப்படையச்செய்து சாதுவாக மாற்றியிருப்பது இந்தக் கோபப்புயல் தானே. இது தீமையில் கிடைத்த நன்மையா? நான் சாதுவாகிவிட்டதை, அல்லது எனக்குள் நானே சரணடைந்துவிட்டதை மாலதி அறிவாளா? இதனை நம்புவாளா? இந்தக் கேள்விகள்தான் இப்போது என்னைக் குடைந்துகொண்டு இருக்கின்றன.

மாலதி அவள் மட்டக்களப்பைச் சேர்ந்தவள். யாழ்ப்பாணத்தைச் சேர்ந்த நான், அவளை நோர்வேயில் சந்தித்து மனதளவில் சேர்ந்து காதலாகிக் கலியாணமும் கட்டிக்கொண்டபோது எங்களை நாங்கள் இலட்சியத் தம்பதிகளாகவே கனவு கண்டோம். அத்தனை நெருக்கம் எங்களுக்குள் இருந்தது. இருவருமே விடுதலைப் புலிகள் இயக்கத்தின் தீவிர ஆதரவாளர்களாக இருந்ததானது எங்களைக் கொள்கையளவிலும் இறுக்கமாக இணைத்திருந்தது. என்றைக்குப் புலிகள் வடக்குக் கிழக்கென பிளவுபட்டுக்கொண்டார்களோ, அன்றைக்கே நான் விடுதலைப் புலி ஆதரவாளராகவும், அவள் மக்கள் விடுதலைப் புலி ஆதரவாளராகவும் பிளவுபட்டுக்கொண்டோம்.

அங்கு குண்டுகள் வெடித்துச் சிதறிக்கொண்டிருக்க, இங்கு எங்களுக்குள் கருத்து முரண்பாடுகள் வெடித்துச் சிதறிக்கொண்டிருந்தன. எங்களுக்குள்ளிருந்து தெறித்த தடித்த வார்த்தைகள் ஒவ்வொன்றும் எங்களுக்குள்ளான இடைவெளிகளை அகலப்படுத்திக்கொண்டன. தெளிந்த வானம் போலிருந்த எங்கள் வாழ்வில் வெறுப்பு ஏற்படுத்திய ரணங்கள் ஆழமானவையாக இருந்தான. பல வருட காதலினால் வெறுப்பின் முன்னிலையில் சில நொடிகள்கூட நின்றுபிடிக்க முடியவில்லை. ஒரு நாள் முட்டாள்தனமாக வெருகல் படுகொலையை நான் நியாயப்படுத்த முனைந்தபோதுதான், அவளுடைய வார்த்தைக் குதிரைகள் வேகமெடுத்து என்னை முந்திக்கொண்டன. வார்த்தைகளில் பலவீனமுற்றிருந்த நான் அப்போதுதான் வன்முறையைக் கையில் எடுத்திருந்தேன். அதன் விளைவுகளே; ஒரு சிறுநீரக இழப்பு, மூன்று வருடச் சிறை, ஒரு விவாகரத்து.

இப்போது நான் மனமாற்றத்துடனான சிந்தனைத் தெளிவுடன் அவளை நெருங்க முற்படுகின்றேன். ஆனால், அவளோ வெகுதூரத்தில் நின்றுகொண்டிருக்கின்றாள். அவளிடமிருந்து சாதகமான சமிக்ஞைகள் எதுவுமேயில்லை. மூன்று வருடச் சிறைத்தண்டனையை விடவும் வலிமையான தண்டனையாக இப்போது நான் உணர்வது அவளுடைய இந்த மௌனத்தையும், நிராகரிப்பையுமே.

○ ○ ○

அன்று ஈரானிக்குக் காய்ச்சல் அடித்ததுபோல் இன்று எனக்கும் திடீர் காய்ச்சலடித்து வேலையிலிருந்து பாதியிலேயே வீட்டிற்கு வந்ததனால்தான் செய்வதறியாது பொழுது போவதற்காய் உங்களுக்கு எனது கதையைச் சொல்லிக்கொண்டிருக்கின்றேன்.

எனது இன்றைய காய்ச்சலுக்கான காரணத்தையும் சொல்லி விடுகின்றேன். உணவகம் பரபரப்பாக இயங்கிக்கொண்டிருந்த வேளையில் வழமைக்கு மாறாக கோட்டும் சூட்டுமாய் அந்திரியாஸ் உள்ளே நுழைந்தான். ஏதோவொரு விலையுயர்ந்த வாசனைத் திரவியம் அவனிலிருந்து கமகமத்து உணவகம் முழுவதும் பரவியது. உதட்டில் ஒரு மந்திரப் புன்னகையையும், கையில் ஒரு பூங்கொத்தையும் ஏந்தியிருந்தான்.

"என்ன அந்திரியாஸ், இன்று ஏதும் விசேசமே?" என்று வியப்புடன் கேட்டேன். அதற்குப் பதிலேதும் சொல்லாமல், கண் சிமிட்டலிலும் உதட்டு விரிப்பிலும் சந்தோசத்தை வெளிப்படுத்தியவாறே சென்று ஒதுக்குப்புறமான ஓர் இடத்தில் அமர்ந்துகொண்டான்.

முதலாளி அன்று சொன்னதுபோல் இரண்டு விருந்தினர்கள் நான்கு விருந்தினர்கள் ஆகப்போகும் சந்தர்ப்பம் நெருங்கிவிட்டதாகவே புரிந்துகொண்ட நான், "என்ன அந்திரியாஸ், நீ ஆசைப்பட்டது போலவே ஆசியப் பெண்ணைத் தேடிப் பிடித்துவிட்டாய்போல" என்றவாறே ஒரு றிங்னஸ் பியருடன் அவனை நெருங்கினேன்.

"ஆம், ஆசியா தான். ஆனால், உன்னுடைய நாடு இல்லை. இன்னும் பத்தே நிமிடத்தில் வந்துவிடுவதாக தகவல் அனுப்பியிருக்கிறாள்" என்றவாறே அலைபேசியைக் காட்டியவனின் முகம் புன்னகை பூரித்திருந்தது.

"நல்லது அந்திரியாஸ். எல்லாம் இனிதேயாகட்டும்" என்று கூறிவிட்டு நான் எனது வேலைகளில் மும்மரமாகிவிட்டேன். சனிக்கிழமையாகையால் உணவகம் காதல் ஜோடிகளால் நிறைந்திருந்தது. இந்த நேரம்பார்த்து காஸ் சிலிண்டர் வேறு காலியாகிவிட்டதில் முதலாளி கத்திப் பரபரத்துக்கொண்டு நின்றார். நான் ஓடிப்போய் புதிய சிலிண்டரை மாற்றி உதவிவிட்டு வந்தபோது சக சர்வரான துருக்கியப் பெண்

ஓடிவந்து, "பதினாறாம் இலக்க மேசை உன்னை அழைக்கிறது" என்றாள்.

அப்போதுதான் பரபரப்பில் மறந்துபோன அந்திரியாசின் ஞாபகம் வந்தது. அவனது மேசையை நோக்கி வேகமாக விரைந்தபோது என் கண்கள் கண்ட காட்சியில் கற்சிலைபோல் பாதியிலேயே உறைந்துவிட்டேன். அதற்குமேல் ஓர் அடிகூட என்னால் எடுத்துவைக்க முடியவில்லை. இடையில் இருந்த ஒரு தூணின் பின்னால் என்னை மறைத்தபடி நின்று கண்களைக் கசக்கிவிட்டு மீண்டும் உற்றுப்பார்த்தேன். என் உடலின் ஒவ்வொரு அங்கமும் அதிர்ச்சிக்குள்ளானது. ஆம், அவளே தான். அந்திரியாசுக்கு முன்னால் சீவிச் சிங்காரித்து அழகுச் சிலைபோல் அமர்ந்திருப்பது மாலதியே தான். மூளை அதனை உறுதிப்படுத்திக்கொண்ட கணமே உடலின் உறுதி தளர்ந்துபோனது. மூளைக்கும் கால்களுக்குமான தொடர்பு அறுந்துவிட்டதுபோல் கால்கள் இடறித் தடுமாறின. மெல்லப் பின்னோக்கி கால்களை நகர்த்தி அலுவலக அறைக்குள் நுழைந்துகொண்டேன். ஓர் அதிர்ச்சி எவ்வாறு உடலின் செல்களை உடனடியாகப் பாதிக்கும் என்பதை உணர்ந்தவாறே அங்கிருந்த ஒரு சோபாவில் எனக்கே பாரமாகிப்போன என் உடலைத் தொப்பென்று போட்டேன்.

சிறிது நேரத்தில் மீண்டும் என்னைத்தேடி ஓடிவந்த அந்தத் துருக்கிப் பெண், உடல் முழுவதும் வியர்வை துளிர்க்க நான் கிடந்த கிடையைப் பார்த்துவிட்டு பயத்துடன் முதலாளியிடம் ஓடினாள்.

முதலாளி அறைக்குள் நுழைந்தபோது, எழுந்திருக்க முயற்சித்தும் என்னால் முடியாமலிருந்தது. உடல் சூடேறிக் கொதித்துக் கொண்டிருந்தது. நெற்றியைத் தொட்டுப்பார்த்த முதலாளி, "என்ன, காய்ச்சலோடவா வேலைக்கு வந்தாய்?" எனக் கேட்டார். "ஆம்" என்பதுபோல் நடிப்புக் காட்டித் தலையசைத்தேன்.

"பரவாயில்லை, நீ வீட்டுக்குப்போய் குளிசையைப் போட்டு நல்லா ஓய்வெடுத்துக் காய்ச்சலை மாற்றிக்கொண்டு நாளைக்கு வா" என்று கூறிவிட்டு வந்தவேகத்திலேயே திரும்பினார் முதலாளி.

இப்போது நான் வீட்டிற்கு வந்து குளிசையும் போடாமல் ஓய்வும் எடுக்காமல் உங்களுக்கு என் கதையைச் சொல்லி முடித்துவிட்டு, அறிவுக்கு முக்கியத்துவம் கொடுக்காமல் உணர்ச்சிக்கு மட்டும் முக்கியத்துவம் கொடுத்துத் தோற்றுப்போனது நான் மட்டுந்தானா? என்று யோசித்துக்கொண்டிருக்கின்றேன்.

⊙